MAMASULIDWE A KWA OMANGIDWA

BUKHU LOPHUNZIRIRA

Alemekezedwe Yehova,

Amene sanatipereka ku mano kwawo tikhale chakudya chawo.

Moyo wathu unaonjoka ngati mbalame mu msampha wa msodzi;
Msampha unatyoka ndi ife tinaonjoka.

Thandizo lathu liri m'dzina la Yehova,

Wolenga ku mwamba ndi dziko la pansi.

Masalmo 124

MARK DURIE ndi BENJAMIN HEGEMAN

db

DEROR BOOKS

Kuphatikiza Kope lachinayi la Mamasulidwe a kwa Omangidwa.
Mamasulidwa a kwa Omangidwa: copyright © 2024 Wolemba Mark Durie
Zothandizira za Mlozo wophunzirira: copyright © 2024 Wolemba Benjamin Hegeman
Maumwini onse ndi otetezedwa.

Mutu: Mamasulidwe a kwa Omangidwa: Buku Lophunzitsira

Kufotokozera: Melbourne: Deror Books, 2024.
ISBN: 978-1-923067-17-2

Ndi kusinthidwa kwa apo ndi apo ndi kusiyanasiyana, mawu a m'malemba atengedwa m'buku la Buku Lopatulika Ndilo Mau A Mulungu, Copyright © 1922 lotsindikizidwa ndi National Bible Society of Scotland and British and Foreign Bible Society.

Chizindikiro cha zokambirana zamagulu chinapangidwa ndi Freepik kuchokera ku www.flaticon.com.

Kuti mumve zambiri za mabuku ndi zolemba za Mark Durie, pitani pa markdurie.com.

Kuti mupeze zothandizira za Mamasulidwe a kwa Omangidwa muzilankhulo zosiyanasiyana, pitani pa Luka4-18.com.

Deror Books, Melbourne Australia
www.derorbooks.com

Za mkati

Mau Otsogolera	1
Mmene Mungagwiritsire Ntchito Bukhuli	5
Kalodzera wa Atsogoleri	7
1. Kufunika kwa kulengeza za kusiya Chisilamu	21
2. Ufulu kudzera pa Mtanda	35
3. Kuzindikira Chisilamu	79
4. Muhammad ndi kukanidwa	111
5. Kumasulidwa ku *Shahada*	151
6. Ufulu (kumasulidwa) ku *Dhimma*	189
7. Kunama, Kupambana Kwabodza, ndi Kutemberera	221
8. Mpingo wa Ufulu	251
Zida Zowonjedzera	281
Mayankho	284

Mau Otsogolera

Masiku ano, anthu ambiri omwe kale anali Asilamu akusankha kutsatira Khristu. Mwatsoka, ambiri a iwo amapezeka kuti akukanidwa ndi zisamaliro za dziko lino kwakukulu. Atsogoleri ena achikhristu m'dziko adanenanso kuti 80% adagwa (kubwerera mbuyo) m'zaka ziwiri zoyambirira za chisankho chawo. Kodi Mulungu akufuna kuti tichite chiyani pankhaniyi?

Mu 2002 Dr Mark Durie adayamba kuphunzitsa za dhimmitude (munthu wotetezdeka pansi pa ulamuliro wa Chisilamu) ndi momwe Akhristu angakhalire opanda mantha achisilamu ndi Asilamu. Chiphunzitsocho nthawi zambiri chinkatsatiridwa ndi nthawi ya utumiki, pamene anthu ankabwera kudzapemphera. Mwa iwo amene anatenga mbali m'magawo amenewa, ambiri pambuyo pake anachitira umboni za ntchito yamphamvu ya Mulungu, imene inawabweretsera ufulu ndi mphamvu za utumiki.

Pambuyo pake Dr Durie anapitiriza kupanga chiphunzitso chomasula anthu ku ukapolo wa uzimu wa Chisilamu chenicheni. Ziphunzitso ziwirizi zinaphatikizidwa m'buku lakuti *Mamasulidwe a kwa Omangidwa (Liberty to the Captives)*.

Pamene ogwira ntchito za uthenga wabwino padziko lonse lapansi adziwa ndi kugwiritsa ntchito *Mamasulidwe a kwa Omangidwa*, bukuli lamasuliridwa m'zinenero zambiri.

Kwa zaka zambiri kuchokera pamene *Mamasulidwe a kwa Omangidwa* lidasindikizidwa koyamba mu 2010 zakhala zikuwonekeratu kuti ziyenera kukonzedwanso ndikusinthidwa, kuti zikwaniritse zosowa za ogwiritsa ntchito, makamaka ziyanjano a Okhulupirira ochokera ku Chisilamu.

Pakhalanso kufunikira kwa dogosolo lophunzitsira. Poyamba uthenga wa bukhuli unathandizidwa ndi makanema ophunzitsira opangidwa ndi Salaam Ministries, pogwiritsa ntchito zithunzi za PowerPoint. Kenako mavidiyowa analembedwa m'zinenero zina.

Njira yophunzitsira iyi yakhala ikugwiritsidwa ntchito m'maiko angapo ndipo abwenzi akumaloko akuphunzitsidwa kugwiritsa ntchito. Komabe, pamene Dr Benjamin Hegeman anafikiridwa ndi mkulu wa bungwe la Salaam, Nelson Wolf, ponena za kuthekera kwa kugwiritsira ntchito njira imeneyi kuphunzitsa abusa akumidzi ku Benin, iye anati, "N'zosatheka! ndipo anapempha njira yosiyana kotheratu. Pogwiritsa ntchito zaka zambiri zophunzitsa ku Benin, Dr Hegeman adapanga njira yophunzitsira ya *Mamasulidwa kwa Omangika* yomwe adayigwiritsa ntchito buku lophunzirira. Mtunduwu, womwe tikutsatira pano, umagwiritsa ntchito timagulu tating'onoting'ono tokambirana ndi sewero, adayesedwa ndikulandilidwa mwachidwi ndi olankhula Chiatonu, Chifulenchi ndi Chihausa (Baatonu, French and Hausa).

Njira yophunzitsira iyi idapangidwa kuti izigwira ntchito mosiyanasiyana, popanda kutengera gawo lililonse la maphunziro. Komanso, mtsogoleri amene wamaliza maphunzirowo azitha kuzibweza m'machitidwe awo ndi kuphunzitsa ena pogwiritsa ntchito njira yomweyi.

Mawu a Khristu amamveka m'makutu athu: "Monga Atate wandituma Ine, Inenso ndituma inu" ndi "Pitani, phunzitsani anthu a mitundu yonse." Kodi Yesu ankatanthauza chiyani? Usiku woti aphedwa mawa lake analongosola kuti ophunzira adziŵe Mulungu ndipo ali ogwirizana naye; ali amodzi ndi Mulungu m'dzina lake, choonadi chake, ndi chikondi chake (Yohane 17). Pemphero lathu kwa Ambuye wa zokolola ndi kuti Mamasulidwe kwa Omangika lithandize otembenuka kuchokera ku nyumba ya Islam kukhala ogwirizana ndi Mulungu mwa Yesu Khristu, ndi kuti lithandize onse amene akupanga ophunzira pakati pa Asilamu.

Tikukhulupirira kuti bukhuli lomwe limaphatikiza chiphunzitso cha *Mamasulidwe kwa Omangika* cha Mark Durie ndi malangizo osinthika a Benjamin Hegeman lidzathandiza kukwaniritsa zosowazi ndikukhala dalitso ku mpingo wapadziko lonse lapansi.

Tikufuna kuthokoza kwambiri abale ndi alongo ambiri a mtengo wapatali amene atiyankha, akumatipatsa malingaliro othandiza kuti tiwongolere nkhaniyi. Chidwi chanu pantchitoyi chikuyamikiridwa kwambiri. Timayamikiranso othandiza ndi azachuma ndi mapemphero a anthu ambiri, amene popanda iwo ntchito imeneyi siyikanatheka.

Mark Durie, Benjamin Hegeman, ndi Nelson Wolf
June 2022

Mmene Mungagwiritsire Ntchito Bukhuli

Takulandirani ku Mamasulidwe kwa Omangika, Bukhu lophunzitsira, lomwe lili ndi buku latsopano la Mark Durie *Mamasulidwe kwa Omangika* lomwe lili ndi maphunziro asanu ndi limodzi ndi maphunziro awiri owonjezera.

Bukuli lalembedwera kwa Akhristu. Lakonzedwa kuti lithandize Akhristu kugwiritsira ntchito chiphunzitso cha m'buku la *Mamasulidwe kwa Omangika*. Pemphero lathu ndikuti likuthandizeni inu ndi ena kupeza ufulu mwa Khristu ndikukhala omasuka.

Ngati mukukonzekera kutsogolera maphunziro pogwiritsa ntchito bukhuli, chonde werengani mosamala Bukhu la Atsogoleri, lomwe mungapeze phunziro loyamba lisanafike.

Tikukulangizani kuti muzichita maphunzirowa limodzi ndi gulu la okhulupirira ena. Zapangidwa kuti zizichitika mwadongosolo la msonkhano wa pakati pa masiku atatu, asanu, koma zitha kuchitikanso ngati maphunziro amagulu ang'onoang'ono a sabata.

Zolozera ku Quran tagwiritsa ntchito chidule cha Q: mwachitsanzo, Q9:29 ikunena za Sura 9:29. M'maphunzirowa, muphunzira za ziphunzitso za Chisilamu zochokera kuzinthu zowona. Ndi khama lonse lapangidwa kuwonetsetsa kuti zolembazo zikuchokera ku magwero odalirika a Chisilamu. Chonde onani Chosankha Chachitatu cholemba Mark Durie kuti mumve zambiri zazinthu zambiri.

Popereka bukhuli ku mpingo wapadziko lonse lapansi timatsindika kuti, pamene tikutsutsana ndi chidani ndi tsankho lamtundu uliwonse, timakhulupirira kuti kulingalira mozama kuyenera kugwiritsidwa ntchito pa zipembedzo zonse ndi malingaliro a dziko. Asilamu ndi anthu omwe si Asilamu ali ndi ufulu wonena maganizo awo pa nkhani ya Chisilamu, kuvomereza kapena kutsutsa chiphunzitso chake pamene chikumbumtima chawo komanso chidziwitso chawo chikuwatsogolera.

Mutha kupeza PDF ya bukhuli la maphunziro ndi zida zina za Mamasulidwe a kwa Omangidwa pa webusayiti ya luke4-18.com. Mautumiki achikhristu ali ndi chilolezo choepeza, kusindikiza, ndi kugawana chilichonse cha bukhuli pa luke4-18.com kuti akwaniritse zosowa zawo.

Timayamikira nthaŵi zonse kulandira umboni wosonyeza mmene maphunziro ameneŵa athandizira anthu, komanso malingaliro oti awongolere kupititsa patsogolo zinthu.

Kalodzera wa Atsogoleri

Malangizo

Maphunzirowa akuperekedwa kuti athandize anthu kupeza ufulu wauzimu kuchokera ku Chisilamu.

Ngati mukukonzekera kutsogolera maphunziro a *Mamasulidwe kwa Omangika*, chonde werengani malangizowa mosamala.

Bukuli lalembedwa kuti lithandize Akhristu amitundu itatu:

1. Akhristu otembenuka kuchokera ku Chisilamu omwe asankha kutenga ufulu wawo mwa Khristu
2. Akhristu omwe akukhala, kapena omwe makolo awo akhalapo, pamodzi ndi Asilamu, pansi pa ulamuliro wa Chisilamu
3. Aliyense amene angafune kuuza Asilamu thenga wa Khristu.

Magulu atatuwa ali ndi zosowa zawo zosiyana; Komabe, tikupangira kuti aliyense (a khristu amitundu yonse) azichita zonse za Maphunziro 1-6, zomwe ndi maphunziro ofunikira a maphunzirowa.

Pali maphunziro awiri owonjezera, Maphunziro 7 ndi 8, omwe apangidwira makamaka Akhristu otembenuka omwe kale anali Asilamu. Izi zikuyenera kuchitika mukamaliza maphunziro asanu ndi limodzi ofunikira.

- Phunziro 7 likukamba za mbali zina zofunika za ufulu ku Chisilamu: chinyengo, kupambana kwabodza, ndi matemberero.
- Phunziro 8 likupereka chiphunzitso cha momwe mungakulitsire mpingo wathanzi wa anthu ochokera ku

Chisilamu. Izi zapangidwa kuti zithandize onse omwe amagwira ntchito pakati pa omwe kale anali Asilamu.

Maphunzirowa adapangidwa kuti azichitika mwanjira yapaderadera. Ndikofunikira kuti mutsatire njira yomwe yafotokozedwa apa, chifukwa yayesedwa ndipo imagwira ntchito bwino kwa ophunzira osiyanasiyana.

Maphunzirowa adapangidwa kuti atha kutha masiku atatu mpaka asanu. Itha kutsatiridwanso ngati maphunziro amagulu ang'onoang'ono sabata iliyonse.

Ngati mukutsogolera maphunziro, limbikitsani amene atenga nawo mbali kuti aziuzako ena. Tikuyembekeza kuti wina amene atsatira maphunzirowa ngati otenga nawo mbali azitha kuzibwezeretsanso m'mikhalidwe awo, ndikutsogolera ena kuchita maphunzirowo.

Njira yophunzitsira

Maphunzirowa akhoza kutsatiridwa ndi chiwerengero chilichonse cha anthu, kuchokera ku gulu laling'ono la kunyumba kupita ku gulu lalikulu la anthu mazanamazana. Ngati anthu oposa asanu kapena asanu ndi mmodzi akupanga maphunzirowa, ophunzirawo ayenera kugawidwa m'magulu a anthu anayi kapena asanu. Maguluwa amakhala chimodzimodzi ndipo amakhala limodzi nthawi yonse yophunzira.

Onetsetsani kuti onse omwe atenga nawo gawo mu maphunzirowa ali ndi buku lawo la maphunzirowa. Kumayambiriro kwa maphunziro apempheni onse kuti alembe mayina awo kutsogolo kwa mipukutu yawo, ndipo adziwitseni kuti mabuku awo ndi awo omwe ayenera kusunga, ndipo ali olandiridwa ndi kulimbikitsidwa kulembamo manotsi. Kenako fotokozani buku lophunzitsira kwa aliyense, kutengera chidwi chake pa maphunziro asanu ndi limodzi, mutu wa phunziro lililonse, zolinga zaphunziro zomwe zandandalikidwa kumayambiriro kwa phunziro lililonse, zinthu zomwe zili kumapeto kwa phunziro lililonse (mawu, mayina, mavesi a m'phunzirolo). Baibulo ndi Korani), mafunso omwe ali kumapeto kwa phunziro lililonse, ndi mayankho, omwe angapezeke kumapeto kwa bukhuli.

Kumayambiriro kwa tsiku lililonse la maphunziro, gulu laling'ono lililonse limasankha pulezidenti ndi mlembi. Mamembala amagulu akulimbikitsidwa kuti azisinthana pa maudindowa.

- Purezidenti amatsogolera zokambirana zamagulu ang'onoang'ono ndikulimbikitsa aliyense pagulupo kutengapo mbali. Purezidenti yekha ndi amene angawonere mayankho omwe ali kumbuyo kwa bukhu la maphunziro.

- Mlembi amalemba momwe gulu limayankhira funso la phunzirolo, amalemba mafunso aliwonse oti abwere nawo ku gawo la Mafunso ndi Mayankho kumapeto kwa phunziro, ndipo amayankha m'malo mwa gulu pamene magulu aitanidwa ndi mtsogoleri kuti ayankhe funso.

Kumayambiriro kwa maphunziro, mtsogoleri amalangiza ophunzira kuti agawike m'magulu a anthu anayi kapena asanu, kufotokozera momwe magulu ang'onoang'ono adzagwirira ntchito, ndi kuti magulu akuyenera kusankha pulezidenti watsopano ndi mlembi tsiku lililonse. Mtsogoleriyu akufotokozanso kuti magulu ang'onoang'ono akuyenera kuvomereza kuti pulezidenti yekha ndi amene amaloledwa kuyang'ana mayankho a mafunso.

Kumayambiriro kwa tsiku lililonse latsopano la maphunziro, mtsogoleriyo amalengeza kuti, "Atsogoleri ndi alembi onse apuma pantchito," ndipo magulu ang'onoang'ono amasankha apurezidenti atsopano ndi alembi a tsikulo (onani m'munsimu).

Ndondomeko ya maphunziro pa phunziro lililonse ndi:

- Mtsogoleri amalengeza chiyambi cha phunziro kwa onse omwe akutenga nawo mbali, kuwaitanira kuti atsegule tsamba lomwe lili mu bukhu la maphunziro pamene phunzirolo likuyambira. Tsambali lili ndi chithunzi chamutuwu.

- Phunziro la chinthu limaperekedwa ndi osewera ena kwa onse omwe atenga nawo mbali.

- Mtsogoleri apereke ndemanga mwachidule pa phunziro la chinthu (kwa mphindi imodzi kapena ziwiri) ndipo akuwonetsa chithunzi cha mutuwo mu bukhu lophunzitsira kumayambiriro kwa phunziro, kufotokoza mwachidule.

- Mtsogoleri awerenge zolinga za maphunziro kumayambiriro kwa phunzirolo kwa ophunzira onse. Mwachitsanzo, "Zolinga za phunziroli zikupezeka patsamba [x]. Zolinga izi ndi... [kuwawerenga mokweza]."

- Kenako, phunziro lachitsanzo la phunziro lirilonse likhoza kuchitidwa ngati sewero, koma lingawerengedwenso kwa aliyense. Ngati mwasankha kuti muwonetse ngati sewero, zochitika za phunziroli zitha kubwerezedwa nthawi isanakwane: limbikitsani ophunzira kuti achite zomwe zikuchitikazi. Pambuyo pa seweroli (kapena kuwerenga) magulu ang'onoang'ono amakumana kuti akambirane phunziro lachitsanzo ndi kuyankha funso lomwe lili kumapeto kwake: "Muyankha bwanji?" Zitatha izi, mlembi wa gulu lirilonse adzapereka lipoti ku gulu lalikulu mmene gulu lawo linayankhira funsolo.

- Phunziro lirilonse liyenera kugawidwa mu magawo angapo, kupatulapo phunziro loyamba, lomwe ndi lalifupi, ndipo likhoza kuchitidwa mu gawo limodzi.

- Pa gawo lirilonse muphunziro, ophunzira atsata masitepe 1 mpaka 5 pansipa:

    1. Mtsogoleri alengeza kuti ndi zigawo ziti zomwe zidzakambidwe mu gawoli, pamodzi ndi manambala amasamba omwe ali mu bukhu la maphunziro. (Mtsogoleri atha kutsata zolembera zagawo zomwe zaperekedwa m'mawu zomwe zikuwonetsa kuchuluka kwa magawo a gulu laling'ono lililonse.)

    2. Wina amene ali ndi mawu abwino owerenga amawerenga mokweza mawu kuti akambirane. (Ngati maphunzirowo akutsatira magawo, wowerenga amawerengera magawo, zomwe zimatenga pafupifupi mphindi 10-15.)

    3. Ophunzira agawike m'magulu ang'onoang'ono ndipo akuwongoleredwa ku mafunso aphunziroli. Mafunso angapezeke kumapeto kwa phunziro lililonse.

4. Magulu akambirana ndikuyankha mafunso a magawo omwe ali mu gawoli. Izi zitha kutenga pafupifupi mphindi 10-20, kutengera kuchuluka kwa mafunso. Panthawiyi mtsogoleri amayendayenda m'magulu kuti aone momwe akuyendera.

5. Mtsogoleri akawona kuti gulu limodzi lamaliza gawolo, magulu ena onse amafunsidwa kuti amalize. Pitirizani kuyenda ndi zipanzizo; musadikire otsalira.

Bwerezani masitepe 1 mpaka 5 kwa magawo otsalawo mpaka phunziro lonse litamalizidwa.

- Pamapeto pa phunziro lililonse, magulu onse amabwerera pamodzi kuti akambirane mafunso ndi mayankho pa phunzirolo.

Maphunziro 5, 6 ndi 7 amathera ndi mapemphero. Chonde tsatirani malangizo omwe ali pansipa pakuwongolera mapemphero.

Ichi ndi chithunzi cha zokambirana, chowonetsa anthu atatu akuyankhulana:

Chizindikirochi chikuwonetsa malo opumirapo pamagawo amagulu. Ili ndi lingaliro chabe: Mtsogoleri aliyense akuyenera kukonzekera momwe angagawire maphunzirowo malinga ndi zosowa za omwe akutenga nawo mbali. Kuchuluka kwa chidziwitso chomwe ophunzira angatenge nthawi imodzi chidzasiyana malinga ndi gulu, choncho wotsogolera maphunziro ayenera kusankha kuchuluka kwa mfundo zomwe zikuyenera kuphunzitsidwa pagulu laling'ono lililonse.

Chochitika cha Maphunziro

Ndibwino kuti muyambitse phunziro lililonse ndi phunziro lopangidwa m'sewero. Ngati mwasankha kugwiritsa ntchito, palinso phunziro lachidziwitso poyambitsa maphunziro onse. Muyenera kukonzekeratu chochitika cha maphunziro. Nthawi zambiri zimakhala zokwanira ngati ochita sewero akumana kuti ayesere phunziro la chochitika pasanathe theka la ola.

Chochitika cha phunziro kupereka malonje a phunziro lonse

Pezani mipando isanu ndi umodzi kapena isanu ndi itatu yolimba mokwanira kuti igwire kulemera kwa munthu yemwe wayima pa mpando. Ikani mipando pa mzere, kutsogolo kwa mpando uliwonse kumbuyo kwa mpando wina. Kenako funsani wophunzirayo kuti ayende pa mipando kwinaku akunamizira kuti akulankhula pa foni yake. Kenaka yesetsani, kulekanitsa mipando mowonjezereka mpaka kukhala kovuta kwambiri. Kenako wina anyamule kapepala konena kuti "KUTSOGOLERA". Munthuyu amapita kukagwira dzanja la wophunzirayo pamene akuyenda kuchokera pampando kupita pa mpando, kusonyeza momwe dzanja lotsogolera limapangitsa kuti zikhale zosavuta kuchita zomwe zimakhala zovuta kuchita nokha.

Chochitika cha Phunziro 1

Munthu wina akuyenda akufuula kuti, "Ndamasuka! Ndine Mfulu!" ndi kulankhula mokweza za mmene iye ali womasukira monga Mkhristu. Koma nthawi zonse akunyalanyaza mbuzi ziwiri zomangidwa kumiyendo, mbuzi imodzi kumyendo wina ndi mbuzi inayo. (Chinyama china chingagwirenso ntchito, monga ngati nkhosa ziwiri, tambala aŵiri, kapena amphaka aŵiri.) N'kovuta kwa iye kuyenda molunjika. Poyamba amakokedwa mbali imodzi kenako ina. Amayesetsa kuti afike kumene akupita koma mbuzi sangazione. Akuganiza kuti ndi mfulu, koma sali. Ayi konse!

Ngati nyama palibe, pezani pepala lalikulu lokhala ndi chithunzi chachikulu ndipo wina ajambule munthu kapena banja lomwe ali ndi mbuzi ziwiri zomangidwa kumiyendo. Pemphani wina kuti abwere, kuloza chojambulacho ndi kunena, "Ndine wokhulupirira uyu wochokera ku Chisilamu! Ndine mfulu, ndine mfulu." Amalankhula za ufulu wake kwa mphindi imodzi koma amanyalanyaza mbuzi ndipo samazitchula. Munthu ameneyu akutuluka, kenako wina amalowa, akulozera mbuzi, kenako n'kukweza manja ake mofunsa mafunso.

Chochitika cha Phunziro 2

Sindikizani mawu oti "DHIMMI" ndi zilembo zakuda kwambiri ndi cholembera chokhuthala pa tepi yotakata. Sonyezani omvera mawu a pa tepiyo, ndiyeno pitani ndi kuwajambula pakamwa pa munthu amene wamangidwa kale pampando. Kenako, pakatha masekondi 20, muuzeni munthuyo kuti ayang'ane m'mwamba ndi kuyesa kuyimirira. Iye sangakhoze. Uzani wina wamkulu anyamule pepala lomwe linalembedwa mochedwa kwambiri "WOWOMBOLA". Mulole wowombola amasule dhimmi ndiyeno dhimmi womasulidwa ayende kupita ku kuwala kowala (iyi ikhoza kukhala nyali, kapena ngakhale nyali pa foni yam'manja), kubwereza Salmo 23 mokweza kuchokera pamtima.

Chochitika cha Phunziro 3

Nyama ikagwira nyambo ya msampha imagwidwa. Sichingakhale mfulu mpaka itasiya nyamboyo. Pezani mtsuko waukulu wokwanira kuti wina aikemo dzanja, koma wocheperako moti akapanga nkhonya sangathe kutulutsa dzanja. Gwirani mtsuko ndi pepala loti "SHAHADA". Ikani mtedza mkati. Munthuyo amalowetsa dzanja lake kuti agwire mtedzawo, koma sangathe kutulutsa dzanja lake. Amayenda kusonyeza aliyense vuto lawo. Njira yokhayo yomwe angatulutsire manja awo ndikusiya mtedza.

Chochitika cha Phunziro 4

Mayi wokwiyitsidwa wophimbidwa ndi mwamuna wachisilamu wokhala ndi chipewa chopemphera amakhala atatseka maso pamipando iwiri. Khalani ndi mawu oti "MUSLIM WODZIKHUTULA" m'zilembo zazikulu zolembedwa pamapepala awiri kenaka amamangidwa pachifuwa cha munthu aliyense kapena kuwapachika m'khosi. Anthu angapo abwere ndikuyenda mozungulira iwo kangapo kumapanga phokoso lachisangalalo lonong'onezana kwa wina ndi mzake, ndikuyimba nyimbo zotamanda pamodzi, koma osanena kanthu mwachindunji kwa Asilamu. Muuzeni Msilamuyo kuti atenge lupanga (kapena chida china chonga chikwanje) pansi pa mpando wake nthawi iliyonse pamene wina wayandikira ndikuligwedeza m'mwamba, ndikuwauza kuti akhale chete komanso kuti asamuchititse chiwawa. Enawo amatuluka mwakachetechete. Kenako wina amabwera ndikuchotsa zotsekera m'maso mwakachetechete ndikuwonetsa banjali kuti palibe. Kenako onse amatuluka akuwoneka odabwa kwambiri.

Chochitika cha Phunziro 5

Mwamuna kapena mkazi wagona pansi, akuwoneka wotopa komanso wogonja, atapindika m'malo odzitchinjiriza. Mawu oti "WOKANIDWA" amasindikizidwa m'zilembo zakuda kwambiri papepala ndipo amajambulidwa kwa munthuyo. Chingwe chachitali chozungulira bondo limodzi chimatsogolera kutali ndi malowo. Inu simungakhoze kuwona chimene icho chamangiriridwa nacho: icho chikhoza kumangiriridwa ku mtengo kapena chinachake. Wowombola akubwera, kumasula chingwe, kunyamula kapena kuwongolera munthuyo pang'onopang'ono pampando, kuwapatsa kapu yamadzi, kuyang'ana moleza mtima mpaka atamaliza kumwa, kenako amatenga galasi, kuliyika mbali imodzi, ndikuchotsa. lemba "WOKANANIDWA". Kenako wowombolayo amagwada pansi pamaso pa woomboledwa pampando ndikutsuka ndi kupukuta mapazi awo.

Chochitika cha Phunziro 6

Uzani mwamuna kukhala pampando kuseri kwa desiki atanyamula Baibulo lake mkazi wake ataima kumbuyo kwake atanyamula manja paphewa. Iwo amayang'ana Baibulo lotseguka mwakachetechete. Lembani mawu oti "DHIMMI" ndi zilembo zazikulu kwambiri zokhala ndi nsonga zochindikala pa tepi yotseguka. Onetsani gulu mawu a pa tepiyo, ndiyeno pitani ndi kuwamata pakamwa pa mwamuna ali pa mpando. Kenako pemphani Msilamu wonyengezera kuti alowe mkati ndikuyamba kupereka moni kenako ndikunyoza Mkhristu yemwe wakhala chete. Uzani mkazi kuti ayese kuyankha mafunso. Msilamu akunyalanyaza mayankho ake. Mkristu apitilize kugwira Baibulo ndi manja awiri koma kungogwedeza mutu ndi kusuntha mutu wake. Pomaliza, Asilamu aseke ndikuchoka. Mkazi achotse tepiyo pakamwa pa mwamunayo ndi kunena mwachimwemwe kuti, "Uzani Msilamu kuti abwerere!" Mwachangu amachoka kulunjika kwa Asilamu. Kenako mwamunayo anaganiza zomutsatira, n'kunena kuti, "Ndikubwera, ndikubwera!" atagwira Baibulo monga iye amachitira.

Chochitika cha Phunziro 7

Ikani mwakachetechete mipando itatu pamaso pa omvera, mpando umodzi mbali imodzi, ndi mipando iwiri pambali ina. Mpando uliwonse wophatikizika uli ndi mawu akuti "UFULU" wophatikizidwa papepala. Mpando winawo uli ndi mawu oti "CHISILAMU" pampandowo. Mpando umodzi uwu umamangidwa ndi chingwe ku chinthu chosasunthika m'chipindamo. Munthu wakhala pampando wa "Chisilamu," mwendo wake wamangidwa ndi chingwe china chachifupi pampandowo. Chingwe sichotalika mokwanira kuti chimulole kufikira mipando ya "ufulu", ndipo mpando wa "CHISILAMU" sungakhoze kusunthidwa chifukwa umangiriridwa ku chinthu chosasunthika. Lembani liwu loti "UKAPOLO" ndi zilembo zakuda kwambiri papepala. Winawake akuwonetsa pepalali kwa omvera ndiyeno amapita ndikulimata pa chingwe atanyamula munthuyo pampando wa "Chisilamu". Uzani wina kuti alowe ndi kukhala pampando umodzi wa "ufulu," akuŵerenga Baibulo. Munthu uyu akuitanira womangidwayo, kuwaitanira kuti abwere kumpando wopanda munthu wa "ufulu". Munthu womangidwa amayesa kufika pampando wa "ufulu", koma sangathe chifukwa cha zingwe. Munthu amene ali pampando wa "ufulu" amatenga chikwangwani cholembedwapo "KUKANA" ndi kuchisonyeza kwa omvera. Kenako munthu ameneyo amapita ndikumangirira chizindikiro cha "KUKANA" pamwamba pa chizindikiro cha "CHISILAMU" kuti zonse ziwonekere, ndikumasula chingwe chimene chimamanga munthuyo kumpando wa "Chisilamu". Anthu onsewa tsopano akupita ndikukhala pansi pamipando iwiri ya "ufulu". Amayamba kuimba vesi loyamba la 'Chisomo Chodabwitsa' (kapena nyimbo ina yodziwika bwino kapena nyimbo yonena za ufulu mwa Khristu) pamodzi.

Chochitika cha Phunziro 8

Mulole mkazi wovala ngati Msilamu wodzipereka abwere ataphimbidwa m'maso, motsogozedwa ndi mpando ndi dzanja la mwamuna yemwe akuwoneka ngati Msilamu. Mawu akuti "MANYAZI" amasindikizidwa papepala ndikumangirira pachifuwa chake. Msilamuyo anati kwa iye, "Mapazi ako ndi manja ako ndi zonyansa!" ndipo amachokapo. Wakhala pampando, ndipo omvera amawona kuti ali ndi mapazi akuda kwambiri ndi manja akuda. Akulira chapansipansi. Mwalowa mkazi wachikhristu. Amanyamula beseni lokhala ndi madzi, ndi chopukutira. Anayamba mofatsa komanso mwakachetechete kupukuta misozi ndikuumitsa masaya a mayiyo. Kenako amasamba m'manja mwa mkaziyo, kenako n'kugwada kuti asambitse mapazi ake. Mapazi atayeretsedwa, mkazi Wachikristuyo amachotsa chophimbacho mokoma mtima ndi kuthandiza mkazi winayo kudzuka. Iwo amachoka atagwirana manja, Mkhristu akunyamula beseni ndi Msilamu atanyamula chopukutira.

Udindo wa atsogoleri amagulu ang'onoang'ono

Ntchito ya pulezidenti wamagulu ang'onoang'ono ndikulimbikitsa zokambirana mu gulu lawo.

Pamene liwu liri m'zilembo zakuda kwambiri m'mafunso a phunziro lirilonse, izi zikutanthauza kuti liri m'maina atsopano kapena mawu atsopano a phunzirolo. Gulu likakumana ndi limodzi mwamawu awa, purezidenti angafune kutenga kamphindi kuti akope chidwi cha gululo kuti munthuyo anali ndani, kapena tanthauzo la mawuwo.

Purezidenti amalimbikitsa aliyense pagulu lawo kutengapo gawo nawo pazokambirana.

Mafunso omwe aperekedwawo ndi othandiza kuti aliyense amvetsetse chiphunzitsocho. Ndi bwino ngati mamembala a gululo afunanso kukambilananso za gawoli.

Ngati gulu lichoka pamutu, pulezidenti akhoza kuwabweretsanso ku mafunso omwe akuphunziridwa.

Purezidenti amaonetsetsanso kuti zokambiranazo zikuyenda.

Purezidenti wa gulu laling'ono ndi munthu yekhayo pagulu laling'ono yemwe amaloledwa kufunsa mayankho kumapeto kwa buku la maphunziro.

Kuyang'anira mapemphero mu Maphunziro 5-7

Nawa malangizo oyendetsera mapemphero okana digiri, dhimma, ndi chinyengo, kupambana ndi matemberero mu Maphunziro 5-7.

- Pempherani mapemphero pamodzi monga gulu lalikulu (osati padera, mmagulu ang'onoang'ono). Komabe, otenga nawo mbali safunika kuchoka m'magulu awo pokhapokha ngati n'koyenera kusonkhanitsa aliyense pamodzi.

- Zimakhala bwino ngati aliyense apemphedwa kuimilira popemphera: tiyenera kukhala atcheru, ogalamuka, ndi kuimirira polengeza zimenezi.

- Nthawi ya pemphero lisanayambe, mavesi a m'Baibulo amalembedwa mwa mafunso ndi mayankho. Mtsogoleriyo ayambe awerenga mafunso, kenako mavesi, kenako mayankho (osindikizidwa m'zilembo zopendekera). Zitatha izi aliyense amaimirira ndikupemphera pamodzi. Pamene Phunziro 6 (Ufulu ku Dhimma) lichitidwa motsatira Phunziro 5 (Ufulu kuchokera kwa Shahada)—uwu ndi dongosolo lanthawi zonse—ndipo mavesi a 'kukumana ndi choonadi' awerengedwa kale pa Phunziro 5 kotero kuti safunikira kubwerezedwa. za phunziro 6.

- M'phunziro 5, pemphero losiya Shahada liyenera kunenedwa pambuyo pa 'Kulengeza ndi Pemphero la Kudzipereka Kutsatira Yesu Khristu', lomwe likupezekanso mu Phunziro 5. Lankhulani 'Chilengezo ndi Pemphero la Kudzipereka Kutsatira Yesu Khristu' pamodzi choyamba kenako werengani maumboni a ufulu. Pambuyo pa izi mtsogoleriyo akuwerenga mavesi a 'kukumana ndi choonadi'. Kenako aliyense amanena 'Chilengezo ndi Pemphero Losiya Shahada ndi Kuswa Mphamvu Zake' pamodzi.

- Mapempherowa akhoza kunenedwa pamodzi m'njira zingapo zosiyana:
    - Anthu atha kuwawerenga limodzi kuchokera mu bukhuli.

- Ngati projekiti ikugwiritsidwa ntchito, amatha kuwawerenga pazenera.

- Kaŵirikaŵiri kudzakhala bwino kwambiri kuwaŵerenga m'njira ya 'wobwereza pa mbuyo pa ine', m'mene mtsogoleriyo amatchula mawu, ndipo ena amabwereza mawuwo. Mtundu wobwereza pambuyo-ine ndi wabwino ngati ophunzira sanazolowere kuwerenga mokweza mawu pamodzi. Njirayi imapatsanso anthu nthawi yochuluka yokonza ndi kukhala ndi mawu a mapemphero okha; kalembedwe kameneka kakhoza kupanga lingaliro la umodzi wa gulu.

- Nthawi zonse mapempherowa akamawerengedwa, ndikofunikira kwambiri, anthu akangomaliza kupemphera, kuti mtsogoleri apemphere onse omwe adawerenga mapempherowo kuti athyole matemberero ndikulowa m'malo ndi madalitso. Mapemphero otsatirawa a mtsogoleri ayenera kukhala ndi izi:

- Mtsogoleri ayenera kulengeza molimba mtima kuswa matemberero onse okhudzana ndi zomwe wasiya. Izi zikhoza kuchitikira anthu, kapena mtsogoleri akhoza kutsogolera anthu kuti adzinenere okha. Mwachitsanzo, pambuyo pa pemphero losiya *Shahada*, mtsogoleriyo atha kunena kuti, "Ndikuchotsera moyo wako matemberero onse obwera ndi Chisilamu. Ndimaswa moyo wako mphamvu zonse zauzimu za Chisilamu." Kapena ngati anthu akutsogozedwa atha kugwiritsa ntchito mawuwa mobwerezabwereza pambuyo panga, "Ndimachotsa m'moyo wanga matemberero onse obwera ndi Chisilamu. Ndimaswa moyo wanga mphamvu zonse zauzimu za Chisilamu."

- Mofananamo, mtsogoleriyo akulamula ziwanda kuti zichoke—kuzitulutsa—kapena kutsogoza anthu kuti adzichitire okha zimenezi, akumagwiritsira ntchito mawu awa: "M'dzina la Ambuye wathu Yesu Khristu ndilamulira ziwanda zonse kuti zigonjere kwa Yesu, ndipo zikusiyeni inu tsopano. " (kapena "ndisiyeni tsopano" ngati mukugwiritsa ntchito mtundu wobwereza pambuyo pa ine).

- Kenako Mtsogoleri amadalitsa anthu amene awerenga mapempherowo, kuyitanitsa madalitso amene amapereka zosiyana ndi zomwe zakanidwa, monga momwe tafotokozera mu phunziro 2. Mwachitsanzo, pambuyo pa pemphero losiya dhimma, mtsogoleri akhoza kudalitsa milomo ya. anthu okhala ndi mawu amoyo kuti azilankhula zoona molimba mtima; ndipo pambuyo pa pemphero losiya digiri, mtsogoleriyo akhoza kudalitsa anthu ndi moyo, chiyembekezo, kulimba mtima, ndi chikondi cha Mulungu.

- Kuonjezera apo, ndi bwino kukhala ndi gulu lopemphera lomwe lingathe kupitiriza kupempherera anthu pemphero likatha kuwerengedwa pamodzi. Njira imodzi ndikukhala ndi mzere wa utumiki wodzodza: akamaliza kubwereza pempheroli, anthu akhoza kuitanidwa kuti abwere kudzadzozedwa ndi mafuta, ndi kupemphereredwa aliyense payekha ndi mamembala a gulu la mapemphero. Ndi bwino kuphunzitsa gulu lanu la mapemphero pasadakhale, kuti adziwe zomwe akuyembekezera kwa iwo.

Ubatizo

Ndibwino kuti nthawi ina asanabatizidwe munthu aliyense amene wachoka m'Chisilamu kuti atsatire Khristu abwereze mwamwambo mapemphero onse aŵiri a m'phunziro 5: 'Kulengeza ndi Pemphero la Kudzipereka Kutsatira Yesu Khristu' ndi 'Chilengezo ndi Pemphero la Kusiya. *Shahada* ndikuphwanya Mphamvu Zake. Asanawerenge mapempherowa tanthauzo la mapempherowo liyenera kufotokozedwa momveka bwino kwa iwo, kuti athe kumvetsetsa ndi kudzipereka kwathunthu ku zomwe akuzipemphera. Kukulangizidwa kuti izi zichitidwe monga mbali ya kukonzekera ubatizo.

Zowonekera

Nthawi zina zimachitika anthu akamapemphera ziwanda zimawonekera. Wina akhoza kuyamba kulira, kugwa, kapena kuyamba kunjenjemera. Pachifukwa chimenechi, makamaka anthu akamapemphera pagulu, ndi bwino kukonzekera. Khalani ndi gulu kapena magulu omwe angatengere munthu pambali, kumulimbikitsa, ndikulamula mokoma mtima koma molimba mtima kuti chiwandacho chichoke. Ndi bwinonso kukhala ndi mtsogoleri mmodzi kapena angapo amene ali ndi maso otsegula ndi kuyang'ana uku ndi uku panthawi ya mapemphero kuti ayang'ane momwe aliyense akuchitira.

1

Kufunika kwa kulengeza za kusiya Chisilamu

"Khristu anatisandutsa mfulu, kuti tikhale mfulu!"
Agalatiya 5:1

Zolinga za phunziro

a. Gwirani kufunikira kwenikweni kwa kusiya mphamvu zamapangano mu Chisilamu.

b. Mvetserani nkhanza za ulamuliro wauzimu wa Chisilamu pa Asilamu ndi omwe si Asilamu.

c. Dziwitsani ku lingaliro la kusamutsidwa kuchoka ku mphamvu ya Satana kulowa mu ufumu wa Yesu Khristu.

d. Chotsani kugwiritsa ntchito mphamvu ngati yankho lomaliza pa Jihad ya Chisilamu.

e. Lingalirani kufanana kwa Muhammad ndi "mfumu yoopsa" imene Danieli anaona m'masomphenya, ndipo mvetsetsani kuti mfumuyi inagonjetsedwa, koma "osati ndi mphamvu ya munthu."

Nkhani yoyeserera: Kodi mungatani?

Pamene mukuwerenga bukuli la Mark Durie, mukulandira foni yokudziŵitsani kuti amalume anu anachita ngozi ya galimoto yaing'ono ndipo ali m'chipatala pafupi ndi inu. Mukapita kukamuona, mupeza kuti akukhala m'chipinda chimodzi ndi Ali, Msilamu wodzipereka kwambiri wa Shiite. Mukamaliza kuwapempherera amalume anu, Ali akufunitsitsa kulankhula nanu, ndipo akuti, "Ungakhale Msilamu wabwino kwambiri ndipo uli pafupi kutero. Mukaphunzira za chitsanzo chodabwitsa cha Hazrat Muhammad, mtendere ukhale pa iye, mudzaona kuti iye analonjezedwa ndi kuloseredwa kubwera ndi Hazrat Isa, mtendere ukhale pa iye. Mneneri wathu Wamkulu, mtendere ukhale pa iye, anali wa chifundo kwambiri, wa chikondi koposa, munthu wa mtendere koposa amene anakhalako padziko lapansi. Ndikukuitanani kuti mulowe m'njira yoona ya Allah."

Kodi mungayankhe bwanji? Mutani?

Chofunikira mwachangu

Uwu ndi umboni wa Msilamu wakale yemwe adalandira chikhulupiliro chachikhristu ndipo kenaka adawonetsa ufulu waukulu pomwe adasiya Chisilamu:

Ndinakulira m'banja lachisilamu kumadzulo. Timapitadi ku mzikiti ndipo tinaphunzira kupemphera m'Chiarabu. Kupitilira apo, sindinali wachipembedzo kwambiri pokula. Zinthu zinasintha pamene ndinapita ku yunivesite. Pamapeto pa nthawi ya kafufuku, ndinapeza kuti Yesu Khristu anali ndani, ndipo anapulumutsa moyo wanga.

Ndinalowa m'gulu la ophunzira achikhristu pasukulu ya ukachenjedwe. Mlungu uliwonse, wophunzira wina ankasinthana kuuza ena uthenga wa m'Baibulo. Ndinali Mkristu pasanathe chaka, koma anandifunsa ngati ndingawagaŵireko uthenga. Madzulo omwe ndimayenera kugawana nawo, ndidalowa mu nyumba yosungiramo mabuku ina yapasukulupo kukapemphera. Uthenga umene ndiyenera kunena unali wakuti, "Yesu anandifera ine; kodi ndingafere Yesu?"

Nditayamba kupemphera, panachitika chinthu chodabwitsa kwambiri. Ndidamva kukungika kukhosi ngati ndikunyongedwa kapena kukomoka. Mantha adandigwira pamene chochitikachi chinkapitilira ndikukulirakulira. Kenako ndinamva mawu akundiuza kuti, "Siya Chisilamu! Siyani Chisilamu!" Ndinakhulupirira kuti anali Ambuye. Panthaŵi imodzimodziyo, maganizo anga anavomereza kuti: "Ambuye, sindinakhalepo 'mu' Chisilamu posachedwapa."

Komabe, maganizo akuzimitsidwa anapitirizabe, choncho ndinati, "M'dzina la Yesu, ndasiya Chisilamu." Zonsezi zinkachitika mwakachetechete chifukwa munali mu nyumba yosungiramo mabuku. Nthawi yomweyo, mphamvu ya kupsyinjika pakhosi langa inamasulidwa. Ndinamva mpumulo waukulu! Ndinabwereranso ku pemphero ndi kukonzekera msonkhano. Pamsonkhanowo Ambuye anawonekeradi mu mphamvu ndipo ndimakumbukira ophunzira atagwada ndi nkhope zawo akulira kwa Ambuye ndikudzipereka okha kwa iye.

Chimodzi mwazinthu zomwe zimafunikira mwachangu kwa anthu ambiri padziko lapansi masiku ano ndikusiya Chisilamu. Bukuli likufotokoza chifukwa chake izi zili zofunika komanso momwe tingachitire. Limapereka chidziwitso ndi mapemphero kuti athandize Akhristu kukhala omasuka ku chikoka cha uzimu cha Chisilamu.

Lingaliro lalikulu la bukhuli ndikuti mphamvu ya uzimu ya Chisilamu ikugwiritsidwa ntchito kudzera m'mapangano awiri (kapena mapangano), omwe amadziwika kuti *shahada* ndi *dhimma*. *Shahada* imamanga Asilamu ndipo *dhimma* imamanga omwe si Asilamu kuzinthu zomwe zimakhazikitsidwa ndi malamulo achisilamu.

Ndikofunika kudziwa:

- momwe munthu amene anali Msilamu koma anasankha kutsatira Khristu angakane ndikumasulidwa ku pangano la kukhulupirika ku *shahada* ndi zonse zomwe zikukhudzana nazo.

- m'mene mkhristu angadzitengere ufulu ndi kumasulidwa ku kunyozeka kokakamizidwa kwa omwe sali Asilamu ndi malamulo a *Sharia* ya Chisilamu kudzera mu *dhimma*.

Akhristu angadzitengere ufulu wawo woyenerera ku mapangano onse aŵiriŵa mwa kuwakana. (Pachifukwa ichi, mapemphero ochikana Chisilamu aperekedwa pa mbuyo pake m'bukuli).

Mapangano awiriwo

Mawu achiarabu akuti *Islam* amatanthauza 'kugonjera' kapena 'kudzipereka'. Chikhulupiriro cha Muhammad chimapangitsa mitundu iwiri ya kugonjera kukhalapo ku dziko. Chimodzi ndi kudzipereka kwa wotembenuka amene akuvomereza chipembedzo cha Chisilamu. China ndi kudzipereka kwa amene sali Msilamu amene akugonjera ulamuliro wa Chisilamu popanda kutembenuka.

Pangano la wotembenukayo ndi *shahada*, chikhulupiriro cha Asilamu. Uku ndikuulula chikhulupiriro mu umodzi wa Allah ndi uneneri wa Muhammad, ndi zonse zomwe izi zikuphatikiza.

Pangano la omwe sali Msilamu amene adzipereka ku ulamuliro wa ndale wa Chisilamu ndi *dhimma*. Ili ndi bungwe la malamulo a Chisilamu lomwe limakhazikitsa udindo wa Akhristu ndi ena omwe asankha kusalowa m'Chisilamu koma akukakamizika kukhala pansi pa ulamuliro wake.

Kufuna kwa Chisilamu kuti anthu apereke, mwina povomereza *shahada*, kapena kuvomereza *dhimma*, kuyenera kukanidwa.

Akhristu ambiri angamvetse kuti munthu amene wasiya Chisilamu kuti atsatire Khristu angafunike kukana Chisilamu. Komabe, akhristu ambiri angadabwe kumva kuti akhristu omwe sanakhalepo Asilamu angathe kukhala pansi pa chisonkhezero chauzimu cha ulamuliro wa Chisilamu. Kuti atsutse izi, akuyenera kuima paokha potsutsa zonena za pangano la *dhimma*, kukana mantha ndi kunyozeka kumene Chisilamu chikufuna kuwaika pa iwo monga osakhala Asilamu.

Tidzasanthula mfundo zomwe zili m'mapangano amapasa awa olamulira - *Shahada* ndi *dhimma* - ndikukuitanani kuti muganizire za Khristu, mphamvu ya moyo wake, ndi zinthu zauzimu zaufulu zomwe adapeza kudzera pamtanda. Mfundo za m'Baibulo ndipo mapempero zimaperekedwa zomwe zimakupatsani mwayi wodzitengera nokha ufulu umene Khristu wakupatsani kale m'malo mwanu.

Kusamutsa kwa ulamuliro

Aphunzitsi ambiri achisilamu amatsindika kuti ulamuliro ndi "wa Allah yekha." Akamanena izi akutanthauza kuti lamulo la sharia liyenera kulamulira mfundo zina za chilungamo kapena mphamvu.

Mfundo yaikulu m'bukuli n'njakuti otsatira a Khristu ali ndi ufulu ndiponso udindo wokana ulamuliro wauzimu wa mitundu ina.

Pakumvetsetsa kwachikhristu, kutembenukira kwa Khristu kumatanthauza kukana ndi kusiya zonena zauzimu pa moyo wa munthu kupatula za Khristu. Paulo, m'kalata yake kwa Akolose, anafotokoza kubwera ku chikhulupiriro mwa Khristu monga kusamutsidwa kuchoka ku ufumu wina kupita ku wina:

> Amene anatilanditsa ife ku ulamuliro wa mdima, natisunthitsa kutilowetsa m'ufumu wa Mwana wa chikondi chache; amene tiri nawo maomboledwe mwa Iye, m'kukhululukidwa kwa zochimwa zathu. (Akolose 1:13-14)

Njira ya uzimu yomwe yaperekedwa m'bukuli ndikugwiritsa ntchito mfundo iyi ya kusamutsidwa kuchoka ku ufumu wina kupita ku wina. Wokhulupirira Wachikristu, kupyolera mu chiwombolo chawo, wafika pansi pa ulamuliro wa Kristu. Motero iwo salinso pansi pa mfundo za "ulamuliro wa mdima".

Kuti okhulupirira adzitengere okha ufulu umenewu—umene ndi ufulu wawo wobadwa nawo—motsutsana ndi zimene Asilamu amanena, ayenera kumvetsa zimene *anasamutsidwako*, ndi zimene *anasamutsidwirako*. Bukhuli limapereka chidziwitso ichi ndipo limapereka zothandizira kuzigwiritsa ntchito.

Lupanga si yankho

Pali njira zambiri zothanirana ndi chifuniro cha Asilamu kuti alamulire. Izi zitha kuphatikizirapo zochita zambiri, kuphatikiza ndale ndi anthu, kumenyera ufulu wa anthu, kufufuza zamaphunziro, ndi kugwiritsa ntchito njira zoulutsira mawu polankhula zowona. Kwa madera ndi mayiko ena pali nthawi zomwe kuyankha kwankhondo kungakhale kofunikira, koma lupanga silingakhale yankho lomaliza ku Jihad yachisilamu.

Pamene Muhammad adalamula otsatira ake kuti atengere chikhulupiriro chake ku dziko lapansi, adawalangiza kuti apereke zosankha zitatu kwa omwe sali Asilamu. Kumodzi kunali kutembenuka *(shahada),* wina kunali kugonja pandale *(dimma),* ndipo kusankha kwina kunali lupanga: kumenyera moyo wawo, kupha ndi kuphedwa, monga momwe Quran ikuphunzitsira (Q9:111; onaninso Q2:190- 193, 216-217; Q9:5, 29).

Njira ya nkhondo yolimbana ndi jihad imabweretsa zoopsa zauzimu, zosiyaniranatu ndi kuthekera kogonja. Pamene Akhristu a ku Ulaya anayamba kumenyana ndi chigonjetso cha Chisilamu anayenera kutenga lupanga kwa zaka zoposa chikwi. Reconquista kuti amasule chilumba cha Iberia anatenga pafupifupi 800 zaka. Patangotha zaka zisanu ndi ziwiri kuchokera pamene Arabu adalanda ufumu wa Roma mu 846 AD, komanso patatha zaka zana kuchokera pamene Asilamu adalanda dziko la Andalusia (chilumba cha Iberia), Papa Leo IV mu 853 AD adalonjeza paradiso kwa iwo omwe adapereka moyo wawo kuteteza mipingo ndi mizinda yachikhristu ku jihad. Komabe uku kunali kuyesa kulimbana ndi Chisilamu potengera machenjerero ake: pambuyo pake, Muhammad, osati Yesu, yemwe adalonjeza paradiso kwa omwe amafera kunkhondo.

Komabe muzu wa mphamvu ya Chislamu sinkhondo kapena ndale, koma zauzimu. Pachigonjetso chake, Chisilamu chidapanga zomwe zili zofunika kwambiri zauzimu, zofotokozedwa mu malamulo a sharia kudzera m'mabungwe a shahada ndi dhimma, komanso mothandizidwa ndi gulu lankhondo. Pachifukwa ichi zinthu zomwe zaperekedwa pano zotsutsa ndi kumasula anthu ku Chisilamu ndi za uzimu. Zapangidwa kuti zigwiritsidwe ntchito ndi okhulupirira achikristu, pamene akugwiritsa ntchito kamvedwe ka Baibulo ka mtanda kuti apereke njira yoti anthu alowe muufulu.

"Osati ndi mphamvu ya munthu"

M'Bukhu la Danieli muli masomphenya aulosi ochititsa chidwi, operekedwa zaka mazana asanu ndi limodzi Khristu asanabwere, a wolamulira amene ulamuliro wake udzatuluka kuchokera mu maufumu amene anadza pambuyo pa ufumu wa Alexander Wamkulu:

> Ndipo potsiriza pache pa ufumu wawo, atakwanira olakwa, idzauka mfumu ya nkhope yaukali yakuzindikira zinsinsi. Ndi mphamvu yache idzakhala yaikuru, koma si mphamvu yache yache ai, nidzaononga modabwitsa, nidzakuzika, ndi kuchita, ndi kuononga amphamvu'wo, ndi anthu opatulika'wo. Ndipo mwa kuchenjera kwache adzapindulitsa chinyengo m'dzanja mwache, nadzadzikuza m'mtima mwache; ndipo posatekeseka anthu, adzaononga ambiri; adzaukiranso kalonga wa akalonga, koma. adzatyoledwa popanda dzanja. (Danieli 8:23-25)

Makhalidwe ndi zotsatira za wolamulirayu zikufanana kwambiri ndi Muhammad ndi cholowa chake, kuphatikizapo kudzimva kwa

Islam kukhala wapamwamba; njala yake yachipambano; kugwiritsa ntchito chinyengo; kulanda mphamvu ndi chuma cha ena ndikuchigwiritsa ntchito kupeza mphamvu; mobwerezabwereza kugonjetsa mitundu imene inali ndi lingaliro lonyenga la chisungiko; kutsutsa Yesu, Mwana wa Mulungu ndi Ambuye wopachikidwa wa onse; ndi mbiri yakuwononga madera achiKhristu ndi achiYuda.

Kodi ulosiwu ungatanthauzenso za Muhammad ndi chipembedzo cha Chisilamu, chomwe chinachokera ku kuwonongeka kwa makhalidwe ndi uzimu kwa moyo wa Muhammad ndi cholowa chake, monga momwe magwero achisilamu amanenera? Cholowa ichi ndi chomveka. Ngati ilo likunena za Muhammad, ndiye kuti ulosi wa Danieli ukupereka chiyembekezo cha chigonjetso chotsirizira pa mphamvu ya "mfumu" imeneyi, koma ulinso ndi chenjezo lakuti chipambano sichidzachitidwa ndi "mphamvu ya munthu." Kuti tigonjetse "mfumu yoopsa" imeneyi, ufulu sudzaupeza ndipo sungapezeke mwa njira zandale, zankhondo, kapena zachuma.

Chenjezoli ndi loona kwa Asilamu omwe amati ali ndi ufulu wolamulira ena. Mphamvu kumbuyo kwa kudzineneraku ndi ya uzimu, ndipo kukana kogwira mtima komwe kumatsogolera ku ufulu wokhalitsa kungapezeke kokha ndi njira zauzimu. Kukaniza kwina, kuphatikizapo mphamvu zankhondo, kungakhale kofunikira kuti athetse zizindikiro za chifuno cha Chisilamu, koma sangathe kuthetsa gwero la vutoli.

Ndi mphamvu ya Khristu yokha ndi mtanda wake zomwe zimapereka makiyi a kumasulidwa kosatha ndi komaliza ku zonyoza zachisilamu. Ndi chifukwa cha kukhudzika kotero kuti bukuli lalembedwa. Cholinga chake ndikukonzeketsa okhulupirira kuti apeze ufulu ku mbali ziwiri za njira ya Chisilamu yolamulira moyo wa munthu.

Kalodzera pa Kuphunzira

Mphunziro 1

Mawu

pangano   *Sharia*   Iberian Peninsula
shahada   *jihad*   Andalusia
dhimma   *Reconquista*

Mayina a tsopano

- Roman Pope Leo IV (ali mu ofesi kuchokera 847–855 AD)
- Alexander Wamkulu (356–323 BC)

Baibulo mu phunziro ili

Akolose 1:13-14   Danieli 8:23-25

Quran mu phunziro ili

Q2:190, 193, 217   Q9:29, 111

Mafunso Phunziro 1

- Mamembala amagulu ang'onoang'ono amatchula mayina awo okha ndikusankha pulezidenti wa gulu ndi mlembi.
- Kambiranani nkhaniyo.

Chofunikira mwachangu

1. Kodi mzimu woyera unauza Msilamu wakale kuti achite chiyani asanapereke uthenga wake kwa Akhristu?

2. Kodi Durie amaona kuti ndi chiyani chomwe chili chofunikira kwambiri kwa anthu ambiri?

3. Kodi mayina achiarabu a *mapangano* awiri auzimu mu Chisilamu ndi ati?

4. Ndi munthu wamtundu uti yemwe ayenera kumasulidwa ndikusiya shahada?

5. Ndi munthu wamtundu uti amene akuyenera kumasulidwa ku kunyozeka kokhazikitsidwa ndi malamulo a Chisilamu a *sharia*?

Mapangano awiriwo

6. Ndi mitundu iwiri yanji yodzipereka yomwe ikufunika ndi chikhulupiriro cha Muhammad?

7. Kodi kunena *shahada* moloweza kumatanthauza chiyani?

8. Kodi pangano la *dhimma* ndi chiyani?

9. Ndi chiyani chomwe chingadabwitse akhristu ambiri pakukhudzidwa kwauzimu kwa ulamuliro wa Chisilamu?

Kusamutsa kwa ulamuliro

10. Kodi aphunzitsi achisilamu akutanthauza chiyani akamanena kuti "ulamuliro ndi wa Allah basi"?

11. Kodi Mkhristu aliyense ayenera kusiya ndi kukana chiyani akatembenukira kwa Khristu?

12. Kodi Akhristu achotsedwa ku chiyani? Kodi amasamutsidwa ku chiyani?

Lupanga si yankho

13. Pofuna kukana Chisilamu, ndi zochita zomwe Durie akuti akhristu angachite ndi chiyani?

14. Ndi zisankho zitatu ziti zomwe Muhammad adauza otsatira ake kuti apereke kwa omwe adagonjetsedwa omwe sanali Asilamu?

15. Kodi Akhristu anamenyana ndi magulu ankhondo a Chisilamu kwa nthawi yotalika bwanji wotani maiko achikristu atalandidwa, ndipo kukankhira Akhristu—kotchedwa **Reconquista**—kunatenga nthaŵi yaitali bwanji kuti abwererenso ku **Peninsula ya Iberia?**

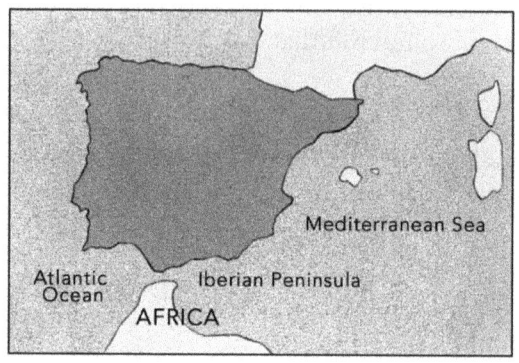

16. Asilamu atalanda Roma mu 846 AD, Papa Leo IV adalonjeza chiyani asitikali achikhristu mu 853 AD ngati akanalimbana ndi adani a Arabu?

17. Malingana ndi Durie, kodi muzu wa mphamvu ya Chisilamu ndi chiyani?

"Osati ndi mphamvu ya munthu"

18. Kodi, malinga ndi Durie, cholowa cha Muhammad chimafanana ndi ndani?

19. Taonani mbali zosiyanasiyana za Chisilamu zimene zimachichititsa kufanana ndi mfumu yankhanza ya m'Buku la Danieli (malizitsani mawu aliwonse):

- Malingaliro a Chisilamu…
- Njala ya Chisilamu pa…
- Chisilamu chikugwiritsa ntchito…
- Chisilamu kutenga ndi kugwiritsa ntchito mphamvu ndi chuma …
- Asilamu akugonjetsa mayiko…
- Chisilamu chotsutsana ndi…
- Mbiri ya Chisilamu…

20. Kodi chigonjetso chidzabwera bwanji?

21. Ndi makiyi awiri ati okha omwe angapereke kumasulidwa ku zonena zonyozetsa za Chisilamu?

2
Ufulu kudzera pa Mtanda

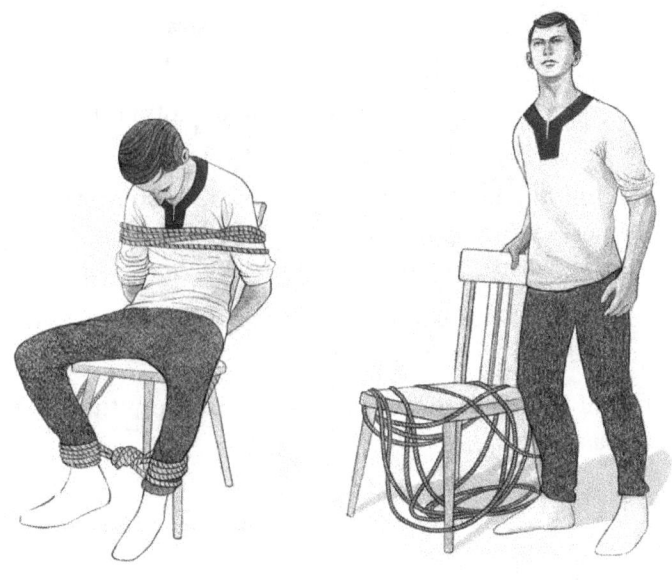

"Anandituma Ine kulalikira m'nsinga mamasulidwe."
Luka 4:18

Zolinga za phunziro

a. Dziwani kuti Yesu analonjeza kuti adzamasula anthu.
b. Zindikirani kuti tikhoza kusankha kutengera ufulu wathu.
c. Tchulani mayina audindo a Satana amene amagwiritsidwa ntchito m'Baibulo, ndipo mvetsetsani tanthauzo lake.
d. Dziwani kuti mphamvu ya Satana yathyoledwa pamtanda ndipo tachotsedwa mu ulamuliro wake.
e. Zindikirani kuti tikulimbana ndi mphamvu zoipa.
f. Tchulani njira 6 zimene Satana amagwiritsa ntchito pofuna kutiimba mlandu komanso zimene tingachite kuti tikhale tcheru ndi njira zimenezi.
g. Zindikirani momwe Satana amagwiritsira ntchito zitseko zotseguka ndi zopondapo pa miyoyo ya anthu.
h. Dziwani njira zotsekera zitseko ndi kuchotsa mipando imene Satana amagwiritsa ntchito polimbana nafe.
i. Zindikirani ulamuliro wauzimu umene Yesu Khristu anapereka kwa ophunzira ake, ndipo dziŵani mmene mungagwiritsire ntchito ulamuliro umenewu kumasula anthu.
j. Mvetsetsani 'mfundo yachindunji' ndi chifukwa chake kuli kofunika ponena za ufulu wathu.
k. Onani zinthu zisanu zimene zingathandize anthu kumasulidwa.

Nkhani yoyeserera: Kodi mungatani?

Ndinu wa chinyamata wogwira ntchito ku tchalitchi ndipo mwaitanidwa ku msonkhano wa achinyamata wa dziko lonse omwe ukuphatikiza okhulupirira ambiri ochokera ku ChiSilamu. Mukugonekedwa m'chipinda chogona chabwino chokhala ndi mabedi anayi pa chipinda chilichonse. Awiri mwa anzanu omwe mumakhala nawo, Hassan ndi Hussein, ndi mapasa omwe ndi abale achikhristu ochokera ku Chisilamu. Asanagone, Patrick, mtsogoleri wina wachinyamata wachikulire, akukuitanani inu ndi amuna ena awiri kuti mugwirizane naye m'pemphero. Nonse mumavomereza mosangalala, ndipo Patrick amapempherera chitetezo chauzimu usiku. Cha m'ma 4 koloko m'mawa, Hassan akuyamba kukuwa ndipo akuwoneka kuti wakhumudwa kwambiri mwa uzimu. Patrick, Hussein ndi inu musonkhane Hassan kumupemphera. Pamene Patrick akupemphera, Hassan amachita mantha kwambiri.

Patrick anati kwa Hussein, "Kuchokera pamene mudatuluka mu Chisilamu, mwasiya mapangano, malumbiro kapena mapangano anu akale?"

Hussein akuwoneka wodabwitsidwa ndipo akuti, "Ndizopenga. Sitinachitepo zimenezi mu Chisilamu. Ife tangopita ku mzikiti, bambo, ndipo tsopano ndife Akhristu. Mchimwene wanga Hassan akungolimbana ndi nkhawa monga momwe anthu ena amachitira. Zimenezi sizikukhudzana ndi chipembedzo." Kenako Hussein akukuyang'anani nati, "Kodi ukukhulupirira kuti tikanasiya kanthu? Kodi mukukhulupirira kuti pali mtundu wina wa chiwanda kumbuyo kwathu, kapena chinachake?"

Muzanena chiyani?

Reza anali mnyamata amene anaganiza zosiya Chisilamu ndikutsatira Yesu Khristu. Pamsonkhano wina madzulo anaitanidwa kukapemphera pemphero lokana Chisilamu. Iye mofunitsitsa anayamba kuchita zimenezi. Komabe, m'mapempherowo, pamene adadza kudzanena mawu akuti, "Ndasiya chitsanzo cha Muhammad," adadabwa kwambiri kuti sakanatha kunena mawu oti 'Muhammad'. Izi zinamudabwitsa kwambiri, chifukwa ngakhale anakulira m'banja la Chisilamu, anali asanakondepo Chisilamu ndipo anali asanachichitepo kwa nthawi yaitali. Anzake a Chikristu anasonkhana momuzungulira ndi kumulimbikitsa ndi mawu amene anam'kumbutsa za ulamuliro wake mwa Yesu Khristu. Zitatha izi adakwanitsa kumaliza kupemphera, kunena mawu okana chitsanzo cha Muhammad.

Zinthu ziwiri zinasintha m'moyo wa Reza usiku umenewo. Choyamba, anachiritsidwa chizolowezi cha moyo wonse cha kukwiyira ena; ndipo chachiwiri, adakhala wochita bwino pa ntchito yolalikira ndi kuphunzitsa ena omwe adatuluka mChisilamu. Usiku umenewo, pamene Reza anasiya Chisilamu analandira kudzozedwa kwa mphamvu ya kulalikira ndi kuphunzitsa, chimene chinali chinsinsi chakuchita bwino kwake mu utumiki. Anamasulidwa kuti atumikire Uthenga Wabwino.

Mutu uwu ukunena za mmene tingamasulidwe ku mphamvu ya Satana. Izi zikukonzekera njira yoti mitu itsatire, yomwe ikunena za ukapolo wa Chisilamu.

Mfundo zomwe zaphunzitsidwa m'mutuwu zitha kugwiritsidwa ntchito pazochitika zosiyanasiyana, osati kungokhudza Chisilamu.

Yesu akuyamba kuphunzitsa

M'kalata yake yopita kwa Aroma, Paulo ananena za zimenezi "ufulu wa ulemerero wa ana a Mulungu". (Aroma 8:21). "Ufulu waulemerero" umenewu ndi ufulu wa Mkhristu aliyense. Ndi mphatso ya mtengo wapatali, cholowa cha mtengo wapatali chimene Mulungu akufuna kupereka kwa aliyense wokhulupirira ndi kutsatira Yesu.

Pamene Yesu anayamba utumiki wake wa kuphunzitsa, chiphunzitso chake choyamba chapoyera chinali chokhudza ufulu.

Izi zinachitika Yesu atangobatizidwa ndi Yohane M'batizi, ndipo atayesedwa ndi Satana m'chipululu. Yesu atabwera kuchokera kuchipululu, nthawi yomweyo anayamba kulalikira uthenga wabwino. Kodi anachita bwanji zimenezi? Anachita izi podzizindikiritsa yekha. Timawerenga mu Luka kuti Yesu anaimirira m'sunagoge ku Nazarete, mudzi wakwawo, nayamba kuwerenga Bukhu la Yesaya chaputala 61:

> "Mzimu wa Ambuye uli pa Ine,
> Chifukwachachelye anandidzoza
> Ine ndiuze anthu osauka Utenga Wabwino:
> Anandituma Ine kulalikira am'nsinga mamasulidwe,
> Ndi akhungu kuti apenyenso,
> Kuturutsa ndi ufuru opwanyika,
> Kulalikira chaka chosankhika cha Ambuye.
> Ndipo m'mene Iye anapinda buku'lo, nalipereka kwa mnyamata, anakhala pansi; ndipo maso awo a anthu onse m'sunagoge'mo anamyang'anitsa Iye. Ndipo anayamba kunena kwa iwo, kuti, Lero lembo ili lakwanitsidwa m'makutu anu." (Luka 4:18-21)

Yesu anali kuuza anthu kuti anabwela kudzamasula anthu. Anali kunena kuti lonjezo la ufulu, loperekedwa kwa Yesaya, likukwaniritsidwa "lero": anthu a ku Nazarete anali kukumana ndi Uyo amene angabweretse ufulu kwa akapolo. Anali kuwauzanso kuti anadzozedwa ndi Mzimu Woyera: anali Wodzozedwa, Mesiya, Mfumu yosankhidwa ndi Mulungu, Mpulumutsi wawo wolonjezedwa.

Yesu anali kuwaitana kuti asankhe ufulu. Iye anali kubweretsa uthenga wabwino: chiyembekezo kwa osauka, kumasulidwa kwa ogwidwa m'ndende, machiritso a akhungu, ndi ufulu kwa onse oponderezedwa.

Kulikonse kumene Yesu anapita anabweretsa ufulu kwa anthu—ufulu weniweni, m'njira zosiyanasiyana. Tikamawerenga Mauthenga Abwino, timamva za Yesu kuchitira zabwino anthu ambiri: kupereka chiyembekezo kwa opanda chiyembekezo, kudyetsa anjala, kumasula anthu ku mphamvu ya ziwanda, ndi kuchiritsa odwala.

Yesu akubweretsabe anthu ufulu masiku ano. Mkhristu aliyense amaitanidwa ndi Yesu kuti asangalale ndi ufulu umene iye amabweretsa.

Pamene Yesu analengeza m'sunagoge kuti anali kulengeza za "chaka cha chiyanjo cha Ambuye," ankauza anthu kuti imeneyi inali nthawi yawo yapadera yoti Mulungu awakomere mtima. Yesu anali kuwauza kuti Mulungu akudza ndi mphamvu ndi chikondi kudzamasula anthu kuti amasulidwe.

Kodi mukuyembekeza ndikukhulupirira kuti kuwerenga bukhuli kungakhale nthawi yanu yapadera kuti mulandire chisomo ndi ufulu wa Mulungu?

Nthawi yosankha

Tangoganizani kuti mwatsekeredwa m'khola, ndipo chitseko cha kholacho chili chokhoma. Tsiku lililonse chakudya ndi madzi amabweretsedwa kwa inu mu khola. Mukhoza kukhala kumeneko, koma ndinu mkaidi. Tiyerekeze kuti munthu wina wabwera n'kutsegula chitseko cha kholalo. Tsopano muli ndi chosankha. Mutha kupitiriza kukhala mu khola, kapena mutha kutulukamo ndikupeza momwe moyo ulili kunja kwa khola. Sikokwanira kuti chitseko cha khola chitsegulidwe. Muyenera kusankha kutuluka mu kholamo. Ngati simusankha kukhala mfulu, zili ngati kuti mwatsekeredwabe.

Pamene Paulo analembera Agalatiya, iye anati: "Khristu anatisandutsa mfulu, kuti tikhale mfulu; chifukwa chache chirimikani, musakodwenso ndi gori la ukapolo." (Agalatiya 5:1) Yesu Khristu anabwera kudzamasula anthu, ndipo tikadziwa ufulu umene iye amapereka, timakhala ndi chosankha choti tichite. Kodi tidzasankha kukhala anthu aufulu?

Paulo akunena kuti tiyenera kukhala maso ndi tcheru kuti tipeze ufulu wathu. Kuti tikhale muufulu, tiyenera kumvetsetsa tanthauzo la kukhala mfulu, ndi kudzinenera ufulu wathu, ndi kuyendamo. Tikamatsatira Yesu tiyenera kuphunzira "kuchirimika" ndi kukana "goli la ukapolo".

Chiphunzitsochi chakonzedwa kuti chithandize aliyense kusankha kukhala mfulu ndi kukhala anthu a ufulu.

M'zigawo zingapo zotsatira tidzaphunzira za udindo wa Satana, mmene timasamutsidwira ku mphamvu ya Satana n'kulowa mu Ufumu wa Mulungu, ndiponso nkhondo ya uzimu imene tikulimbana nayo.

Satana ndi ufumu wake

Baibulo limanena kuti tili ndi mdani wathu amene akufuna kutiwononga. Iye amatchedwa Satana. Ali ndi amthandizi ambiri. Ena mwa othandizawa amatchedwa ziwanda.

Yesu akufotokoza njira ya Satana ndi anthu pa Yohane 10:10, akutcha Satana "wakuba": "Siikudza mbala, koma kuti ikabe, ndi kupha, ndi kuononga. Ndadza Ine kuti akhale ndi moyo, ndi kukhala nawo wochuruka." Kusiyanatu kwakukulu. Yesu amabweretsa moyo—moyo wochuluka; Satana amabweretsa chitaiko, chiwonongeko, ndi imfa. Yesu akutiuzanso kuti Satana "Iyeyu anali wambanda kuyambira pa chiyambi" (Yohane 8:44).

Malinga ndi Ma Uthenga Abwino ndi makalata a Chipangano Chatsopano, Satana ali ndi mphamvu zenizeni koma zoperewera ndi ulamuliro pa dziko lapansi. Ufumu wake umatchedwa "ku ulamuliro wa mdima" (Akolose 1:13) ndipo amatchedwa:

- "mkulu wa dziko ili la pansi" (Yohane 12:31)
- "mulungu wa nthawi yino" (2 Akorinto 4:4)
- "mkulu wa ulamuliro wa mlengalenga" (Aefeso 2:2)
- "mzimu wakuchita tsopano mwa ana a kusamvera" (Aefeso 2:2).

Mtumwi Yohane akutiphunzitsanso kuti dziko lonse lapansi lili m'manja mwa Satana: "Tidziwa kuti tiri ife ochokera mwa Mulungu, ndipo dziko lonse la pansi ligona mwa woipa'yo." (1 Yohane 5:19)

Ngati timvetsetsa kuti "dziko lonse lapansi lili m'manja mwa woipayo," sitiyenela kudabwa kuona umboni wa nchito ya Satana m'zikhalidwe, zikhulupililo, ndi zipembedzo zonse za m'dzikoli. Satana ali wokangalika ngakhale mu mpingo.

Pachifukwa ichi, tiyeneranso kuganizira za kuthekera kwa kuipa kwa Chisilamu, kawonedwe kake ka dziko lapansi, ndi mphamvu zake zauzimu; koma choyamba tiona mfundo za mmene tingamasulire zoipa.

Kusintha kwakukulu

J. L. Houlden, Fellow of Trinity College Oxford, analemba chidule cha mmene Paulo ankaonera za umulungu. Paulo, akuti:

> ...anali ndi kukhudzika ndi za munthu. Sikuti kokha kuti munthu ali wotalikirana ndi Mulungu mwauchimo ndi mwadala... alinso mu ukapolo wa mphamvu za ziŵanda zimene zimasakaza chilengedwe chonse ndi zimene zimagwiritsira ntchito Chilamulo, osati monga njira ya kumvera kwa munthu kwa Mulungu, koma monga chida cha nkhanza zawo. Kupatukana kwa munthu ndi Mulungu kumeneku n'kofala kwa anthu onse, si Ayuda kapena Akunja. Ndi chikhalidwe cha munthu monga mwana wa Adamu.[1]

Houlden akupitiriza kufotokoza kuti m'lingaliro la dziko la Paulo anthu afunikira kupulumutsidwa ku ukapolo umenewu: "Kunena za mphamvu za ziŵanda, chosowa cha munthu ndicho kuwomboledwa ku ulamuliro wawo." Chinsinsi cha chipulumutso chimenechi ndi chimene Khristu wachita kudzera mu imfa ndi kuuka kwake. Izi zidakwaniritsa chigonjetso pa uchimo, ndi mphamvu za ziwanda zoyipa zomwe zimamanga anthu.

Ngakhale Akhristufe tikukhalamo "mdima uno" (Ephesians 6:12; fanizilani ndi Afilipi 2:15), kodi izi zikutanthauza kuti timakhala pansi pa mphamvu ndi ulamuliro wa Satana? Ayi! Pakuti ife tasamutsidwa mu ufumu wa Yesu.

Yesu atadziulula kwa Paulo m'masomphenya, n'kumuitana kuti apite kwa Akunja, mtumwiyo anauzidwa kuti adzatsegula maso a anthu. "kuti atembenuke kuchokera ku mdima, kulinga ku kuunika, ndikuchokera ku ulamuliro wa Satana kulinga kwa Mulungu." (Machitidwe 26:18) Mawu ameneŵa akusonyeza kuti anthu ali

---

1. J. L. Houlden, *Paul's Letters from Prison*, p. 18.

pansi pa mphamvu ya Satana asanapulumutsidwe ndi Khristu, koma kupyolera mwa Khristu awomboledwa ku mphamvu ya choipa ndi kuchotsedwa ku mphamvu ya mdima n'kulowetsedwa mu Ufumu wa Mulungu.

Paulo akufotokoza m'kalata yake kwa Akolose mmene amawapempherera:

> …ndi kuyamika Atate, amene anatiyeneretsa ife kulandirana nawo cholowa cha oyera mtima m'kuunika; amene anatilanditsa ife ku ulamuliro wa mdima, natisunthitsa kutilowetsa m'ufumu wa Mwana wa chikondi chache; amene tiri nawo maomboledwe mwa Iye, m'kukhululukidwa kwa zochimwa zathu. (Akolose 1:12-14)

Munthu akasamukira ku 0dziko lina, angapemphe kukhala nzika ya dziko limene akukhala, koma kuti achite zimenezi angafunike kusiya unzika wake wakale. Chipulumutso mwa Khristu chili chotere: mukalowa mu Ufumu wa Mulungu mumalandira unzika watsopano ndikusiya unzika wanu wakale.

Kusamutsa kukhulupirika kwanu kwathunthu kwa Yesu Khristu kuyenera kukhala mwadala. Izi zingaphatikizepo zinthu zotsatirazi:

- Kanani Satana ndi zoipa zonse.
- Lekani mayanjano onse olakwika ndi anthu ena amene achita ulamuliro wopanda umulungu pa inu.
- Lekani ndi kuswa mapangano onse osaopa Mulungu omwe makolo anu adapanga m'malo mwanu kapena omwe adakukhudzani mwanjira ina iliyonse.
- Lekani maluso onse a uzimu opanda umulungu amene amadza chifukwa cha zikhulupiriro zopanda umulungu.
- Perekani ufulu wonse wa moyo wanu kwa Yesu Khristu ndikumuitana kuti azilamulira mumtima mwanu monga Ambuye kuyambira lero kupita m'tsogolo.

Nkhondo

Wosewera mpira akasamutsidwa ayenera kusewera timu yake yatsopano. Sangathenso kusewera ku timu yake yakale. Zili ngati izi pamene tikusamutsidwa mu Ufumu wa Mulungu: tiyenera kusewera gulu la Yesu ndi kusiya kugoletsa zolinga za gulu la Satana.

Malinga ndi Baibulo, nkhondo ya uzimu ikuchitika pakati pa Mulungu ndi Satana. Uku ndi kupandukira Ufumu wa Mulungu (Marko 1:15; Luka 10:18; Aefeso 6:12). Ndi mkangano wapakati pa maufumu awiri, pomwe palibe chifukwa chobisalira. Akhristu akudzipeza ali mu nkhondo yotalikirapo yomwe nkhondo yotsimikizika idapambana kale pamtanda, ndipo zotulukapo zake sizokayikitsa: Khristu ali ndi chigonjetso.

Otsatira a Kristu ndi nthumwi za Khristu, chotero tsopano akudzipeza ali m'nkhondo ya tsiku ndi tsiku ndi mphamvu za m'nyengo yamdima ino. Imfa ndi kuuka kwa Khristu zimatipatsa ulamuliro wokhawo pa mdima uno komanso maziko a mphamvu zathu zolimbana nawo. Dera lomwe akumenyera nkhondoyi ndi anthu, madera, magulu, ndi mayiko.

Pa nkhondo imeneyi, ngakhale mpingo ukhoza kukhala bwalo la nkhondo, ndipo chuma chake chikhoza kugwiritsiridwa ntchito pa zolinga zoipa.

Iyi ndi nkhani ya ikulu komanso yolemetsa. Komabe, Paulo akufotokoza za kutsimikizirika kwa chipambano pamene akulemba kuti mphamvu za m'nthawi ya mdima uno zalandidwa zida, zachititsidwa manyazi, ndi kugonjetsedwa kupyolera mu mtanda ndi kukhululukidwa kwa machimo amene unapambana:

> "Amene anatilanditsa ife ku ulamuliro wa mdima, natisunthitsa kutilowetsa m'ufumu wa Mwana wa chikondi chache; amene tiri nawo maomboledwe mwa Iye, m'kukhululukidwa kwa zochimwa zathu; amene ali fanizo la Mulungu wosaoneka'yo, wobadwa woyamba wa chilengedwe chonse" (Akolose 2:13-15)

Ndimeyi imagwiritsa ntchito chifaniziro cha ulendo wachigonjetso wa Aroma wotchedwa 'chigonjetso'. Pambuyo pogonjetsa adani, mkulu wa asilikali wopambana ndi asilikali ake anabwerera ku mzinda wa Roma. Kuti akondwerere chipambanocho, kazembeyo adzatsogolera gulu lalikulu, momwe adani ogonjetsedwawo amakakamizika kuguba ndi maunyolo m'misewu ya mzindawo, zida zawo ndi zida zankhondo zitalandidwa kwa iwo. Anthu a ku

Roma anali kuyang'ana, kusangalatsa opambanawo ndi kunyoza adani ogonjetsedwa.

Paulo akugwiritsa ntchito chifaniziro cha ulendo wopambana wa Aroma kufotokoza tanthauzo la mtanda. Pamene Khristu anatifera, anafafaniza mphamvu ya uchimo. Zili ngati kuti zoneneza zakhomeredwa pa mtanda: kuthetsedwa kwa zonenezozi kwasungidwa kuti maulamuliro onse amdima aone. Chifukwa cha zimenezi, Satana ndi ziwanda zake, amene amafuna kutiwononga, ataya mphamvu zawo pa ife chifukwa alibe mlandu woti atitsutse. Iwo akhala ngati adani pa ulendo wopambana wa Aroma: kugonjetsedwa, kulandidwa zida, ndi kuchititsidwa manyazi poyera.

Kupyolera mu mtanda, chigonjetso chapindula pa mphamvu ndi maukulu a m'badwo wamdima uno. Kupambana kumeneku kumabera maulamuliro oyipa ndikuchotsa ufulu wawo wolamulira, kuphatikiza omwe amaperekedwa kwa iwo kudzera m'mapangano omwe anthu adalowamo, mofunitsitsa kapena mosafuna, modziwa kapena mosadziwa.

Iyi ndi mfundo yamphamvu: pa njira iliyonse ndi kutineneza Satana pa ife, mtanda umapereka mfungulo ya chigonjetso ndi ufulu.

M'zigawo ziŵiri zotsatila tidzakambilana za udindo wa Satana monga woneneza, ndi njila zimene amagwilitsila nchito polimbana ndi anthu. Zitatha izi tiwona njira zisanu ndi imodzi zomwe Satana amayesera kumanga anthu, kudzera mu uchimo, kusakhululuka, mawu, mabala a moyo, mabodza (zikhulupiliro zopanda umulungu), ndi uchimo wa mibadwo ndi matemberero. Pa njira iliyonse ya satana tifotokoza njira yothanirana ndi vutoli: njira yoti akhristu adzitengere ufulu wawo ndikuchotsa zisonkhezerozi m'miyoyo yawo. Nkhani zonsezi zikhala zofunikira tikadzalingalira za momwe tingamasulidwe ku ukapolo wa Chisilamu.

Woneneza

Satana ali ndi njira zimene amagwiritsila nchito pa ife. Ndibwino kudziwa ndi kumvetsetsa njirazi ndikukhala okonzeka kulimbana nazo. Tiyenera kugwiritsa ntchito ufulu wathu ndi kuuchita. Pa ichi tiyenera kulabadira: nkwabwino kuti Akhristu adziŵe ndi kumvetsetsa machenjerero a Satana, ndi kukhala okonzeka kuwakaniza.

Paulo akulemba mu Aefeso 6:18 kuti Akhristu ayenera "kukhala tcheru." Mofananamo, Petro akuchenjeza Akhristu kutero "Khalani odzisungira, dikirani; mdani wanu mdierekezi, monga mkango wobuma, ayendayenda ndi kufunafuna wina akamlikwire." (1 Petro 5:8) Kodi tiyenera kusamala ndi chiyani? Tiyenera kukhala tcheru ndi mabodza a Satana.

Baibulo limatcha Satana "wonenera wa abale athu" (Chivumbulutso 12:10) ndipo m'Chihebri liwu lakuti 'satana' kwenikweni limatanthauza 'woneneza' kapena 'mdani'. Liwu ili ankagwiritsidwa ntchito ponena za wotsutsa m'khoti. Liwu lakuti 'satana' amagwiritsidwa ntchito motere m'Baibulo mu Masalmo 109: "Muike munthu woipa akhale mkuru wache; Ndi mdani aime pa dzanja la manja lache. Ponenedwa mlandu wache aturuke wotsutsika; Ndi pemphero lache likhale ngati kuchimwa." (Masalmo 109:6-7) M'chithunzi chofanana Zekariya 3:1-3 akunena za munthu wotchedwa "satana" amene waimirira kudzanja lamanja la mkulu wa ansembe Yoswa ndi kumuimba mlandu pamaso pa mngelo wa Mulungu. Chitsanzo china ndi pamene Satana ananeneza Yobu pamaso pa Mulungu (Yobu 1:9-11), kupempha chilolezo kuti amuyese.

Kodi Satana amatiimba mlandu ndani? Tikudziwa kuti amatinenera pamaso pa Mulungu. Amatineneranso kwa ena; ndipo amatitsutsa ife tokha kupyolera m'mawu a ena ndi m'malingaliro athu. Iye amafuna kuti tikhumudwe ndi zoneneza zimenezi, tizizikhulupirira, tizichita mantha nazo, ndiponso kuti tisakhale ndi malire nazo.

Kodi Satana amatiimba mlandu chiyani? Iye amatiimba mlandu wa machimo athu ndipo amatiimbanso mlandu pa mbali iliyonse ya moyo wathu imene tadzipereka kwa iye mwanjira ina kapena ina.

Tiyeneranso kuzindikira kuti Satana akamatiimba mlandu, zimene watineneza zimakhala zodzaza ndi mabodza. Yesu ananena za Satana kuti:

"Inu muli ochokera mwa atate wanu mdierekezi, ndipo zolakalaka zache za atate wanu mufuna kuchita. Iyeyu anali wambanda kuyambira pa chiyambi, ndipo sanaima m'choonadi, pakuti mwa iye mulibe choonadi. Pamene alankhula bodza, alankhula za mwini wache; pakuti ali wabodza, ndi atate wache wa bodza". (Yohane 8:44)

Kodi machenjerero a Satana ndi otani, ndipo tingatani kuti tikhale olimba pamene akutiimba mlandu? Zimathandizadi ngati tidziwa njira zake. Mwachitsanzo, m'buku la 1 Akorinto, Paulo analimbikitsa Akhristu kuti azikhululukirana. N'chifukwa chiyani zimenezi zili zofunika? Paulo akunena kuti timakhululukira "kuti asatichenjerere Satana; pakuti sitikhala osadziwa machenjerero ache." (2 Akorinto 2:11). Paulo akutiuza kuti titha kudziwa zomwe Satana akuchita; ndipo, popeza tikudziwa kuti imodzi mwa njira za Satana ndiyo kutiimba mlandu wakusakhululuka, tidzakhala ofulumira kukhululukira ena, kotero kuti tisakhale omasuka ku zoneneza zake.

Satana alinso ndi njira zina. M'nkhani ino tikambirana njira zisanu ndi imodzi zimene anagwiritsa ntchito poimba mlandu okhulupirira, ndiponso mmene tingawakanire. Njira zisanu ndi imodzizi ndi:

- tchimo
- kusakhululuka
- mabala a moyo
- mawu (ndi zochita zophiphiritsa)
- zikhulupiriro zosapembedza (mabodza)
- uchimo wam'badwo ndi matemberero osatirapo.

Monga momwe tionere, chinthu chofunika kwambiri kuti tipeze ufulu wauzimu ndicho kutchula ndi kukana mabodza onse amene Satana angatinenere. Izi zikugwiranso ntchito kaya zomwe akunenazo zili ndi maziko enieni kapena zili zabodza.

Zitseko Zotseguka ndi popondapo

Tisanakambirane mbali iliyonse mwa madera 6 amenewa, tifunika kutchula mayina ena othandiza okhudza ufulu umene Satana amanenera anthu, ndipo amawapondereza. Mayina awiri ofunika kwambiri ndi 'zitseko zotseguka' ndi 'popondapo.'

Khomo lotseguka ndi njira yolowera yomwe wina angapereke kwa Satana kudzera mu umbuli, kusamvera, kapena kusasamala, ndipo zomwe Satana amagwiritsa ntchito kuti amuwukire ndi kupondereza munthuyo. Tiyeni tikumbukire malongosoledwe a Yesu a Satana monga "wakuba" amene amayendayenda kufunafuna mipata yoba, kupha, ndi kuwononga (Yohane 10:10). Nyumba yotetezeka zitseko zisiyidwa zotsegula: khomo lili lonse limakhomedwa bwino.

Popondapo ndi maziko a moyo wa munthu amene Satana amanena kuti munthu wagonja kwa iye - gawo la ife lomwe Satana waika chizindikiro kukhala ake.

Paulo akunena za kuthekera kwakuti Mkhristu angapereke mwayi kwa mdierekezi posunga mkwiyo: "Kwiyani, koma musachimwe; dzuwa lisalowe muli chikwiyire, ndiponso musampatse malo mdierekezi." (Aefeso 4:26-27) Liwu Lachigiriki lotembenuzidwa "popondapo" ndi topos, kutanthauza 'malo okhalamo anthu. Topos ali ndi tanthauzo lalikulu la malo amene anthu amakhala, ndipo mawu achigiriki akuti "pereka topos ku" amatanthauza 'kupatsa mwayi'. Paulo akunena kuti ngati wina asunga mkwiyo, m'malo moulula ndi kuukana ngati tchimo lotheka, apereka maziko auzimu kwa Satana. Satana atha kukhala ndikugwiritsa ntchito malowo pazofuna zoipa. Mwa kupitirizabe kupsa mtima, munthu angapatse Satana malo.

Mu Yohane 14, Yesu akugwiritsa ntchito chilankhulo cha ufulu walamulo pamene akunena kuti Satana alibe mphamvu pa Iye:

> Sindidzalankhulanso zambiri ndi inu, pakuti mkuru wa dziko la pansi adza; ndipo alibe kanthu mwa Ine; koma kuti dziko la pansi lizindikire kuti ndikonda Atate, ndi kuti ndichita monga momwe Atate wandilamulira. (Yohane 14:30-31)

Archbishop J. H. Bernard analemba mu ndemanga yake pa ndimeyi kuti Yesu akunena kuti, "Satana... alibe phindu mu umunthu wanga momwe angaumangire" [2] Mawu ophiphiritsa apa ndi ovomerezeka, monga akufotokozera D. A. Carson:

> Alibe mphamvu pa ine ndi mawu okuluwika akuti "iye alibe kanthu mwa ine," pokumbukira mawu achihebri omwe amagwiritsidwa ntchito kaŵirikaŵiri m'malamulo, kutanthauza kuti "iye alibe kanthu pa ine" kapena "alibe kanthu pa ine" ... gwirani Yesu pokhapokha ngati pali mlandu womveka womuimba Yesu.[3]

N'chifukwa chiyani Satana alibe mphamvu pa Yesu? Ndi chifukwa chakuti Yesu alibe uchimo. Akuti "ndichita monga momwe Atate wandilamulira" (Yohane 14:31; komanso Yohane 5:19). Ichi ndichifukwa chake mulibe chilichonse mwa Yesu chomwe chimalola satana kukhala ndi ufulu walamulo pa iye. Yesu alibe malo amene Satana angagwiritse ntchito.

Yesu anapachikidwa ngati munthu wosalakwa. Izi ndi zofunika kwambiri pa mphamvu ya mtanda. Chifukwa chakuti Yesu anali wosalakwa, Satana sanganene kuti kupachikidwa kunali chilango chovomerezeka. Imfa ya Mesiya wa Ambuye inali nsembe yosalakwa m'malo mwa ena, osati chilango cholungama chimene Satana anapereka kwa Yesu. Ngati Khristu akanapereka chifukwa chilichonse kwa Satana, imfa yake ikanakhala chilango cha uchimo. M'malo mwake, chifukwa chakuti Yesu anali wosalakwa, imfa yake ingakhale ndipo ndi nsembe yogwira mtima ya machimo a dziko lonse lapansi.

Kodi tingachite chiyani kuti titsegule zitseko ndi mapazi m'miyoyo yathu? Titha kutseka zitseko zotseguka, ndikuchotsa zolowera. Kuti tipeze ufulu wathu wauzimu, masitepe awa ndi ofunikira. Tiyenera kuchita izi mwadongosolo, kutseka zitseko zonse zotseguka ndikuchotsa zopinga zonse m'miyoyo yathu.

---

[2] J. H. Bernard, A Critical and Exegetical Commentary on the Goespel According to John, vol. 2, p. 556.
[3] D.A. Carson, The Gospel According to John, pp. 508-9.

Koma bwanji? Tiyeni tikambirane mbali iliyonse ya chigawo chimodzi ndi chimodzi. Zonse zidzakhala zofunika tikadzafika poganizira momwe Chisilamu chimamangirira anthu.

Tchimo

Ngati khomo lotseguka ndi machimo omwe tachita, titha kutseka chitseko ichi polapa machimo omwe titha kupereka chilolezo kuti Satana atenge ufulu pa miyoyo yathu. Mphamvu ya mtanda ndiyo chinsinsi cha njirayi. Mwa kuchonderera kwa Khristu monga Mpulumutsi, tingalandire chikhululukiro cha Mulungu. Monga Yohane akulembera, "mwazi wa Yesu ... utisambitsa kutichotsera uchimo wonse" (1 Yohane 1:7). Ngati tayeretsedwa ku uchimo, ndiye kuti uchimo ulibe mphamvu pa ife. Monga Paulo akulembera, "Popeza tinayesedwa olungama ndi mwazi wache" (Aroma 5:9). Izi zikutanthauza kuti Mulungu amationa ngati olungama. Tikalapa ndi kutembenukira kwa Khristu, timayikidwa mmanda pamodzi ndi iye: timazindikirika ndi Yesu. Tikatero timakhala munthu amene Satana sangamunenere mlandu uliwonse. Timakhala munthu amene satana alibe mphamvu chifukwa uchimo wathu "waphimbidwa" (Aroma 4:7). Tamasulidwa ku zonena zake zimene amatineneza.

Kodi izi zimagwira ntchito bwanji? Ngati wina akulimbana ndi chizoloŵezi cha kunama kosalekeza, ndiye kuti munthuyo ayenera kuzindikira kuti kunama n'kulakwa pamaso pa Mulungu, kuvomereza zimenezi, kulapa kunama, ndi kutsimikiziridwa kuti akhululukidwa kudzera mu ntchito ya Khristu.

Izi zikachitika, kunama pakokha kungakanidwe ndi kukanidwa. Komano, ngati munthuyo amakonda kunama, n'kuona kuti n'kothandiza, ndipo alibe cholinga chosiya, ndiye kuti kuyesayesa kulikonse kwaufulu kuchoka ku kunama kungakhale kopanda pake, ndipo Satana angagwiritse ntchito njira imeneyi kulimbana ndi munthuyo.

Tikhoza kutseka chitseko cha uchimo mwa kulapa, kusiya machimo athu, ndi kudalira mtanda wa Khristu. Mwanjira imeneyi timakaniza Satana kuti ali ndi ufulu wogwiritsa ntchito machimo athu kwa ife.

Kusakhululuka

Njira ina imene Satana amafuna kutichitira ndi kusakhululuka. Kukhululuka ndi chinthu chimene Yesu ankaphunzitsa nthawi zambiri. Iye ananena kuti sitidzakhululukidwa ndi Mulungu kufikira titakhululukira ena (Marko 11:25-26; Mateyu 6:14-15).

Kusakhululuka kungatimangirire ku cholakwa cha wina, kapena ku chochitika chowawa. Zimenezi zingathandize kuti Satana akhale ndi mphamvu yotitsutsa. Paulo akulemba za izi mu kalata yake yachiwiri kwa Akorinto:

> Koma amene mumkhululukira kanthu, inenso nditero naye; pakuti chimene ndakhululukira inenso, ngati ndakhululukira kanthu, ndachichita chifukwa cha inu, pa maso pa Khristu; kuti asatichenjerere Satana; pakuti sitikhala osadziwa machenjerero ache. (2 Akorinto 2:10-11)

N'cifukwa ciani kusakhululukidwa kwathu kumatipangitsa kuti Satana atipusitse? Zili choncho chifukwa akhoza kugwiritsa ntchito kusakhululuka kwathu ngati chopondapo pa ife. Koma ngati 'sitidziŵa ziwembu zake,' monga momwe Paulo akunenera, pamenepo tidzadziŵa kuti tifunikira kuchotsa chopondapo chake mwa kukhululukira.

Kukhululuka kuli mbali zitatu: kukhululukira ena; kulandira chikhululuko cha Mulungu; ndipo nthawi zinanso kudzikhululukira tokha. Chizindikiro cha Mtanda wa Chikhululukirochi [4] chimatithandiza kukumbukira mbali zitatu izi. Chopingasacho chimatikumbutsa kukhululukira ena. Mzere woyima umatikumbutsa kuti tilandire chikhululukiro cha Mulungu. Bwaloli limatikumbutsa kuti tizidzikhululukirana tokha.

---

4. The Forgiveness Cross is from Chester and Betsy Kylstra, *Restoring the Foundations*, p. 98.

Kukhululuka sikutanthauza kuti tiiwale zimene munthu wina watichitira, kapena kumukhululukira. Izi sizikutanthauza kuti tizingodalira munthuyo. Kukhululukira ena kumatanthauza kutaya ufulu wathu wowaimba mlandu pamaso pa Mulungu. Timamasula munthu amene watichitira zoipa pa chilichonse chimene tingamunene. Timawapereka kwa Mulungu kuti aweruze mwachilungamo ndipo nkhaniyo timaipereka kwa Mulungu. Kukhululuka sikumverera: ndi chisankho.

Ndikofunikira kulandira chikhululukiro kuchokera kwa Mulungu komanso kupereka, chifukwa chikhululukiro chimakhala champhamvu kwambiri tikadziwa kuti takhululukidwa (Aefeso 4:32).

Pali 'Pemphero Lokhululukidwa' mu gawo la Zowonjezera Zowonjezera kumapeto kwa bukuli.

Zilonda za moyo

Popondapo pangayambitsidwe ndi bala m'moyo. Mabala a moyo amatha kupweteka kwambiri kuposa mabala a thupi, ndipo pamene tavulala mwakuthupi, moyo wathu ukhozanso kuvulazidwa. Tiyerekeze kuti munthu wina wachita chiwembu chomvetsa chisoni komanso chochititsa mantha.

Pambuyo pa zimenezi akhoza kuvutika ndi mantha kwa nthawi yaitali. Satana angagwiritse ntchito mantha amenewo polimbana ndi munthuyo kuti amange ndi kumuika muukapolo wa mantha owonjezereka.

Tsiku lina pamene ndinali [5] kuphunzitsa za Chisilamu, ndinafikiridwa ndi mayi wina wa ku South Africa amene anakumana ndi vuto lomvetsa chisoni lokhudza anthu a Chisilamu zaka khumi zapitazo. Pa pempho la seminare ya m'deralo, banja lake linapereka mochereza kwa amuna aŵiri amene anadzinenera kukhala otembenukira ku Chisilamu. Ichi chinali chiyambi cha nthawi yovuta komanso yopweteka kwambiri. Alendo a m'nyumba yake anali aukali ndipo ankamunyoza iye ndi banja lake mosalekeza. Ankamukankhira m'zipupa, n'kumamutchula kuti nkhumba,

---

[5] Mark Durie, mwini wa maphunzirowa.

kumutemberera komanso kumulavulira pamene ankadutsa. Anapezanso timapepala tating'ono tosungidwa m'malo osiyanasiyana kuzungulira nyumba yake ndi matemberero olembedwa m'Chiarabu. Banjali linapempha thandizo kutchalitchi chawo, koma palibe amene anawakhulupirira. Pamapeto pake anangotha kuchotsa 'alendo' amenewa mwa kuwachitira lendi malo ena ogona. Mayiyo analemba kuti: "Pa nthawiyo, tinali titatopa kwambiri pa nkhani ya zachuma, mwauzimu, mwamaganizo komanso mwakuthupi. Sindinadzikhulupirirenso, ndinkadziona ngati wopanda ntchito, chifukwa ankandiona ngati wachabechabe." Atandimva ndikuphunzitsa za ukapolo wa Chisilamu, adakumana ndi mantha ndi kudzikayikira zomwe zidamuvutitsa ndikuzikana. Tinapemphera limodzi kuti achilitsidwe ku zowawazo, kukana mantha. Iye anachiritsidwa modabwitsa ndipo anati, "Ndikutamanda Yehova chifukwa cha kusankhidwa kwakumwambaku ... ndikumva kumasuka komanso woyenerera kutumikira Ambuye ngati mkazi. Yehova alemekezeke!" Kenako anandilembera kuti:

> Timatumikirabe Ambuye, timamukonda kwambiri kuposa kale, tinaphunzira zambiri za chikhalidwe ndi zikhulupiriro za Chisilamu ndipo tinakhala amphamvu kupyolera mu zonsezi ndipo tikhoza kunena kuti timakonda Asilamu ndi chikondi cha Ambuye ndipo sitidzatha. kuwasonyeza kupyolera mu miyoyo yathu, momwe Yesu amakondera aliyense wa iwo.

Anthu akamavutika ndi mabala a moyo, Satana amayesa kuwanyengerera. Mabodzawo si oona, koma munthuyo akhoza kuwakhulupirira chifukwa ululu wake umamvadi. Kwa mkazi ameneyu bodza linali lakuti anali wopanda pake ndiponso "wopanda ntchito".

Kuti tithe kumasuka ku mabodza amenewa, tingagwiritse ntchito mfundo zisanuzi:

1. Choyamba muitaneni munthuyo kuti atsanulire moyo wake kwa Ambuye, kumuuza Yehova zomwe akumva pa zowawa zake.

2. Kenako pempherani kwa Yesu kuti achiritse chovulalacho.

3. Munthuyo akhoza kutsogozedwa kuti akhululukire aliyense amene wamulakwira.
4. Munthuyo angakopeke kusiya mantha ndi zotulukapo zina zovulaza za ngoziyo, kulengeza kuti amadalira Mulungu.
5. Munthuyo akhoza kuulula ndi kukana mabodza aliwonse amene ankakhulupirira chifukwa cha kupwetekedwa mtima.

Izi zitachitika, kuukira kwa Satana kungakanidwe bwino kwambiri pamene popondapo pake pakuchotsedwa.

Mawu

Mawu angakhale amphamvu kwambiri. Pogwiritsa ntchito mawu athu tikhoza kumanga ena ndi ife eni. Pachifukwa chimenechi Satana amayesa kugwiritsa ntchito mawu athu kutitsutsa. Yesu anati:

> Ndipo ndinena kwa inu, kuti mau onse opanda pache, amene anthu adzalankhula, adzawawerengera mlandu wache tsiku la kuweruza. Pakuti udzayesedwa wolungama ndi mau ako, ndipo ndi mau ako omwe udzatsutsidwa. (Mateyu 12:36-37)

Yesu anatiphunzitsa kugwiritsa ntchito mawu athu podalitsa, osati kutemberera: "Kondanani nawo adani anu; chitirani zabwino iwo akuda inu, dalitsani iwo akutemberera inu, pempherelani iwo akuchitirani inu chipongwe." (Luka 6:27-28)

Chenjezo la Yesu lakuti tisalankhule mosasamala limagwira ntchito pa zolankhula zathu zonse, kuphatikizapo zowinda, malonjezo, ndi mapangano amene tinaloŵamo. Taonani chifukwa chimene Yesu anauza ophunzira ake kuti asamalumbire:

> Koma Ine ndinena kwa inu, Musalumbire konse... Koma manenedwe anu akhale, Inde, inde; iai, iai; ndipo choonjezedwa pa izo chichokera kwa woipa'yo. (Mateyu 5:34, 37)

Chifukwa chiyani osalumbira? Yesu anafotokoza kuti zimenezi zimachokera kwa "woipayo," kuchokera kwa Satana. Satana afuna kuti tilumbire chifukwa iye watikonzeratu amafuna kugwiritsa ntchito mau athu kutsusana nafe ndi kutiphweteka. Kukhoza kum'patsa malo mwa ife, ndi maziko oti atineneze. Zimenezi zingakhale zoona ngakhale ngati sitinamvetsetse mphamvu ya mau amene tamalankhula.

Kodi tingatani, pamene talumbira kapena kupanga lumbiro, lonjezo, kapena pangano ndi mawu (ndipo mwinamwake zochita zamwambo) zomwe zatimanga ife ku njira yoipa, njira yomwe sitiyenera kuitsatira, ndi yomwe Kodi si njira ya Mulungu kwa ife?

Mu Levitiko 5:4-10 pali malongosoledwe a zomwe Aisrayeli anayenera kuchita pamene wina ananena "lumbiro mosasamala" ndipo anamangidwa chifukwa cha lumbiro lawo. Njira inaperekedwa kuti amasulidwe ku lumbiro limeneli. Munthuyo ankayenera kubweretsa nsembe kwa wansembe, amene akanapereka nsembe yochotsera machimo, ndiyeno munthuyo amamasulidwa ku lumbiro lake lopusa.

Chosangalatsa n'chakuti chifukwa cha mtanda, tikhoza kumasulidwa ku malonjezo, malumbiro, ndi malumbiro opanda umulungu amene tinapanga. N'zosangalatsa kuti Baibulo limatiphunzitsa kuti magazi a Yesu "amalankhula mawu abwino kuposa magazi a Abele":

> Komatu mwayandikira ku phiri la Ziyoni, ...kwa Yesu, Nkhoswe ya chipangano chatsopano, ndi kwa mwazi wa kuwaza wakulankhula chokoma choposa mwazi wa Abeli. (Ahebri 12:22-24)

Izi zikutanthauza kuti magazi a Yesu ali ndi mphamvu yochotsa matemberero onse pa ife chifukwa cha mawu omwe talankhula. Makamaka, pangano m'mwazi wa Yesu limaposa ndi kuchotsa mapangano onse amene tapangana ndi mantha kapena imfa.

Zochita za mwambo: kumasuka ku mgwirizano wamagazi

Takhala tikukambirana za mphamvu ya mawu kutimanga. M'malemba Achihebri, njira yokhazikika yodzimanga m'pangano inali mwa pangano la mwazi. Izi zinaphatikizapo mawu ophatikizidwa ndi zochitika zamwambo.

Pamene Mulungu anapanga pangano lake lodziwika ndi Abrahamu mu Genesis 15, ilo linakhazikitsidwa kupyolera mu nsembe. Abrahamu anapatsa nyamayo, naipha, naika ziwalo zake pansi. Ndiyeno lawi lofuka—loimira kukhalapo ndi kutengapo mbali kwa Mulungu—linadutsa pakati pa ziwalo za nyamayo. Mwambo umenewu unadzetsa temberero ku zotsatira zake "ndikhale ngati nyama iyi, ndikathyola pangano ili"—ndiko kuti, "ndiphedwe, ndi kuduladula.

Izi zikuonekera mu chenjezo limene Mulungu anapereka kudzera mwa mneneri Yeremiya:

> Ndipo ndidzapereka anthu akulakwira pangano langa, amene sanachita mau a pangano limene anapangana pa maso panga, muja anadula pakati mwana wa ng'ombe ndi kupita pakati pa mbali zache; akulu a Yuda, ndi akulu a Yerusalemu, adindo, ndi ansembe, ndi anthu onse a m'dziko, amene anapita pakati pa mbali za mwana wa ng'ombe; ndidzapereka iwo m'dzanja la adani awo, ndi m'dzanja la iwo akufuna moyo wawo; ndipo mitembo yawo idzakhala chakudya cha mbalame za mlengalenga, ndi cha zirombo za pa dziko la pansi. (Yeremiya 34:18-20)

Miyambo yoyambilira, monga ya ufiti, ingaphatikizepo kumanga munthu m'pangano mwa kugwiritsira ntchito nsembe ya mwazi. M'miyambo yotero imabweretsa imfa, osati ndi mwazi weniweni, koma mophiphiritsira: mwachitsanzo, mwa kulankhula matemberero a kudziwononga; povala chizindikiro cha imfa monga chomangira m'khosi; kapena mwa kuchita mwambo wa imfa, monga ngati kuikidwa m'bokosi lamaliro kapena kulasidwa mophiphiritsira pa mtima. (Kenako tiwona chitsanzo cha mwambo wamtunduwu wokhudzana ndi Chisilamu.)

Mapangano a magazi, kuphatikizapo miyambo yophiphiritsira ya imfa, amachitira temberero la imfa pa munthuyo ndipo nthawi zina pa mbadwa zawo. Zimenezi n'zoopsa mwauzimu chifukwa miyambo yoteroyo imatsegula zitseko za kuponderezedwa kwauzimu. Poyamba amamanga munthuyo ku zikhalidwe za panganolo, ndipo kenako amakhazikitsa chilolezo chauzimu kuti munthuyo aphedwe kapena afe, pokwaniritsa matemberero a panganolo.

Mayi wina wa Chikhristu amene dera lake lakhala mu ulamuliro wa Chisilamu kwa mibadwo yambiri, anali kuvutika ndi maloto oipa amene achibale ake omwe anamwalira anali kumupempha kuti abwere ku dziko la akufa. Analinso ndi maganizo olakwika oti adziphe ndipo panalibe chifukwa chomveka. Pamene ndimalankhula ndi kupemphera naye, zinaonekeratu kuti ena a m'banja lake, m'mibadwo yam'mbuyomo, nawonso anali ndi maloto owopsa osadziwika bwino okhudza imfa omwe ankawavutitsa kwambiri. Ndinazindikira kuti chifukwa chakuti makolo ake anakhala pansi pa ulamuliro wa Chisilamu, ndipo anali pansi pa pangano la *dhimma* lodzipereka, kuopa imfa kunali kumupondereza. Panali mwambo wachindunji umene makolo ake achimuna Achikristu ankayenera kudutsamo chaka chilichonse, pamene ankapereka msonkho wa *jizya* kwa Asilamu mogwirizana ndi mmene *dhimma* inakhalira. Monga gawo la mwambowu adamenyedwa m'mbali mwa khosi kusonyeza kudulidwa kwawo ngati aswa zikhalidwe za pangano lawo lodzipereka ku Chisilamu. (Tidzakambitsirana za mwambowu m'phunziro 6.) Ndinapemphera ndi mkaziyo motsutsana ndi ichi, kudzudzula mphamvu ya imfa ndi kuchotsa temberero lenileni la imfa lomangidwira ku mwambo wodula mutu. Pambuyo pa mapempherowa, omwe adaphwanya mphamvu ya mwambowu, adapeza mpumulo waukulu ku maloto ndi malingaliro a imfa.

Zikhulupiriro zopanda Mulungu (mabodza)

Imodzi mwa njira zazikulu zimene Satana amagwiritsira ntchito pa ife ndiyo kutipusitsa. Tikavomereza ndi kukhulupirira mabodzawa, akhoza kuwagwiritsa ntchito kuti atineneze, atisokoneze, komanso kutipusitsa. Musaiwale kuti Satana ndi "wabodza, ndi atate wake wa bodza" (Yohane 8:44). (M'nkhani ya mkazi wa ku South Africa koyambirira kwa phunziro ili, bodza linali lakuti anali wopanda pake.)

Pamene tikukhala ophunzira okhwima a Yesu Kristu, timaphunzira kuzindikira ndi kukana mabodza amene poyamba tinkawavomereza kukhala oona. Mabodzawa kapena zikhulupiriro zopanda umulungu zingawonekere m'miyoyo yathu m'njira zosiyanasiyana: zimene timalankhula, zimene timaganiza ndi kuzikhulupirira, ndi kulankhula kwathu tokha, zimene timaganiza kapena kudzinenera tokha pamene palibe wina amene akumvetsera. Zitsanzo za zikhulupiriro zopanda umulungu ndi izi:

- Palibe amene angandikonde.
- "Anthu sangasinthe."
- "Sindidzakhala wotetezeka."
- "Pali china chake cholakwika ndi ine."
- "Ngati anthu adziwa momwe ndiliri adzandikana."
- "Mulungu sadzandikhululukira konse."

Mabodza ena akhoza kukhala mbali ya chikhalidwe cha dera lathu; mwachitsanzo, "Akazi ndi ofooka," kapena "Sungakhulupirire amuna." Ndine wochokera ku chikhalidwe cha Chingelezi (Anglo-Saxon), ndipo limodzi mwa mabodza a chikhalidwe changa ndiloti ndi kulakwa kuti amuna aziwonetsa kutengeka mtima. Pali mwambi wachingelezi woti "Amuna enieni salira." Anthu amatcha izi "kusunga milomo yowuma." Koma izi sizowona: nthawi zina amuna enieni amalira!

Pamene tikukula kukhala ophunzira, timaphunzira kutsutsa mabodza amene ali mbali ya chikhalidwe chathu ndi m'malo mwa choonadi.

Kumbukirani: bodza langwiro kwambiri ndi limene limamveka ngati ndi loona. Nthawi zina ngakhale titadziwa ndi malingaliro athu kuti chikhulupiriro chopanda umulungu sichoona, chingakhalebe chowona ku mitima yathu.

Yesu anatiphunzitsa, "Ngati mukhala inu m'mau anga, muli akuphunzira anga ndithu; ndipo mudzazindikira choonadi, ndipo choonadi chidzakumasulani." (Yohane 8:31-32)

Mzimu Woyera umatithandiza kuzindikira ndi kutchula mabodza amene tawakhulupirira, ndi kuwakana (1 Akorinto 2:14-15).

Tikamatsatira Yesu ndi kuphunzira kukana mabodza a m'dzikoli, maganizo athu angachiritsidwe ndi kusandulika. Paulo akufotokoza kuti mwa njira imeneyi tikhoza kukonzanso maganizo athu:

> Ndipo musafanizidwe ndi makhalidwe a pansi pano: koma mukhale osandulika, mwa kukonzanso kwa mtima wanu, kuti mukazindikire chimene chiri chifuno cha Mulungu, chabwino, ndi chokondweretsa, ndi changwiro. (Aroma 12:2)

Nkhani yoipa n'njakuti mabodza angapangitse kuti Satana adziŵe malo. Nkhani yabwino ndiyakuti titha kuchotsa mayendedwe awa pokumana ndi zowona. Tikazindikira coonadi tikhoza kuulula, kukana, ndi kuleka mabodza amene tinalandila.

Pali pemphero lothana ndi mabodza mu gawo la Zowonjezera Zowonjezera mu bukuli.

Machimo a m'mibadwo ndi matemberero osatilapo

Njira ina imene Satana angagwiritse ntchito pa ife ndi uchimo wa makolo athu. Izi zikhoza kubwera ndi matemberero omwe amatikhudza kwambiri.

Tonse taona mabanja kumene tchimo linalake kapena khalidwe loipa limachokera ku mibadwomibadwo. Pali mwambi wina wachingelezi wonena za zimenezi umene umati, "Apulosi sagwera patali ndi mtengo." Mabanja angathenso kupatsirana choloŵa chauzimu chimene chimakhudza mbadwa zawo, mwa kupereka khomo lotseguka kwa Satana. Kuponderezedwa kwauzimu kungakhudze mibadwo ingapo, monga m'badwo umodzi umangiriza wotsatira ndi machimo awo ndipo matemberero otulukapo amapatsira zoipa kuchokera ku m'badwo wina kupita ku wina.

Akhristu ena amaona kuti kumangidwa kwa uzimu kwa mibadwo mibadwo ndi kosavomerezeka kapena kopanda nzeru. Iwo angaloze m'malo mwake ku chisonkhezero cha makhalidwe a makolo pa ana. Mwachitsanzo, ngati atate ali wabodza, ndiye kuti ana ake angatengere iye, naphunziranso kukhala onama; kapena ngati mayi atemberera mwana wake, mwanayo akhoza kudziona ngati wopanda pake. Izi ndi khalidwe lophunziridwa. Koma palinso cholowa chauzimu choperekedwa ndi makolo, chomwe n'chosiyana ndi chimenechi.

Kaonedwe ka dziko lonse ka m'Baibulo kokhudzana ndi mapangano, matemberero, ndi madalitso amagwirizana ndi maganizo amenewa. Baibulo limafotokoza m'mene Mulungu anachitira pangano ndi mtundu wa Israyeli, kuchita nawo monga gulu la mibadwo yosiyana ndi kuwamanga m'dongosolo la madalitso ndi matemberero amene anali kugwira ntchito kwa iwo ndi mbadwa zawo—madalitso ku mbadwo wa chikwi, ndi matemberero kwa iwo ndi mbadwa zawo. mbadwo wachitatu kapena wachinayi (Eksodo 20:5; 34:7).

Popeza kuti Mulungu wachita zinthu ndi anthu m'mibadwo yosiyanasiyana m'njira imeneyi, n'zosavuta kumva kuti Satana amalimbana ndi anthu a mibadwo yosiyanasiyana. Kumbukirani kuti Satana ndiye "woneneza" amene ali "wakuwanenera pa maso pa Mulungu wathu usana ndi usiku." (Chibvumbulutso 12:10), kuponya chirichonse chimene angathe pa ife. Iye adzatiimba mlandu chifukwa cha machimo a makolo athu. Mwachitsanzo, uchimo wa Adamu ndi Hava unachititsa kuti mbadwa zawo zitembereredwe, kuphatikizapo ululu wa pobereka (Genesis 3:16); kulamulira kwa amuna pa akazi (Genesis 3:16); kugwira ntchito movutikira kuti apeze zofunika pamoyo (Genesis 3:17-18); ndipo pamapeto pake imfa ndi kuwola (Genesis 3:19). Umu ndi momwe "m'badwo wamdima uno" umagwirira ntchito. Satana amachidziwa, ndipo amachigwiritsa ntchito pa ife.

Baibulo limaneneratu za kusintha kwa zinthu zimenezi, pamene Mulungu sadzaimbanso anthu mlandu chifukwa cha machimo a makolo awo, ndipo munthu aliyense adzakhala ndi mlandu wa machimo ake:

> Koma inu mukuti, Alekeranji mwana kusenza mphulupulu za atate wache? Mwana'yo akachita chiweruzo ndi chilungamo, nakasunga malemba anga onse, ndi kuwachita, adzakhala ndi moyo ndithu. Moyo wochimwa'wo ndiwo udzafa; mwana sadzasenza mphulupulu za atate wache, ndi atate sadzasenza mphulupulu za mwana; chilungamo cha wolungama

chidzamkhalira, ndi choipa cha woipa chidzamkhalira.
(Ezekieli 18:19-20)

Ndimeyi iyenera kumveka ngati ulosi wa M'badwo Waumesiya, ufumu wa Yesu Khristu. Uku sikuli kusintha kwakukulu m'njira imene "dziko lamdimali" limagwirira ntchito pansi pa ulamuliro wa Satana, koma ndi lonjezo la dziko losiyana, dziko losinthidwa ndi kubwera kwa ufumu wa Mwana wokondedwa wa Mulungu. Limeneli ndi lonjezano, osati kokha kuti pansi pa pangano latsopano Mulungu adzachitira munthu aliyense mogwirizana ndi machimo ake, komanso kuti mphamvu ya Satana yomanga anthu kudzera m'machimo a makolo ndi makolo awo idzaphwanyidwa ndi mphamvu ya imfa ndi kuuka kwa Yesu Khristu.

Chotero ngakhale kuti chiri chowona kuti pangano la chilamulo chakale, "chilamulo cha uchimo ndi imfa," linalankhula za machimo kuperekedwa kuchokera ku mbadwo wina kupita ku mbadwo wina, Khristu wachotsa lamulo lakale limeneli, mwalimene Satana anadzinenera kukhala ndi kuyenera kwa kumanga anthu ku machimo a makolo awo, kuwapanga kukhala opanda pake ndi kosayenera kudzera pa mtanda. Uwu ndi ufulu umene Akhristu ali ndi ufulu wonse wodzitengera okha.

Nanga tinganene bwanji kuti tili ndi ufulu ku matemberero obadwa nawo? Yankho likupezeka m'Baibulo. Torah imalongosola kuti kuti mibadwo yotsatira isakhale ndi zotsatira za machimo a makolo awo, iyenera "Pamenepo adzabvomereza mphulupulu zawo, ndi mphulupulu za makolo awo" (Levitiko 26:40). Ndipo Mulungu akuti, "Koma chifukwa cha iwo ndidzawakumbukila pangano la makolo awo" ndi kuchilitsa iwo ndi dziko lawo (Levitiko 26:45).

Tikhoza kugwiritsa ntchito njira yomweyo. Tikhoza:

- kuvomereza machimo a makolo athu ndi machimo athu,
- kukana ndi kusiya machimo awa, ndiyeno
- kuswa matemberero onse obwera chifukwa cha machimo awa.

Tili ndi ulamuliro wochita izi chifukwa cha mtanda wa Khristu. Mtanda uli ndi mphamvu yotimasula ku temberero lililonse:

"Khristu anatiombola ku temberero la chilamulo, atakhala temberero m'malo…" (Agalatiya 3:13)

Pali 'Pemphero la Chimo Lachibadwidwe' mu gawo la Zowonjezera mu buku lophunzirirali.

M'zigawo zotsatirazi tikambirana za ulamuliro umene tili nawo mwa Khristu komanso mmene tingaugwiritsire ntchito pa moyo wathu. Tidzafotokozanso zinthu zisanu zimene zingatithandize kuti tigonjetse njila za Satana.

Ulamuliro wa ufumu wathu

Yesu mwiniyo analangiza ophunzirawo kuti anali ndi mphamvu 'yakumanga' ndi 'kumasula' zochitika za kumwamba ndi za padziko lapansi, kumene ndiko kunena, ponse paŵiri, m'malo auzimu ndi akuthupi:

> Indetu ndinena kwa inu, Ziri zonse mukazimanga pa dziko la pansi zidzakhala [kapena zikhale] zomangidwa Kumwamba: ndipo ziri zonse mukazimasula pa dziko la pansi, zidzakhala [kapena zikhale] zomasulidwa Kumwamba. (Mateyu 18:18; onaninso 16:19)

Lonjezo la ulamuliro wathu pa Satana likulengezedweratu kumayambiriro kwa Baibulo pa Genesis 3:15 pamene Mulungu akuuza njoka kuti mbewu ya mkazi 'idzaphwanya mutu wako. Paulo akulankhulanso za izi: "Ndipo Mulungu wa mtendere adzaphwanya Satana pansi pa mapazi anu tsopano lino." (Aroma 16:20)

Pamene Yesu anatumiza ophunzira ake, khumi ndi awiri, kenako makumi asanu ndi awiri ndi awiri, anawapatsa mphamvu zotulutsa ziwanda pamene ankalalikira Ufumu wa Mulungu (Luka 9:1). Pambuyo pake, pamene ophunzira anabwera, anazizwa ndi ulamuliro umenewo, nanena, "Ambuye, zingakhale ziwanda zinatigonjera ife m'dzina lanu. Yesu anati kwa iwo, Ndinaona Satana alinkugwa ngati mphezi wochokera kumwamba." (Luka 10:17-18)

Ndi chitonthozo chodabwitsa kuti Akhristu ali ndi ulamuliro wogonjetsa ndi kuwononga njira za Satana. Izi zikutanthauza kuti okhulupirira ali ndi ulamuliro wophwanya ndi kuletsa mapangano ndi zowinda zopanda umulungu chifukwa pangano la mwazi wa Khristu limafafaniza mphamvu ya pangano lililonse lopangidwa ndi zolinga zoyipa. Limeneli ndi lonjezo losonyezedwa m'maulosi onena za Mesiya a m'buku la Zekariya:

> Iwenso, chifukwa cha mwazi wa pangano lako ndinaturutsa andende ako m'dzenje m'mene mulibe madzi. (Zekariya 9:11)

Mfundo yachindunji

Pofunafuna ufulu, m'pofunika kuchita zinthu zenizeni zomwe zimatsutsana ndi zitseko zotseguka ndi zopondapo zopanda umulungu. Chipangano Chakale chimalamula kuti mafano ndi malo awo opembedzerapo awonongedwe kotheratu. Chitsanzo cha mmene angawonongere malo auzimu a mafano chaperekedwa pa Deuteronomo 12:1-3, pamene Mulungu analamula anthu ake kuti awononge kotheratu misanje (malo olambirira), malo ochitirako miyambo, zinthu zopatulika, ndi maguwa ansembe, pamodzi. ndi mafano omwe.

Ndi zabwino komanso zothandiza kutchula machimo a munthu makamaka poulula. Mofananamo, pamene tidzinenera ufulu wathu wauzimu tiyeneranso kunena mosapita m'mbali. Izi zimawalitsa kuwala kwa chowonadi cha Mulungu kudera lililonse lomwe likufunika chikhululukiro. Kumene mapangano opanda umulungu alowetsedwamo, afunikira kuthetsedwa limodzi ndi limodzi, limodzi ndi mkhalidwe uliwonse ndi zotsatira zake. Izi ziyenera kukhala zenizeni. Nthawi zambiri, pamene Satana amagwiritsa ntchito njira yamphamvu kwambiri, m'pamenenso tiyenera kuonetsetsa kuti tikuphwanya mphamvu zake.

Mfundo yachindunji imeneyi imagwira ntchito pamene tisankha kudzimasula tokha ku malonjezo opanda umulungu omwe tapanga mwa mawu ndi zochita zathu. Mwachitsanzo, munthu amene walumbira ku lumbiro lakukhala chete mwa nsembe ya mwazi ayenera kulapa ndi kuleka kutengamo mbali m'mwambo umenewu ndi kulepheretsa mwapadera lumbiro lawo limene anapanga kupyoleramo. Mofananamo, munthu amene akulimbana ndi kusakhululuka amene walankhula mawu onga akuti "sindidzakhululukira wakuti-ndi-wakuti kwa moyo wanga wonse" ayenera kulapa chowindacho, kusiya pangano limeneli, ndi kupempha chikhululukiro cha Mulungu kaamba ka kunena. Wogwiriridwa chigololo amene wavomera kukhala chete pomuopseza kuti amuvulaza kapena kuphedwa ayenera kusiya lumbiro lake lokhala chete kuti apeze ufulu wake: mwachitsanzo, "Ndikukana kukhala chete pa zimene zandichitiridwa, ndikukhala ndi ufulu wa kulankhula."

Mayi wina dzina lake Susan anataya anthu angapo amene ankawakonda: bambo ake, mayi ake komanso mwamuna wake. Iye ankaopa kuti ngati angakonde munthu nayenso adzamutaya, choncho analumbira mumtima mwake kuti, "Sindidzakondanso wina aliyense." Zitatha izi, anayamba kukwiyira kwambiri ndiponso kudana ndi ena. Ankalumbira ndi kutemberera aliyense wobwera pafupi naye. Koma pamene iye anali ndi zaka makumi asanu ndi atatu iye anamupeza Yesu ndipo analowa mpingo. Izi zinamupatsa chiyembekezo ndipo anasiya lumbiro lake la zaka 50 kuti sadzakondanso. Atamasulidwa ku mantha, iye anapanga maubwenzi ozama ndi okoma ndi akazi ena mu mpingo. Moyo wake unasinthiratu pamene mphamvu ya Satana pa moyo wake inasweka.

Masitepe asanu a ufulu

Pano pali chitsanzo chophweka cha utumiki chokhudza njira zisanu zomwe zingagwiritsidwe ntchito kutsutsa ndi kuwononga njira za Satana zolimbana nafe.

1. Lapani ndi kulapa

Chinthu choyamba ndicho kuulula tchimo lililonse, komanso kulengeza choonadi cha Mulungu chimene chikukhudza nkhaniyi. Mwachitsanzo, ngati mwakhala ndi chikhulupiriro chopanda umulungu, mutha kuvomereza ichi ngati tchimo, kupempha Mulungu kuti akukhululukireni pa izi, ndi kulapa tchimolo. Mukhozanso kulengeza chowonadi cha Mulungu chimene chimagwira ntchito mu mkhalidwe umenewu.

2. Kukana

Chotsatira ndicho kusiya. Izi zikutanthauza kulengeza poyera kuti simukuthandizira, kukhulupirira, kuvomereza, kapena kulumikizana ndi china chake. Mwachitsanzo, ngati munachita nawo mwambo wosaopa Mulungu, mukaukana mwambo umenewo, mumauchotsa kapena kuchotsa zimene munalonjeza poyamba. Monga tafotokozera kale ndikofunikira kuchita izi mwachindunji.

3. Kuswa

Sitepe iyi ikuphatikizapo kutenga ulamuliro mu dziko lauzimu kuswa mphamvu ya chinachake. Mwachitsanzo, ngati pachitika temberero, mutha kunena kuti, "Ndaphwanya temberero ili." Ophunzira a Yesu anapatsidwa "ulamuliro pa mphamvu zonse za mdaniyo" m'dzina la Yesu (Luka 10:19). Kuswa kuyeneranso kuchitidwa mwachindunji.

4. Kutulutsira kunja

Pamene ziwanda zapezerapo mwayi pa popondapo kapena khomo lotseguka kuti livutitse munthu, mutachita ndi zitseko zilizonse zotseguka kapena zopondapo, kuzichotsa mwa kuvomereza, kukana, ndi kuswa, muyenera kulamula ziwandazo kuti zichoke.

5. Dalitsani ndi kudzaza

Chinthu chomaliza ndicho kudalitsa munthuyo ndi kupemphera kuti Mulungu azimudzaza ndi zabwino zonse, kuphatikizapo zotsutsana ndi zimene zamuvutitsa. Mwachitsanzo, ngati akulimbana ndi mantha a imfa, adalitseni ndi moyo ndi kulimba mtima.

Masitepe asanuwa atha kugwiritsidwa ntchito paukapolo wamitundu yonse, koma cholinga chathu apa ndi kumasuka ku Chisilamu, ndiye mu maphunziro apatsogolowa tiphunzira momwe tingagwiritsire ntchito njirazi kuti amasule anthu ku ukapolo wa Chisilamu.

Buku Lophunzirira

Phunziro 2

Mawu

kukana
Ufulu
Mesiya
Satana
Ufumu wa Mulungu
Mbado wa mdima uwu
Chigonjetso cha Aroma
popondapo

Zitseko Zotseguka
popondapo
pa mwamba
ufulu wa lamulo
Kukhululuka kwa pa Mtanda
lumbiro
magazi mgwirizano
jizya

kudzilankhula
kukumana ndi choonadi
mabala a moyo
uchimo wam'badwo
cholowa chauzimu za mitundumitundu
mfundo yachindunji

Mayina atsopano

- The Reverend J. L. Houlden: Fellow of Trinity College Oxford (born 1929)

- The Reverend J. H. Bernard: Irish Anglican Bishop (1860-1927)

- D. A. Carson: Professor wa Chipangano cha Tsopano (Wobadwa mu 1946)

Baibulo mu phunziro ili

Aroma 8:21
Yesaya 61:1-2
Luka 4:18-21
Yohane 10:10; 8:44
Akolose 1:13
Yohane 12:31
2 Akorinto 4:4
Aefeso 2:2
1 Yohane 5:19
Aefeso 6:12
Afilipi 2:15
Machitidwe 26:18
Akolose 1:12-13
Marko 1:15
Luka 10:18
Akolose 2:13-15
Aefeso 6:18
1 Petro 5:8
Chivumbulutso 12:10
Masalmo 109:6-7
Zekariya 3:1-3
Yobu 1:9-11
2 Akorinto 2:11
Aefeso 4:26-27
Yohane 14:30-31; 5:19
1 Yohane 1:7
Aroma 5:9; 4:7

Marko 11:25-26
Mateyu 6:14-15
2 Akorinto 2:10-11
Aefeso 4:32
Mateyu 12:36-37
Luka 6:27-28
Mateyu 5:34, 37
Levitiko 5:4-10
Ahebri 12:22-24
Genesis 15
Yeremiya 34:18-20
Yohane 8:31-32
1 Akorinto 2:14-15
Aroma 12:2
Eksodo 20:5; 34:7
Chivumbulutso 12:10
Genesis 3:16-19
Ezekieli 18:19-20
Levitiko 26:40, 45
Agalatiya 3:13
Mateyu 18:18
Mateyu 16:19
Genesis 3:15
Aroma 16:20
Luka 10:17-18
Zekariya 9:11
Deuteronomo 12:1-3

Mafunso Phunziro 2

- Kambiranani nkhaniyo.

1. Nchiyani chinamudabwitsa Reza pamene anayesa kupemphera pemphero *losiya* Chisilamu?

2. Atakwanitsa kupemphera pempherolo, n'chiyani chinasintha moyo wa Reza?

Yesu akuyamba kuphunzitsa

3. Kodi ukulu wa kubadwa wa Mkhristu aliyense ndi chiyani?

4. Kodi Yesu anayambira kuti kuphunzitsa poyera?

5. Kodi ananena kuti anadza kudzakwaniritsa lonjezo lotani?

6. Kodi Yesu anamasula anthu ku zinthu ziti?

Nthawi yosankha

7. Khomo la ndende la mkaidi limasiyidwa losakhoma. Kodi mkaidi ayenera kuchita chiyani ngati akufuna kusangalala ndi **ufulu** wake? Kodi izi zikutiuza chiyani za **ufulu** wa uzimu?

Satana ndi ufumu wake

8. Kodi ena mwa mayina audindo a **Satana** ndi ati ndipo amatiphunzitsa chiyani?

9. Mogwirizana ndi Yohane 12:31 ndi mavesi ena ondandalikidwa nalo, kodi Durie akuvomereza chiyani kuti Satana ali ndi mkhalidwe woperewera?

10. Kodi Durie akutilangiza kuti tiziwunika chiyani mu Islam?

Kusamuka kwa kukulu

11. Malinga ndi Akolose 1:12-13 ndi J. L. **Houlden**, chibadwa cha munthu chili muukapolo wa mphamvu iti?

12. Malinga ndi Machitidwe 26:18, kodi anthu amapulumutsidwa, kuwomboledwa, ndi kusamutsidwa ku mphamvu ziti?

13. Malinga ndi kunena kwa Paulo, kodi Mulungu akatipulumutsa, n'chiyani chimatichitikira?

14. Kodi Paulo ankafuna kuti Akolose aziyamikira chiyani?

15. Kodi ndi mbali ziti zisanu zimene zingatithandize kukhala okhulupirika kwa Yesu Khristu?

Nkhondo

16. Mogwirizana ndi Marko 1:15 ndi mavesi ena ondandalikidwawo, kodi Akhristu amadzipeza ali m'kulimbana kotani?

17. Ndi mawu ochenjerera ati omwe Durie amalankhula pa mpingo pakuchita tsiku ndi tsiku ndi mphamvu zoyipa?

18. Pa nkhondo imeneyi, kodi Akhristu angakhale otsimikiza za chiyani, malinga ndi kunena kwa Paulo?

19. Kodi Paulo akugwiritsa ntchito bwanji ganizo la **chigonjetso cha Aroma** pofotokoza za kupambana kwa mtanda?

Woneneza

20. Kodi liwu la Chihebri lakuti **satana** limatanthauza chiyani?

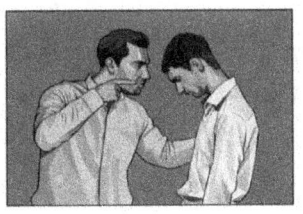

21. Malinga ndi zochita za **Satana**, kodi Petro ndi Paulo akuchenjeza Akristu kuchita chiyani?

22. Kodi **Satana** amatiimba mlandu wanji?

23. Kodi ndi njira zisanu ndi imodzi ziti zomwe Durie adandandalika zomwe **Satana** amagwiritsa ntchito kuti atineneze?

24. Kodi chinthu chofunika kwambiri kuti tipeze **ufulu wa uzimu** ndi chiyani?

Zitseko zotseguka ndi popondapo

25. Kodi Durie amatanthauzira bwanji:

    - khomo lotseguka ndi
    - popondapo?

26. Ngati tikana kuulula ndi kusiya uchimo, kodi tingakhale tikugonjera chiyani kwa **Satana**?

27. Kodi mawu a Khristu akuti "alibe kanthu pa ine" amatanthauzanji?

28. Kodi **Satana** sakanapeza chiyani mwa Yesu kuti anene?

29. N'cifukwa chiani nkofunikira kuti Yesu anapachikidwa ngati munthu wosalakwa?

Tchimo

30. Kodi tiyenera kuchita chiyani ndi **zitseko zotseguka** ndi **zopondapo**?

31. Kodi timatseka bwanji **khomo lotseguka** la uchimo m'moyo wathu?

Kusakhululuka

32. Malinga ndi kunena kwa Yesu, kodi munthu ayenera kukhululukidwa motani?

33. Kodi nchifukwa ninji kusakhululuka kwathu kumalola **Satana** kutinyenga?

34. Ndi mbali zitatu ziti za chikhululukiro?

35. Ngati tikhululuka kodi izi zikutanthauza kuti tiyeneranso kuiwala?

Zilonda za moyo

36. Kodi **Satana** amagwiritsa ntchito bwanji **mabala a moyo** pa ife?

37. Kodi mkazi wina wa ku South Africa anam'chiritsa ku chiyani, ndipo anafunikira **kusiya** chiyani?

38. Ndi njira zisanu ziti zomwe zikufunika ngati **kupondapo** kuli bala mu moyo?

Mawu

39. Malinga ndi Mateyu 12, kodi tidzayankha chiyani pa Tsiku la Chiweruzo?

40. N'chifukwa chiyani **Satana** amafuna kuti **tizilumbira**?

41. Kodi ndi mphamvu yanji yothetsa mphamvu yowononga ya mawu athu olankhulidwa?

Zochita zamwambo: kumasuka ku mgwirizano wamagazi

42. Kodi **pangano la mwazi** limene Abrahamu anapanga ndi Mulungu mu Genesis 15 likutanthauza chiyani? (Onaninso Yeremiya 34:18-20.)

43. N'chifukwa chiyani **mapangano a magazi** ndi oopsa?

44. Kodi nchiyani chimene chinaimiridwa ndi kumenyedwa kwa khosi kwa Akristu okhala pansi pa Chisilamu, pamene anali kupereka msonkho wa *jizya* wapachaka kwa Asilamu?

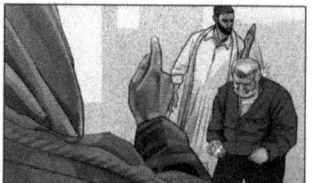

Zikhulupiriro zopanda Mulungu (mabodza)

45. Kodi imodzi mwa njira zazikulu za Satana kuti atiwononge ndi iti?

46. Kodi Durie ananena kuti tiyenera kuchita chiyani kuti tikhale ophunzira a Khristu okhwima mwauzimu?

47. Kodi Durie akuti chiyani ndi bodza lomwe ndi gawo la chikhalidwe cha Chingerezi?

48. Malinga ndi kunena kwa Durie, kodi "bodza lalikulu koposa" nchiyani?

49. Kodi ndi zinthu ziti komanso 'zokumana' zotani zimene zimatithandiza kutseka mabodza a **Satana**?

Uchimo wachibadwidwe ndi matemberero atsatirapo

50. Kodi Durie amakhulupirira chiyani kuti chingapatsidwe m'badwo wina kupita ku wina m'banja, monga mmene majini amapatsira ana?

51. Kodi Durie amatsutsa chiyani chomwe sichingathe kufotokoza momveka bwino kuchuluka kwa zitsenderezo zauzimu zomwe anthu ena amakumana nazo?

52. Kodi ndi dongosolo liti limene Mulungu anamanga Aisrayeli onse m'pangano lake ndi iwo? (Onani Eksodo 20:5; 34:7.)

53. Monga chitsanzo cha **cholowa cha mibadwo** yambiri, kodi uchimo wa Adamu ndi Hava unatulutsa chiyani? (Onani Chivumbulutso 12:10; Genesis 3:16-19.)

54. Kodi Durie akuyankha motani chilengezo cha mu Ezekieli 18 chakuti ana aamuna sasenza machimo a makolo awo?

55. Ndi njira zitatu ziti zomwe zingagwiritsidwe ntchito kuthana ndi zotsatira za **uchimo wa m'badwo**?

Ulamuliro wa ufumu wathu

56. Kodi ndi ulamuliro wotani umene unalonjezedwa kwa mtundu wa anthu pa Genesis 3:15 ndiyeno kuperekedwa kwa ophunzira ndi Yesu, mogwirizana ndi Mateyu 16:19 ndi 18:18, m'kukwaniritsidwa kwa Zekariya 9:11?

Mfundo yachindunji

57. N'chifukwa chiyani malangizo okhudza mafano a m'Chipangano Chakale ali chitsanzo cha mmene madera auzimu ayenera kutsatiridwa? (Onani Deuteronomo 12:1-3.)

58. Kodi mphamvu yakuphwanya ndi kuletsa mphamvu ya mapangano oyipa omwe tingakhale tidalowamo?

59. Kodi ndi zochita zamtundu wanji zomwe Durie akuti tiyenera kuchita tikamakumana ndi zitseko zotseguka?

60. Kodi lumbiro lamkati lomwe Susan anapanga linali chiyani? Kodi zotsatira zake zinali zotani pa moyo wake? Kodi anamasulidwa bwanji ku lumbiro limenelo?

Masitepe asanu a ufulu

61. Kodi njira zisanu zopezera ufulu ndi ziti? Kodi mungawakumbukire?

62. Kodi chivomerezo ndi chiyani ndipo ndi chilengezo chotani chomwe chikufunika kuti munthu atenge ufulu wake?

63. Malinga ndi a Durie, kodi muyenera kudalitsa chiyani munthu akamasulidwa?

3

Kuzindikira Chisilamu

"Ndipo mudzazindikira choonadi, ndipo choonadi chidzakumasulani."
Yohane 8:32

Zolinga za phunziro

a. Kumvetsetsa udindo wa kugonjera pokhala Msilamu.

b. Kuyamikira udindo wolamulira wa umunthu wa Muhammad pakugonjera kwa Msilamu kwa Allah.

c. Kumvetsetsani chifukwa chake ndikofunikira kukhala ndi malamulo a *sharia* kuti atsogolere Asilamu.

d. Kuona momwe 'kupambana' ndi 'kutaya' kumapangira zikhulupiriro za Asilamu.

e. Kufotokoza mitundu inayi ya anthu monga taonera mu Quran.

f. Kumvetsetsa ziphunzitso za Muhammad ndi Chisilamu pa Akhristu ndi Ayuda.

g. Kuzindikira tanthauzo la pemphero lachisilamu lobwerezedwa mobwerezabwereza kwa Akhristu ndi Ayuda.

h. Kuganizira za kuwonongeka kwa malamulo a *sharia*.

i. Kufotokoza chifukwa chake chinyengo chikuloledwa mu Chisilamu.

j. Kulimbikitsa Akhristu kuti adziŵe za chikhulupililo chotetezedwa ndi akatswiri.

k. Kusiyanitsa pakati pa Isa, Yesu Chisilamu, ndi Yesu weniweni wa mbiri.

Nkhani yoyeserera: Kodi mungatani?

Pambuyo popemphera kwambiri, inu ndi gulu la mpingo wanu mukumva kutsogozedwa ndi Mzimu kuti muyambitse tchalitchi cha panyumba m'gawo latsopano momwe Asilamu ambiri amakhala. Pambuyo pa miyezi ingapo ya kukumana mochenjera ndi achibale ndi anansi m'nyumba ya mwamuna wotchedwa "mwana wa mtendere" (Luka 10:6), wolandirayo akukudziwitsani pambuyo pa msonkhano kuti iye ndi inu nonse mwaitanidwa kukakumana ndi meya wa m'deralo... Ukafika kumeneko, upeza kuti pali Imam ndi akulu angapo a mzikiti. Mumagwirana chanza. Mwachangu mukupeza kuti akukunenezani kuti mukusokoneza mtendere pochita misonkhano yachisisi momwe mumachitira chipongwe Mtumiki wawo Muhammad. Nonse inu ndi wolandirako mumakana izi mwamphamvu. Imam akunena kuti, "Inu Akhrisitu simukhulupirira mwa Allah ndipo mukukana Mneneri wake womaliza Muhammad. Mudzapita ku gehena. Allah amawaona Asilamu kukhala apamwamba ndipo tiyenera kukulamulirani. Ngati simugonjera Chisilamu, ife talamulidwa kuti tikukanizeni, ndipo ngakhale Isa adzamenyana nanu akadzabwera padziko lapansi. Muyenera kusiya kukakamiza anthu omwe ali pachiwopsezo m'dera lathu kuti alowe m'chipembedzo chanu choipitsidwa." Simukudziwa chipembedzo cha meya, koma amakuyang'anani ngati akunena kuti mwaloledwa kuyankha mlanduwu.

Muti chiyani?

M'zigawozi tikufotokoza za *shahada* ndi kufotokoza momwe zimagwirizanira Asilamu kutengera chitsanzo cha Muhammad.

Momwe mungakhalire Msilamu

Mawu akuti *Chisilamu* ndi Chiarabu, kutanthauza 'kudzipereka' kapena 'kugonjera'. Mawu akuti Msilamu amatanthauza 'wogonjera', munthu amene wadzipereka kwa Allah.

Kodi kugonjera ndi kumvera uku kukutanthauza chiyani? Chithunzithunzi chopambana cha Allah mu Qur'an ndi Mwini ufumu amene ali ndi ulamuliro pa chinthu chilichonse. Mtima woyembekezeredwa kukhala nawo kwa mbuye ameneyu ndiwo kugonjera ulamuliro wake.

Amene walowa m'Chisilamu wavomereza kugonjera Allah ndi njira za Mtumiki wake. Mgwirizanowu umachitika povomereza shahada, chikhulupiriro cha Chisilamu:

> *Ashhadu an la ilaha illa Allah,*
> *wa ashhadu anna Muhammadun Rasulu Allah*
>
> Ndikuvomereza kuti palibe mulungu wopembedzedwa mwachoonadi koma Allah;
>
> ndipo ndikuvomereza kuti Muhammad ndi Mtumiki wa Allah.

Mukavomera *shahada* ndikudziwerengera nokha, mwakhala Msilamu.

Ngakhale kuti awa ndi mawu ochepa chabe, tanthauzo lake ndi lalikulu. Kubwereza *shahada* ndikulengeza pangano kuti Muhammad adzakhala kalozera wanu wamoyo. Kukhala Msilamu—'wogonjera'—kumatanthauza kutsatira Muhammad monga mthenga wapadera, womalizira wa Allah, amene amapereka chitsogozo pa mbali iriyonse ya moyo.

Chitsogozo cha Muhammad chimapezeka m'mabuku awiri, omwe ali ndi zolemba zachisilamu:

- *Qur'an* ndi bukhu la vumbulutso lopatsidwa kwa Muhammad kuchokera kwa Allah.

- *Sunna* ndi chitsanzo cha Muhammad, chomwe chimaphatikizapo:
  - ziphunzitso: zinthu zimene Muhammad anaphunzitsa anthu kuchita
  - zochita: zimene Muhammad anachita.

Chitsanzo cha Muhammad (*Sunnah*) chikufotokozedwa kwa Asilamu m'njira ziwiri zazikulu. Imodzi ili m'gulu la *Hadith*, zomwe ndi nthano zamwambo zomwe amakhulupirira kuti zimanena zomwe Muhammad adachita ndi kunena. Zina zili mu *sirat*, zomwe ndi mbiri ya Muhammad zomwe zimafotokoza mbiri ya moyo wake kuyambira koyambira mpaka kumapeto.

Umunthu wa Muhammad

Aliyense amene ali womangidwa ndi digiri akuyenera kutsatira chitsanzo cha Muhammad ndikutsanzira khalidwe lake. Zonsezi zikutsatira kuvomereza kwa shahada kuti Muhammad ndi mtumiki wa Allah. Kubwereza mawu awa mu shahada kumatanthauza kuti mwavomera chitsogozo cha Muhammad pa moyo wanu ndipo muyenera kumutsatira.

Mu Quran, Muhammad akutchedwa chitsanzo chabwino kwambiri, choyenera kuti onse atsatire:

> Ndithudi muli chitsanzo chabwino mwa Mtumwi wa Mulungu kwa iye amene amakhulupirira mwa Mulungu ndi tsiku lomaliza ndipo amakumbukira Mulungu kwambiri. (Q33:21)

> Aliyense amene amvera Mtumwi ndithudi amvera Mulungu... (Q4:80)

> Sikoyenera kwa munthu wokhulupirira wamwamuna kapena wamkazi kuti pamene nkhani yalamulidwa ndi Mulungu ndi Mtumwi wake, kuti anene china chilichonse pa chiweruzo cha nkhaniyo. Ngati wina samvera Mulungu ndi Mtumwi wake, ndithudi, iye ali wosochera moonekeratu. (Q33:36)

Qur'an ikunena kuti amene akutsata Muhammad adzakhala opambana ndi odalitsika:

> Ndipo iye amene amvera Mulungu ndi Mtumwi wake ndi kuopa Mulungu ndipo amadzichepetsa kwa Iye, oterewa ndi opambana. (Q24:52)

> Ndipo aliyense amene amvera Mulungu ndi Mtumwi wake, ameneyo ndi amene ali pamodzi ndi anthu amene Mulungu wawadalitsa... (Q4:69)

Kutsutsa malangizo a Muhammad ndi chitsanzo chake akuti ndi kusakhulupirira komwe kumabweretsa kulephera m'moyo uno ndi moto wotsatira. Matemberero awa aikidwa pa Asilamu mu Quran:

> Ndipo aliyense amene amatsutsa ndi kutsutsana ndi Mtumwi, langizo lathu litaonetsedwa kwa iye ndipo atsatira njira imene siili ya anthu okhulupirira, Ife tidzamusunga mnjira imene wasankha ndipo tidzamuotcha iye ku Moto, malo onyansa kwambiri! (Q4:115)

> Chilichonse chimene Mulungu wapereka ngati chuma chopeza pa nkhondo kwa Mtumwi wake, kuchokera kwa anthu a m'mizinda, mwini wake ndi Mulungu... Ndipo opani Mulungu. Ndithudi Mulungu amalanga molapitsa. (Q59:7)

Qur'an imalamulanso kumenyana ndi aliyense amene wakana Muhammad:

> Menyanani nawo anthu amene sakhulupirira mwa Mulungu ndi tsiku lomaliza kapena iwo amene saletsa zimene Mulungu ndi Mtumwi wake adaletsa kapena savomeleza chipembedzo choonadi amene ali pakati pa anthu amene adapatsidwa Buku, mpaka pamene iwo alipira msonkho umene amapereka anthu amene sali Asilamu ndipo adzichepetsa. (Q9:29)

> ... limbikitsani anthu amene akhulupirira. Ine ndidzakhazikitsa mantha m'mitima ya anthu osakhulupirira, motero amenyeni m'makosi mwawo ndipo konkhonthani zala zawo za kumanja ndi za kumapazi. Ichi ndi chifukwa chakuti iwo sanamvere Mulungu ndi Mtumwi wake. Ndipo aliyense amene samvera Mulungu ndi Mtumwi wake, ndithudi, Mulungu ndi wolanga. (Q8:12-13)

Koma kodi chitsanzo cha Muhammad n'choyenera kuchitsatira? Ngakhale kuti mbali zina za moyo wa Muhammad ndi zabwino, zina ndi zosiririka, ndipo zambiri nzosangalatsa, pali zinthu zina zomwe Muhammad adachita zomwe zili zolakwika pafupifupi mulingo uliwonse wamakhalidwe abwino. Zochita zambiri za Muhammad m'ma sira ndi ma Hadith ndizodabwitsa, kuphatikizapo kupha, kuzunza, kugwiririra ndi nkhanza zina za amayi, ukapolo, kuba, chinyengo, ndi kulimbikitsa anthu omwe si Asilamu.

Zinthu zotere sizimangosokoneza ngati umboni wa yemwe Muhammad munthu anali: kudzera mu sharia zilinso ndi tanthauzo kwa Asilamu onse. Chitsanzo cha Muhammad chidakhazikitsidwa ndi Allah mu Quran ngati chitsanzo chabwino chotsatira, choncho zochitika zonse za moyo wa Muhammad, ngakhale zoipa, zimakhala zoyenera kuti Asilamu azitsatira.

Korani-Zolemba za Muhammad

Asilamu ozindikira amakhulupirira kuti Korani ndi vumbulutso langwiro la chitsogozo cha Allah kwa anthu, loperekedwa kudzera mwa mtumiki wake Muhammad. Ngati muvomereza mtumikiyo, muvomereze uthenga wake. Choncho, *shahada* imakakamiza Msilamu kuti ayikhulupirire ndi kumvera Quran.

Mfundo yofunika kuimvetsetsa m'mene Qur'an idapangidwira ndikuti Muhammad ndi Qur'an ndizolumikizana kwambiri monga momwe thupi limakhalira pamsana wake. *Sunna*-chiphunzitso ndi chitsanzo cha Muhammad chili ngati thupi ndi Qur'an ndi msana. Ngakhalenso sungathe kuyima popanda chimzake, ndipo sungathe kuzindikira china popanda chimzake.

Sharia ya Chisilamu—njira yokhalira Msilamu

Kuti atsatire chiphunzitso ndi chitsanzo cha Muhammad, Msilamu ayenera kuyang'ana ku Quran ndi *Sunna*. Komabe, zopangira izi ndizovuta kwambiri komanso zovuta kuti Asilamu ambiri azitha kuzipeza, kuzimvetsetsa, ndikuzigwiritsa ntchito okha. Zinakhala zoonekeratu kwa atsogoleri a chipembedzo kumayambiriro kwa zaka zachisilamu kuti Asilamu ambiri ayenera kudalira akatswiri owerengeka omwe amatha kugawa ndi kukonza zopangira za Muhammad *Sunna* ndi Quran kukhala malamulo okhazikika komanso osasinthika a moyo. Chotero, mozikidwa pa Qur'an ndi *Sunna* ya Muhammad, oweruza achisilamu anasonkhanitsa chimene chinadzatchedwa *sharia*, 'njira' kapena 'njira' yokhalira moyo monga Msilamu.

Sharia ya Chisilamu imatha kutchedwanso sharia ya Muhammad, chifukwa idakhazikika pa chitsanzo cha Muhammad ndi chiphunzitso chake. Dongosolo la malamulo a *sharia* limatanthawuza njira yonse ya moyo, kwa munthu payekha komanso dera. Sipangakhale Chisilamu popanda *sharia*.

Chifukwa *Sunna* ya Muhammad ndi maziko a chilamulo cha *sharia*, nkofunikira kumvetsetsa ndi kulabadira tsatanetsatane wolembedwa wa zomwe Muhammad anachita ndi kunena monga momwe zalembedwera mu *Hadith* ndi *sirat*. Kusazindikira za Muhammad ndi kusazindikira za *sharia*, ndiko kusazindikira za ufulu wa anthu omwe akukhala pansi pa zikhalidwe za Chisilamu kapena amene miyoyo yawo ikukhudzidwa ndi Chisilamu. Zomwe Muhammad anachita, malamulo a sharia amayamikira Asilamu kuti atsanzire, ndipo miyoyo ya onse ikukhudzidwa, Asilamu ndi osakhala Asilamu. Ubale pakati pa moyo wa Muhammad ndi moyo wa Asilamu masiku ano sungakhale wachindunji, koma umakhalabe wamphamvu komanso wofunikira.

Chinanso chofunika kuchidziwa pa sharia ndi chakuti, mosiyana ndi malamulo opangidwa ndi aphungu, omwe amapangidwa ndi anthu ndipo akhoza kusinthidwa, *sharia* imaganiziridwa kuti ndi yolamulidwa ndi Mulungu. Choncho akunenedwa kuti *sharia* ndi yangwiro komanso yosasinthika. Komabe, pali mbali zina za kusinthasintha. Zatsopano zikupitilira zomwe oweruza achisilamu amayenera kuwunikira momwe *sharia* ingagwiritsidwire ntchito, koma izi ndikusintha m'mphepete mwa zomwe zimawonedwa ngati dongosolo lokonzedweratu, langwiro, komanso losatha.

M'zigawo zotsatirazi tikuona chiphunzitso cha Chisilamu chakuti Asilamu ndi amene apambana, omwe ndi apamwamba kuposa anthu ena.

"Bwerani ku chipambano"

Malinga ndi Quran, kodi zotsatira za chiongoko cholondola ndi chiyani? Kwa amene agonjera kwa Allah ndi kuvomereza chiongoko chake, chotsatira chimene akuyembekezera ndi kupambana pa moyo uno ndi wamtsogolo. Kuitana kwa Chisilamu ndi kuyitanira kuchipambano.

Kuyitanira kwachipambano kumeneku kukulengezedwa mu *mwazini (adhan)*, kapena kuitanira anthu ku kulambira, komwe kumamveka kwa Asilamu kasanu patsiku:

> Allah ndi wamkulu! Allah ndi wamkulu!
> Allah ndi wamkulu! Allah ndi wamkulu!
> Ndikuchitira umboni kuti palibe mulungu wopembedzedwa mwachoonadi koma Allah.
> Ndikuchitira umboni kuti palibe mulungu wopembedzedwa mwachoonadi koma Allah.
> Ndikuchitira umboni kuti Muhammad ndi Mtumiki wa Allah.
> Ndikuchitira umboni kuti Muhammad ndi Mtumiki wa Allah.
> Bwerani kudzalambira. Bwerani kudzalambira.
> **Khalani opambana. Khalani opambana.**
> Allah ndi wamkulu! Allah ndi wamkulu!
> Allah ndi wamkulu! Allah ndi wamkulu!
> Palibe wopembedzedwa mwachoonadi koma Allah.

Qur'an ikugogomezera kufunikira kwa kupambana kwakukulu. Zimagawaniza umunthu kukhala opambana ndi ena onse. Amene savomereza chiongoko cha Allah amatchedwa '*otaika*':

> Ndipo aliyense amene afuna chipembedzo china osati chipembezo cha Chisilamu, sichidzaloledwa kwa iye ndipo m'dziko limene lili nkudza iye adzakhala mmodzi wa anthu **otayika**. (Q3:85)

> "Ndithudi ngati inu muphatikiza Mulungu ndi china chake, ndithudi, ntchito zanu zidzakhala zopanda phindu. Ndithudi inu mudzakhala m'gulu la anthu **olephera**." (Q39:65)

Kutsindika kwa Chisilamu pa kupambana ndi kulephera kumatanthauza kuti Asilamu ambiri aphunzitsidwa ndi chipembedzo chawo kuti azidziona kuti ndi apamwamba kuposa omwe si Asilamu, ndipo Asilamu ambiri opembedza amauzidwa kuti ndi apamwamba kuposa Asilamu osapembedza, choncho tsankho ndi njira yamoyo mu Chisilamu.

Dziko logawanika

M'mitu yake yonse, Korani ili ndi zambiri zonena, osati za Asilamu okha, komanso za anthu azipembedzo zina, kuphatikiza zambiri za Akhristu ndi Ayuda. Qur'an ndi mawu achilamulo achisilamu amatchula magulu anayi a anthu:

1. Choyamba ndi *Asilamu enieni*.
2. Ndiye pali gulu lina lotchedwa *achinyengo*, amene ndi Asilamu opanduka.
3. *Opembedza mafano* adali gulu lalikulu pakati pa Arabu Muhammad asanawonekere. Liwu la chiarabu loti *wopembedza mafano* ndi *mushrik*, lomwe limatanthauza 'wothandizira'. Awa ndi anthu amene akuganiziridwa kuti adachita *shirk* 'm'gulu', kutanthauza kunena kuti wina aliyense kapena chinthu chili ngati Allah, kapena kuti Allah ali ndi anzake omwe ali ndi phande mu mphamvu ndi ulamuliro wake.
4. Anthu a m'Buku ndi gulu la *mushrik*. Gulu ili likuphatikizapo Akhristu ndi Ayuda. Ayenera kuonedwa ngati *mushrik*, chifukwa Quran imatchula Akhristu ndi Ayuda kukhala olakwa pa *shirk* (Q9:30-31; Q3:64).

Lingaliro la anthu a buku likuwonetsa kuti Chikhristu ndi Chiyuda amakhulupirira kuti zimagwirizana ndi zochokera ku Chisilamu. Chisilamu chimatengedwa ngati chipembedzo chachikulu chomwe Akhristu ndi Ayuda adasiyana m'zaka mazana ambiri. Malingana ndi Korani, Akhristu ndi Ayuda amatsatira chikhulupiriro chomwe poyamba chinali choyera choyera - mwa kuyankhula kwina, Chisilamu - koma malemba awo adaipitsidwa ndipo salinso owona. M'lingaliro limeneli, Chikristu ndi Chiyuda zimatengedwa ngati zotulukapo zokhotakhota za Chisilamu zomwe otsatira ake asokera kunjira yowongoka.

Qur'an ili ndi ndemanga zabwino ndi zoipa za Akhristu ndi Ayuda. Kumbali yabwino ikusimba kuti Akhristu ena ndi Ayuda ndi okhulupirika ndipo amakhulupirira moonadi (Q3:113-14). Komabe, sura yomweyi ikunena kuti mayeso a kuwona mtima kwawo ndikuti enieni adzakhala Asilamu (Q3:199).

Malinga ndi Chisilamu, Akhrisitu ndi Ayuda sakanamasulidwa ku umbuli wawo kufikira Muhammad adabwera kudzabweretsa Quran (Q98:1). Chisilamu chimaphunzitsa kuti Muhammad anali mphatso ya Allah kwa Akhristu ndi Ayuda kukonza kusamvana. Izi zikutanthauza kuti Akhristu ndi Ayuda ayenera kulandira Muhammad monga mthenga wa Allah, ndi Qur'an monga chivumbulutso chake chomaliza (Q4:47; Q5:15; Q57:28-29).

Nazi zonena zinayi zomwe Quran ndi Sunna imanena za omwe sali Asilamu, makamaka za Akhristu ndi Ayuda:

1. Asilamu ndi "anthu abwino kwambiri" komanso apamwamba kuposa anthu ena. Udindo wawo ndikuwalangiza za chabwino ndi choipa, kulamula zabwino ndi kuletsa zoipa (Q3:110).

2. Tsogolo la Chisilamu ndikulamulira zipembedzo zina zonse (Q48:28).

3. Kuti akwaniritse kukwera kumeneku, Asilamu ayenera kumenyana ndi Ayuda ndi Akhrisitu (Anthu a m'Buku) mpaka atagonjetsedwa ndi kunyozeka, ndi kukakamizidwa kupereka msonkho kwa Asilamu (Q9:29).

4. Akhrisitu ndi Ayuda amene amamatira ku shirk yawo ndi kupitiriza kukanira Muhammad ndi kupembedza kwake Mulungu mmodzi—ndiko kuti, amene salowa m'Chisilamu—apita kumoto (Q5:72; Q4:47-56).

Ngakhale Ayuda ndi Akhristu amaganiziridwa pamodzi kuti apange gulu limodzi lodziwika kuti People of the Book, Ayuda amadzudzulidwa kwambiri. Mu Quran ndi Sunna, zonena zambiri za mulungu zimaperekedwa motsutsana nawo. Mwachitsanzo, Muhammad adaphunzitsa kuti pamapeto pake miyala yomweyi idzapereka mawu awo kuthandiza Asilamu kupha Ayuda, ndipo Quran imati ndi Akhristu omwe ali "oyandikira m'chikondi" kwa

Asilamu, koma Ayuda (ndi opembedza mafano) ali ndi Udani waukulu pa Asilamu (Q5:82).

Komabe, pamapeto pake, chigamulo chomaliza cha Qur'an ndi cholakwika kwa Ayuda ndi Akhristu omwe. Kutsutsidwa kumeneku kumaphatikizidwanso m'mapemphero atsiku ndi tsiku a Msilamu aliyense wotsatira.

Ayuda ndi Akhristu m'mapemphero a Asilamu tsiku lililonse

Chaputala chodziwika bwino (sura) cha Qur'an ndi al-Fatihah 'Kutsegula'. Sura iyi imawerengedwa m'mapemphero onse okakamizidwa tsiku ndi tsiku - Swala - ndi kubwerezedwa m'mapemphero aliwonse. Asilamu okhulupilika amene amapemphera mapemphero awo onse amawerenga surayi osachepera ka 17 pa tsiku, ndi ka 5,000 pachaka.

Al-Fatihah ndi pemphero lopempha chiongoko:

> M'dzina la Mulungu,
> Mwini Chifundo ndi Mwini Chisoni Chosatha.
> Kuyamikidwa ndi kwa Mulungu, Ambuye wa chilengedwe.
> Mwini Chifundo ndi Mwini Chisoni Chosatha.
> Mfumu ya tsiku la Chiweruzo.
> Inu nokha tikulambirani
> ndipo ndi kwa Inu nokha kumene timapempha chithandizo.
> Tilangizeni njira yanu yoyenera.
> Njira ya iwo amene mwawakonda
> osati ya **iwo amene adalandira mkwiyo wanu**
> kapena **anasokera** (Q1:1-7)

Ili ndi pemphero lopempha thandizo kwa Allah kuti amutsogolere okhulupirira pa "njira yoongoka". Momwemo ndizoona pamtima pa uthenga wachisilamu wachiongoko.

Koma ndani amene akunenedwa kuti agwa ndi mkwiyo wa Mulungu, kapena asokera kunjira yoongoka? Kodi ndi anthu ati amene akuyenera kunenedwa moipa kwambiri m'mapemphero a Msilamu aliyense, tsiku lililonse, kambirimbiri m'miyoyo ya Asilamu ambiri? Muhammad adalongosola tanthauzo la *surayi* ponena kuti: "Iwo amene adakwiyiridwa ndi Ayuda ndipo amene Asokeretsedwa ndi Akhrisitu.

Ndizodabwitsa kuti mapemphero a tsiku ndi tsiku a Msilamu aliyense, pakatikati pa Chisilamu, amaphatikizapo kukanidwa kwa Akhristu ndi Ayuda monga osokera ndi zinthu za mkwiyo wa Allah.

M'zigawo zotsatilazi tiona zoonongeka chifukwa cha *sharia* ya chisilamu. Izi zili choncho chifukwa cha chitsanzo cha Muhammad ndi chiphunzitso chake.

Mavuto a *sharia*

Chisilamu chikakhazikika m'dziko, pakapita nthawi yayitali chikhalidwe cha anthu ammudzi chimatha kusinthidwa ndi *sharia*. Njira imeneyi imatchedwa 'Islamayizeshioni' (kuyika kapena chikoka cha zinthu pansi pa ulamuliro wa Chisilamu). Chifukwa panali zinthu zambiri zomwe sizinali zabwino m'moyo ndi chiphunzitso cha Muhammad, kusowa chilungamo ndi mavuto ambiri amadza ndi *sharia*. Izi zikutanthauza kuti ngakhale Chisilamu chimalonjeza kuchita bwino, magulu a *sharia* nthawi zambiri amabweretsa mavuto ambiri kwa anthu. Ngati tiyang'ana padziko lonse lapansi lero, tikhoza kuona kuti mayiko ambiri a Chisilamu sakutukuka bwino ndipo ali ndi nkhani zambiri za ufulu wa anthu chifukwa cha ulamuliro wa Chislamu.

Zina mwazopanda chilungamo ndi mavuto omwe amadza chifukwa cha sharia ndi awa:

- Amayi ali otsika m'magulu achisilamu ndipo amazunzidwa kwambiri chifukwa cha malamulo a chisilamu. Tidzalingalira chitsanzo: nkhani ya Amina Lawal pansipa.

- Chiphunzitso cha Chisilamu cha *Jihad* chakhala chikuyambitsa mikangano ndi kuvulaza miyandamiyanda ya amuna, akazi, ndi ana padziko lonse lapansi.

- Zilango za *sharia* pa milandu yina ziri za nkhanza komanso zikuchulukira chulukira: mwachitsanzo, kudula dzanja la mbala ndi kupha anthu opanduka chifukwa chokana Chisilamu.

- *Sharia* siyingathe kusintha anthu kuti akhale abwino. Pamene kusintha kwa Chisilamu kwachitika m'mayiko, ndipo Asilamu okhwima alanda boma, zotsatira zake zakhala ziphuphu zambiri, osati zochepa. Mbiri yaposachedwa ya Iran ndi chitsanzo: pa mbuyo pa Chisilamu cha Iranian Revolution mu 1978, pamene Shah anagonjetsedwa, akatswiri a Chisilamu adalanda boma koma, ngakhale adalonjeza, ziphuphu zinangowonjezereka.

- Muhammad analola ndipo ngakhale kulimbikitsa Asilamu kunama nthawi zina. Tikambirana zotsatira za izi pambuyo pake.

- Chifukwa cha ziphunzitso zachisilamu, anthu osakhala Asilamu nthawi zambiri amasalidwa m'magulu achisilamu. Kuzunza Akhristu ambiri padziko lapansi masiku ano kumachitidwa ndi Asilamu.

Nkhani ya Amina Lawal

Tsopano tiona chitsanzo cha mkazi wa Chisilamu yemwe moyo wake udali pa chiwopsezo ndi sharia. Mu 1999 Nigeria idakhazikitsa makhothi a sharia m'maiko ambiri achisilamu kumpoto kwa dzikolo. Pa mbuyo pa zaka zitatu, mu 2002, Amina Lawal anaweruzidwa kuti aphedwe mwa kuponyedwa miyala ndi woweruza wa sharia chifukwa adabala mwana yemwe anabadwa atasudzulana. Adatchula dzina la bambo wamwanayo koma popanda DNA test khoti silinathe kutsimikizira kuti ndi bambo ake, ndiye bamboyo adapezeka kuti alibe mlandu. Ndi mkazi yekha amene anapezeka ndi mlandu wa chigololo ndipo anaweruzidwa kuti aponyedwe miyala.

Woweruza yemwe adaweruza Amina adagamulanso kuti kugendedwa kwake sikuyenera kuchitika mpaka atasiya kuyamwa. Chigamulochi, ndikuchigwiritsa ntchito mwanayo atasiya kuyamwa, adatsatira kwambiri chitsanzo cha Muhammad, yemwe adagenda mkazi wachisilamu kuti afe ataulula chigololo, koma mwanayo atasiya kuyamwa ndi kudya chakudya cholimba.

Lamulo loponya miyala la *sharia* ndi loipa pa zifukwa zingapo:

- Ndi loposa muyeso.
- Ndi nkhanza: Kuphedwa mwa kuponyedwa miyala ndi njira yowopsya.
- Limawononganso amuna omwe amaponya miyala.
- Ndi tsankho, lolunjika kwa mkazi amene watenga mimba koma osati mwamuna amene amamupangitsa kukhala ndi pakati.
- Limalanda mwana wakhanda kwa mayi ake, kukhala mwana wamasiye.
- Limanyalanyaza mwayi woti mkazi akonza kugwiriridwa.

Nkhani ya Amina inakopa mkwiyo wapadziko lonse lapansi. Makalata opitilira 1 miliyoni otsutsa adatumizidwa ku akazembe a Nigeria padziko lonse lapansi. Mwamwayi Amina, chiweruzo chake chinathetsedwa ndi khoti la apilo. Pothetsa chiweruzo cha Amina khothi la apilo la sharia silinakane kwenikweni mfundo yakuti chilango cha Chisilamu cha chigololo ndi kuponyedwa miyala mpaka kufa. Zifukwa zina zinaperekedwa mmalo mwake; mwachitsanzo, khoti la apilo linanena kuti payenera kukhala oweruza atatu opereka chiweruzo cha Amina, osati mmodzi yekha.

Chinyengo chovomerezeka

Chimodzi mwazinthu zovuta za sharia ya Chisilamu ndi ziphunzitso zake pa bodza ndi chinyengo. Ngakhale kuti tiyenera kuvomereza kuti kunama kumatengedwa kuti ndi tchimo lalikulu kwambiri mu Islam, pali nthawi zina pamene kunama ndikololedwa kapena kukakamizidwa, malinga ndi akuluakulu a Chisilamu, kutengera chitsanzo cha Muhammad.

Pali zochitika zingapo zosiyana zomwe Asilamu amaloledwa kapena amafunikira kunama. Mwachitsanzo, pali mutu wina m'gulu la ma Hadith otchedwa *Sahih al-Bukhari* womwe uli ndi mutu wakuti "Amene akhazikitsa mtendere pakati pa anthu sali wabodza.

Malingana ndi mbali iyi ya chitsanzo cha Muhammadi, imodzi mwa chikhalidwe chomwe Asilamu amaloledwa kunena zinthu zabodza ndi pamene kunama kuti athandize kugwirizanitsa anthu kudzakhala ndi zotsatira zabwino.

Nkhani ina yakunama kovomerezeka ndi pamene Asilamu ali pa chiwopsezo kuchokera kwa osakhala Asilamu (Q3:28). Kuchokera m'ndime iyi mwachokera mfundo ya *taqiyya* yomwe ikunena za kuchita chinyengo pofuna kuteteza Asilamu. Kugwirizana kwa akatswiri a maphunziro a Chisilamu kwakhala kuti Asilamu, akakhala pansi pa ulamuliro wa ndale wa anthu omwe si Asilamu, amaloledwa kusonyeza chikondi ndi kukoma mtima kwa omwe sali Asilamu ngati njira yotetezera, malinga ngati akugwirabe chikhulupiriro chawo (ndi udani). m'mitima mwawo. Chimodzi mwa tanthauzo la chiphunzitsochi ndi chakuti khalidwe la Asilamu omvera kwa anthu omwe si Asilamu lingayembekezere kukhala la ubwenzi, ndipo zikhulupiriro zawo zimakhala zosaphimbika, pamene mphamvu zawo zandale zikuwonjezeka.

Zina zomwe malamulo a sharia amalimbikitsa Asilamu kunama ndi awa: pakati pa amuna ndi akazi kusunga mgwirizano m'banja; pothetsa mikangano; pamene kunena zoona kungakupangitseni kudziimba mlandu—Muhammad nthawi zina amadzudzula anthu amene aulula mlandu; pamene wina Wakusungitsa chinsinsi chake; ndi mu nkhondo. Nthawi zambiri, Chisilamu chimalimbikitsa bodza lomwe mapeto ake amavomereza njira.

Akatswiri ena a Chisilamu asiyanitsa bwino mabodza osiyanasiyana; mwachitsanzo, kupereka malingaliro osokeretsa kuli bwino kuposa kunena bodza lam'mbali. Utilitarian—'mapeto amalungamitsa njira'—makhalidwe abwino a kunama ndi kunena zoona angayambitse mavuto aakulu kwa anthu. Izi zimawonga kukhulupirirana ndipo zimabweretsa chisokonezo, kuwononga zikhalidwe zapakhomo ndi ndale. *Umma* wa Chisilamu - gulu lonse la Asilamu - ndi gulu lowonongeka chifukwa cha izi. Mwachitsanzo, ngati amuna amakonda kunamiza akazi awo kuti athetse mikangano, monga mmene Muhammadi anaphunzitsira, zimenezi zingawononge kukhulupirirana m'banja. Ngati ana aona abambo awo akunamiza amayi awo, izi zidzawapatsa chilolezo chonama kwa ena, ndipo zimawavuta kukhulupirira anthu ena. Chikhalidwe chachinyengo chovomerezeka chimayambitsa kusokonezeka kwa chikhulupiliro pakati pa anthu onse. Izi zikutanthauza, mwachitsanzo, kuti kuchita bizinesi ndikokwera mtengo kwambiri, mikangano imatalika, ndipo kuyanjanitsa kumakhala kovuta kwambiri.

Munthu akachoka m'Chisilamu, n'kofunika kuti alekeretu mbali imeneyi ya chitsanzo cha Muhammad. Tidzabweranso ku izi mu Phunziro 7.

Ganizirani nokha

Chifukwa cha momwe chidziwitso chimapangidwira komanso kutetezedwa mu Chisilamu, zimakhala zovuta kudziwa zomwe Chisilamu chimaphunzitsa pa nkhani zina. Chikhalidwe cha bodza chingapangitse vutoli kukhala lalikulu.

Magwero oyambilira a Chisilamu ndi akulu komanso ovuta, ndipo njira yopezera zigamulo za sharia kuchokera ku magwero a Qur'an ndi Sunna imawonedwa ngati yaluso kwambiri, yomwe imafuna maphunziro azaka zambiri, zomwe Asilamu ambiri sali nazo. wokhoza kuchita. Izi zikutanthauza kuti Asilamu ayenera kudalira akatswiri awo kuti awathandize pa nkhani za chikhulupiriro. Ndithu, malamulo a Chisilamu amalangiza Asilamu kuti afunefune munthu wodziwa zambiri pazachikhulupiriro kuposa iwowo, ndi kumutsatira munthuyo. Ngati Asilamu ali ndi mafunso okhudza malamulo a sharia, akuyenera kufunsa munthu yemwe ali ndi ukadaulo wofunikira.

Chidziwitso chachipembedzo cha Chisilamu sichimayendetsedwa ndi demokalase monga momwe chidziwitso cha m'Baibulo chakhalira m'zaka mazana aposachedwapa. Imapangidwa kuti ipezeke pakufunika kodziwa. Mu Chisilamu zinthu zina sizimakambidwa ngati palibe chifukwa chozitchula komanso ngati zingapangitse Chisilamu kukhala choyipa kutero. Asilamu ambiri akhala akudzudzulidwa akafunsa mphunzitsi wawo wachisilamu 'funso lolakwika'.

Palibe amene akuyenera kuchita mantha ndi zomwe akunena kuti alibe ufulu wofotokoza malingaliro ake okhudza Chisilamu, Quran, kapena Sunna ya Muhammad. M'nthaŵi ino, pamene magwero aakulu a nkhanizo akupezeka mosavuta pa nkhani zimenezi, aliyense—Akhristu, Ayuda, osakhulupirira Mulungu, kapena Asilamu—ayenera kutenga mpata uliwonse kudziŵitsa iwo eni, ndi kufotokoza malingaliro awo pankhani zimenezi. Aliyense ndi wina aliyense amene wakhudzidwa ndi Chisilamu ali ndi ufulu wodzidziwitsa yekha ndi kupanga maganizo ake pa izi.

M'zigawo zotsatirazi tikambirana kamvedwe ka Chisilamu pa za Yesu, ndi kufotokoza chifukwa chake Yesu wachisilamu sangapatse anthu ufulu.

Isa Mneneri wa Chisilamu

Anthu achikhulupiriro ayenera kusankha funso lofunika kwambiri: Kodi adzatsatira Yesu wa ku Nazareti, kapena adzatsatira Muhammad wa ku Mecca? Ichi ndi chisankho chofunikira kwambiri, chokhala ndi zotsatira zazikulu kwa anthu komanso mayiko.

Ndizodziwika bwino kuti Asilamu amamuona Yesu, yemwe amamutcha kuti *'Isa'*, kukhala mtumiki wa Allah, monganso Muhammadi. Chisilamu chimaphunzitsa kuti Yesu anabadwa mozizwitsa, mwa namwali Mariya, choncho nthawi zina amatchedwa ibn Maryam 'mwana wa Maria'. Qur'an imamutchanso *Isa al-Masih* kuti *'Mesiya'* koma palibe kulongosola komwe kumatanthauza.

Yesu amatchulidwa mu Quran ndi dzina lakuti *Isa* kuposa nthawi makumi awiri - poyerekezera, dzina la Muhammad limatchulidwa kanayi - ndipo Korani imatchula Yesu ndi udindo umodzi kapena kokwanira 93.

Chisilamu chimaphunzitsa kuti Muhammad asanakhalepo panali atumiki kapena aneneri ambiri otumidwa ndi Allah kwa anthu akale. Quran ikutsindika kuti onsewa, kuphatikizapo Isa, adali munthu chabe.

Qur'an ikunena kuti atumiki akalewa adabweretsa uthenga womwewo monga Muhammad: uthenga wa Chisilamu. Mwachitsanzo, ikunena kuti lamulo lomenya nkhondo ndi kupha ndi lonjezo la paradiso kwa okhulupirira amene amwalira akumenyana adapatsidwa kwa Yesu ndi Mose kale (Q9:111), ndipo pambuyo pake lamulo ndi lonjezo lomwelo zidaperekedwa kudzera mwa Muhammad. Ndithudi, Yesu weniweni wa ku Nazarete sanaphunzitse ndi kulonjeza zinthu zoterozo.

Mu Quran, ophunzira a Isa amalengeza kuti, "Ife ndife Asilamu" (Q3:52; onaninso Q5:111) ndipo Quran imanena kuti Abrahamu sanali Myuda kapena Mkhristu koma Msilamu (Q3:67). Ena mwa anthu otchulidwa m'Baibulo omwe amati ndi aneneri a Chisilamu ndi Abrahamu, Isake, Yakobo, Ismayeli, Mose, Aroni, Davide, Solomoni, Yobu, Yona, ndi Yohane M'batizi.

Chisilamu chimalola kuti ma sharia omwe adabweretsedwa ndi 'aneneri a Chisilamu' akalewa sanali ofanana ndendende ndi *sharia* ya Muhammad. Komabe zikunenedwa kuti ma *sharia* akale adathetsedwa ndikusinthidwa pomwe Muhammad adabwera, ndiye Yesu akadzabweranso adzalamulira ndi *sharia* ya Muhammad:

> Popeza Shariya ya aneneri onse oyamba idathetsedwa pakubwera kwa utumwi wa Muhammad, Yesu adzaweruza molingana ndi lamulo la Chisilamu.[6]

Quran imanenanso kuti Isa adapatsidwa buku ndi Allah, lotchedwa *Injil*, monga Quran kwa Muhammad. Chiphunzitso cha *Injil* chimakhulupirira kuti ndi chimodzimodzi ndi uthenga wa Quran, komabe malemba oyambirira a *Injil* akuti adatayika. Asilamu amakhulupirira kuti Mauthenga Abwino a m'Baibulo ali chabe tizidutswa tating'ono ta Baibulo loyamba la *Injil*. Komabe, akuti izi zilibe kanthu chifukwa Muhammad adatumidwa ndi Allah kuti apereke mawu omaliza pazomwe zikufunika.

Kwenikweni, zimene Chisilamu chimaphunzitsa, ndiponso zimene Asilamu ambiri amakhulupirira, n'chakuti Yesu akanakhala kuti ali ndi moyo panopa akanauza Akhristu kuti, "Tsatirani Muhammadi!" Izi zikutanthauza kuti ngati wina akufuna kudziwa zomwe Isa anaphunzitsa ndi kufuna kumutsata, chimene ayenera kuchita ndi kutsatira Muhammad ndi kugonjera Chisilamu: Quran ikufotokoza kuti Mkhristu wabwino kapena Myuda wabwino

---

6. *Sahih Muslim*, vol. 2, p. 111, fn. 288.

adzazindikira Muhammad kuti ndi mneneri weniweni wa Allah. (Q3:199).

Akhristu akuchenjezedwa ndi Qur'an kuti asatchule Yesu kuti "Mwana wa Mulungu" kapena kumupembedza ngati Mulungu. Zatsindikitsidwa kuti Isa adali munthu (Q3:59) komanso kapolo wa Allah (Q19:30).

Chisilamu chimaphunzitsa kuti dziko lisanathe, Chiyuda ndi Chikhristu zidzawonongedwa ndi dzanja la Yesu. Chiphunzitsochi chokhudza nthawi yotsiriza chimatithandiza kumvetsa maganizo a Chisilamu. Taonani *Hadith* iyi yochokera kwa *Sunan Abu Daud*:

> [Isa akadzabweranso] Adzamenyana ndi anthu panjira ya Chisilamu. Iye adzaphwanya mtanda, kupha nkhumba, ndi kuthetsa *jizya*. Mulungu adzaononga zipembedzo zonse kupatula Chisilamu. Iye adzawononga Wokana Kristu ndipo adzakhala padziko lapansi kwa zaka makumi anayi kenako adzafa.

Muhammad akunena pano kuti pamene Isa adzabwerera ku dziko lapansi "adzathyola mtanda"—ndiko kuti, kuwononga Chikristu—ndi "kuthetsa *jizya*"—ndiko kuti, kuthetsa kulolera mwalamulo kwa Akhristu okhala pansi pa ulamuliro wa Chisilamu. Izi zikutanthauza kuti Akhristu sadzakhalanso ndi mwayi wopereka msonkho kuti asunge chipembedzo chawo chachikhristu. Akatswiri a Chisilamu amamasulira izi kuti Yesu Msilamu akadzabweranso adzakakamiza onse omwe si Asilamu, kuphatikiza Akhristu, kuti alowe m'Chisilamu.

Kutsatira Yesu weniweni wa ku Nazarete

Tidanenapo kale kuti anthu ayenera kusankha amene angamutsatire: Yesu kapena Muhammad. Komabe, Asilamu amaphunzitsidwa kuti izi ndi kusankha kofanana: kutsatira Yesu ndi chimodzimodzi kutsatira Muhammad. Asilamu amaphunzitsidwa kuti potsatira ndi kukonda Muhammadi, amatsatira Yesu ndi kukonda Yesu. Asilamu achotsa Yesu wa mbiri yakale, Yesu wa Mauthenga Abwino, Yesu wosiyana ndi Isa wa Quran. Kusintha kumeneku kumabisa dongosolo lopulumutsa la

Mulungu ndipo kumakhala ngati chotchinga kwa Asilamu kupeza ndi kutsatira Yesu woona.

Zoona zake n'zakuti Yesu weniweni wa m'mbiri tingamudziwe kuchokera m'Mauthenga Abwino anayi, amene analembedwa m'chikumbukiro chamoyo cha Yesu. Izi ndi zolembedwa zodalirika za Yesu, uthenga wake, ndi utumiki wake. Ziphunzitso za Chisilamu, zophatikizidwa zaka zoposa 600 Yesu atabwera padziko lapansi, sizingadaliridwe kuti mudziwe zambiri za Yesu wa ku Nazarete.

Munthu akakana Chisilamu, asakane chitsanzo cha Muhammad komanso Yesu wabodza wa Quran. Njira yoona ndi yabwino kwambiri yokhalira wophunzira wa Yesu ndiyo kuphunzira kwa iye ndi uthenga wa otsatira ake wosungidwira ife m'Mauthenga Abwino anayi, monga momwe Luka akunenera, "kuti udziwitse zoona zache za mau amene unaphunzira." (Luka 1:4).

Zimenezi n'zofunika kwambiri chifukwa, monga momwe tidzaonera, mfungulo yopezera ufulu ku ukapolo wauzimu ndiyo moyo ndi imfa ya Yesu Khristu. Ndi Yesu woona wa ku Nazarete yekha, Yesu wa Mauthenga Abwino, amene angatipatse ufulu umenewu.

Malangizo Ophunzirira

Phunziro 3

Mau

Chisilamu	Mtumiki	salat
shahada	adhan	Chisilamu
Quran	mushrik	Sahih al-Bukhari
Sunna	shirk	taqiyya
hadith	Anthu a Buku	Umma
sira	al-Fatihah	Injil

Mayina a tsopano

- Amina Lawal: Mzimayi wa ku Nigerian (wobadwa 1972)
- Isa: dzina la Quran la Yesu

Baibulo mu phunziro ili

Luke 1:4

Quran mu phunziro ili

Q33:21	Q8:12-13	Q4:47	Q1:1-7
Q4:80	Q3:85	Q5:15	Q3:28
Q33:36	Q39:65	Q57:28-29	Q9:111
Q24:52	Q9:30-31	Q3:110	Q3:52

Q4:69	Q3:64	Q48:28	Q5:111
Q4:115	Q3:113-14	Q5:72	Q3:67
Q59:7	Q3:199	Q4:47-56	Q3:59
Q9:29	Q98:1	Q5:82	Q19:30

Mafunso a Phunziro 3

- Kambiranani nkhaniyo

Momwe mungakhalire Msilamu

1. Kodi gwero lake ndi kufotokozera kwa liwu lachiarabu lakuti **Chisilamu** ndi chiyani?

2. Mumakhala chiyani mukanena mwa pa mtima **shahada**?

3. Kodi mumalengeza kuti ndi ndani kuti akhale wowongolera moyo wanu mukamanena **shahada**?

4. Ndi magwero awiri ati oti timvetsetse chiongoko chochokera kwa Muhammad, ndipo zikusiyana bwanji?

5. Ndi mitundu iwiri iti ya malemba yomwe chitsanzo cha Muhammad chalembedwa?

Umunthu wa Muhammad

6. Ngati Asilamu akufuna kumvera Allah, ndi ndani ayenera kumumvera?

7. Kodi zotsatira zake ndi zotani ngati zitsanzo zonse za Muhammad zakhazikitsidwa ndi Allah monga chitsanzo chabwino kwambiri choti Asilamu onse atsatire?

8. Ndani amene alonjezedwa kuti adzapambana molingana ndi Q24:52?

9. Ndi chiyani chomwe chikulonjezedwa kukhala chilango kwa amene anyoza Allah ndi **Mtumiki** wake?

10. Kodi Asilamu ayenera kumenyana ndi ndani, molingana ndi Q9:29 ndi Q8:12-13?

11. Durie ananena kuti Muhammad anachita zinthu zabwino kwambiri, komabe ndi zitsanzo zisanu ndi zitatu ziti zomwe anatchula kuti zinali zodabwitsa?

Korani—Zolemba za Muhammad

12. Ngati mukunena **shahada**, ndiye inunso muyenera kukhulupirira ndi kumvera chiyani?

13. Kodi Durie amagwiritsa ntchito fanizo lanji pofotokoza za ubale wa **Sunna** ndi **Quran**?

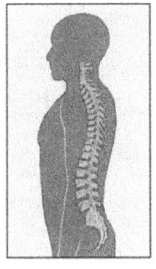

Sharia ya Chisilamu—njira yokhalira Msilamu

14. Kodi Asilamu ayenera kudalira ndani kuti akhale ndi ulamuliro waukatswiri wokonza **Sunna** ndi **Quran** kukhala malamulo okhazikika, otchedwa sharia?

15. Malinga ndi Durie, popanda chiyani sipangakhale Chisilamu?

16. Chifukwa chiyani *sharia* ili yosiyana ndi malamulo opangidwa ndi aphungu?

"Bwerani pachipambano"

17. Kuyitana kwa Chisilamu ndi chiyani?

18. Ndi mitundu iwiri iti ya anthu yomwe kuitana kwa **Quran** kumagawanitsa anthu?

19. Ndi njira ziwiri ziti zomwe Chisilamu chimaphunzitsa kusankhana ndi kudzimva kukhala wapamwamba?

Dziko logawanika

20. Ndi magulu anayi ati a anthu mu **Quran** ndi malamulo a Chisilamu?

21. Kodi Muhammad amamutcha chiyani munthu amene akuphatikiza chinthu kapena china chilichonse kwa Allah?

22. Ngakhale kuti Chiyuda ndi Chikhristu (anthu a m'Buku) zidafotokozedwa mu Qur'an kuti ndizoyenera kukhulupilira Mulungu mmodzi, izi zidasintha. Onani zinthu zinayi zomwe Asilamu akudzudzula Ayuda ndi Akhristu:

    1)

    2)

    3)

    4)

23. Ndi zinthu zabwino ziti zomwe zikunenedwa za Ayuda ndi Akhristu mu Quran?

24. Kodi zonena zaumulungu zinayi zomwe Asilamu amatsutsa osakhala Asilamu zili njira zinayi zotani zozunzira Ayuda ndi Akhristu? Lembani zonse zinayi:

    1)

2)

3)

4)

25. Kodi ubale wa Ayuda ndi Asilamu ukufotokozedwa bwanji mu **Quran**?

Ayuda ndi Akhristu m'mapemphero a Asilamu tsiku lililonse

26. Ndi zinthu zitatu ziti zomwe zikupangitsa mutu woyamba wa Quran, wotchedwa *al-Fatihah* 'Kutsegula' kukhala wapadera?

27. Malinga ndi kunena kwa Durie, ndani anthu otchulidwa mu *al-Fatihah* amene asokera ndi amene adakwiyira Allah?

Mavuto a sharia

28. Kodi gwero lalikulu lamavuto obwera chifukwa cha sharia ndi chiyani?

29. Kodi njira yosinthira chikhalidwe cha dziko kuti igwirizane ndi Chisilamu ndi chiyani?

30. Tchulani mavuto asanu ndi limodzi omwe Durie akuti amachokera ku sharia:

   1)

   2)

   3)

   4)

   5)

   6)

Nkhani ya Amina Lawal

31. Ndi kusintha kotani ku Nigeria mu 1999 komwe kunapangitsa kuti **Amina Lawal** akhale ndi mlandu wa chigololo?

32. Kodi ndi chitsanzo chandani chimene woweruza wa sharia anali kutsatira mosamalitsa pamene anaweruza **Amina Lawal** kuti aponyedwe miyala mpaka kufa?

33. Kodi zotsutsa zisanu ndi chimodzi za Durie pa lamulo logenda miyala la Chisilamu ndi chiyani?

   1)

2)

3)

4)

5)

6)

Chinyengo chovomerezeka

34. Kodi ndi makhalidwe otani amene Durie anatchula kusonyeza kuti Asilamu anganame?

35. *Taqiyya* amatanthauza chiyani?

36. Kodi Durie amaona chiyani ngati kuwononga chikhalidwe cha chizolowezi chonama?

Ganizirani nokha

37. Kodi Asilamu ambiri amadalira chiyani kuti awathandize pa nkhani za chikhulupiriro?

38. Kodi Durie amatilimbikitsa kuchita chiyani tsopano popeza magwero oyambira a Chisilamu akupezeka kwa ife masiku ano a intaneti?

Isa Mneneri wa Chisilamu

39. Kodi anthu amafunikira kusankha chiyani?

40. Ndi dzina liti lomwe latchulidwa kwambiri mu **Quran**: Muhammad kapena Isa (Yesu)?

41. Malinga ndi Chisilamu, ndi chiyani chomwe Muhammad adapangitsa kuti chichotsedwe?

42. Malinga ndi **Quran, Injil** inali chiyani?

43. Malinga ndi **Hadith**, kodi Isa adzachita chiyani akadzabweranso?

Kutsatira Yesu weniweni wa ku Nazarete

44. Kodi Asilamu amaphunzitsidwa chiyani za kutsatira Yesu?

45. Kodi izi zikubisa chiyani kwa Asilamu?

46. Kodi tingadziwe bwanji za Yesu weniweni wa ku Nazarete?

47. Kodi kuli kofunika bwanji kusiyanitsa pakati pa **Isa** wa **Quran** ndi Yesu wa Mauthenga Abwino?

4

Muhammad ndi kukanidwa

"Kondanani nawo adani anu; chitirani zabwino iwo akuda inu."
Luka 6:27

Zolinga za phunziro

a. Kuyamikirani zowawa zoyamba zaka 40 za moyo wa Muhammad ku Arabia.

b. Kumvetsetsani momwe kudzikana ndi kudzikayikira kwa Muhammad kudaliri kofunikira pakukhazikitsidwa kwa Chisilamu ku Mecca.

c. Kumvetseni momwe 'mavumbulutso' aku Meccan adagwiritsidwira ntchito kutsimikizira Muhammad poyang'anizana ndi chipongwe ndi chizunzo cha anthu aku Mecca.

d. Kuyamikirani anthu ofunikira pa moyo wa Muhammad wa Meccan: omuthandizira ake achangu ndi adani ake okwiya.

e. Kumvetsetsani momwe lingaliro loyambirira la Muhammadi la fitna ngati chizunzo kapena mayesero linasinthidwa kukhala chiphunzitso chachiwawa cha nkhondo, kuyambira kumapeto kwa nyengo ya Meccan mpaka zaka zake ku Madina.

f. Kuzindikirani momwe khumbo la Muhammad lobwezera ndi kubwezera chinasinthira chiphunzitso chake chaumulungu ndi momwe amachitira ndi anthu osakhulupirira makamaka Ayuda.

g. Kzindikirani kuti njira ya Muhammad yotsutsa kukanidwa idakhala malingaliro apadziko lonse lapansi akuzunzidwa ndi nkhanza mu Chisilamu.

h. Kumvetsetsani momwe khalidwe loyipa la Muhammad limabwerezedwanso m'miyoyo ya Asilamu masiku ano, chifukwa cha chikoka cha sharia.

i. Kuyamikirani kufunikira kwa omwe achoka m'Chisilamu kuti asiyane ndi chikhalidwe cha Muhammad ndi chitsanzo chake.

Nkhani yoyeserera: Kodi mungatani?

Ntchito yanu imafuna kuti mutenge maphunziro kuti muwongolere zoyenereza zanu. Pamsonkhano wina, munaikidwa m'gulu la anthu ogwira ntchito kumene kuli Msilamu wodzipereka, wosakhulupirira kuti kuli Mulungu, Mkatolika, ndiponso inuyo. Kugwira ntchito ndi gulu ili nthawi zina kumaphatikizapo kudya pamodzi. Pakukambirana limodzi pa nthawi ya chakudya, njonda ya Chisilamu idaganiza zolemba zonse zomwe akhristu adachita kwa zaka zambiri motsutsana ndi Asilamu komanso zoyipa zonse zomwe zikuchitiridwa maiko achisilamu masiku ano. Monga akuonera, "Asilamu ndi oponderezedwa; Akhristu ndi ankhanza." Wosakhulupirira kuti kuli Mulungu akugwirizana ndi Asilamu poukira kugwiritsiridwa ntchito kwa "Nkhondo Zopatulika" zokhetsa mwazi ndi Ankhondo a Mtanda. Mnzake wa Katolika uja asanduka wofiira ndikukuyang'anani kuti akuthandizeni.

Kodi munganene chiyani kwa Asilamu ndi osakhulupirira kuti kuli Mulungu, omwe tsopano nawonso akuyang'anani?

Muhammad ndiye muzu ndi thupi la Islam. Phunziro ili likupereka chithunzithunzi cha zowawa zina m'moyo wa Muhammad ndi njira yovulaza yomwe adayankhira zovuta zake. M'chigawo choyamba tikambirana za mavuto a m'banja lake komanso mavuto ena amene anakumana nawo ku Mecca.

Chiyambi cha banja

Muhammad anabadwa mu c. 570 AD, mu Aquraish, fuko la Arabu ku Mecca. Bambo ake, Abdullah bin Abd al-Muttalib, anamwalira Muhammad asanabadwe. adaleredwa ku banja lina kuti akamusamalire ali mwana. Amayi ake anamwalira ali ndi zaka zisanu ndi chimodzi, ndipo agogo ake amphamvu anamusamalira kwa ka nthawi, koma nayenso anamwalira Muhammad ali ndi zaka zisanu ndi zitatu. Kenako Muhammad anapita kukakhala ndi mchimwene wa abambo ake Abu Talib, kumene anapatsidwa ntchito yonyozeka yoweta ngamila ndi nkhosa za amalume ake. Kenako ananena kuti mneneri aliyense amaweta gulu la nkhosa, ndipo moyo wake wonyozeka wakhala chinthu chapadera kwambiri.

Ngakhale amalume ena a Muhammad anali olemera, zikuwoneka kuti sanachite chilichonse kuti amuthandize. Qur'an ikufotokoza kunyozedwa kwa amalume m'modzi, wotchedwa Abu Lahab kapena 'bambo wamoto', ponena kuti adzayaka ku gehena, chifukwa cha kusalabadira Muhammadi:

> Aonongeke manja a Abu Lahab, ndipo nayenso aonongeke!
> Chuma chake ndi ana ake sizidzamuthandiza ai.
> Iye adzalowa m'moto wa lawilawi!
> Ndipo mkazi wake amene amanyamula nkhuni.
> Mkhosi mwake muli chingwe chopota cha mlaza. (Q111)

Ukwati ndi banja

Ali mnyamata, Muhammad anali ndi zaka makumi awiri ndi zisanu ndipo ankagwira ntchito kwa mkazi wolemera, Khadijah, pamene adamufunsira. Anali wamkulu kuposa Muhammad. Malinga ndi nkhani yomwe Ibn Kathir adanena, Khadijah ankaopa kuti bambo ake akakana ukwatiwo, choncho adamukwatira iye ataledzera. Bambo ake atabwerera m'maganizo anakwiya kwambiri atazindikira zimene zinachitika.

M'chikhalidwe cha Aarabu, mwamuna ankayenera kupereka chiwongoladzanja kwa mkazi, ndiyeno mkaziyo ankaonedwa kuti ndi wake. Ngati mwamuna wake anamwalira, iye ankaonedwa kuti ndi mbali ya chuma chake ndipo wolowa m'malo wake wa mwamuna akanam'kwatira ngati akufuna. Mosiyana ndi momwe zimakhalira nthawi zonse, Khadijah anali wamphamvu komanso wolemera – wolemba mbiri ya Muhammad Ibn Ishaq anamutcha mkazi "wa ulemu ndi chuma" - ndipo Muhammad anali wosauka ndi chiyembekezo chochepa. Khadijah nayenso adakwatiwapo kawiri. Kusiyana pakati pa kamvedwe kabwino ka ukwati pakati pa Arabu panthawiyo ndi makonzedwe apakati pa Khadijah ndi Muhammad ndi odabwitsa.

Khadijah ndi Muhammad anali ndi ana asanu ndi mmodzi (Ena amati anai ndi ana 7). Onse pamodzi Muhammad adali ndi ana amuna atatu (kapena anayi), koma onse adamwalira ali aang'ono, osasiya mwamuna wolowa nyumba. Izi mosakayikira zinali magwero ena okhumudwitsa mu zochitika za Muhammad za moyo wa banja, kuwonjezera pa zochitika zake za ubwana.

Pomaliza, m'banja la Muhammad munali zinthu zingapo zowawa, kuphatikizapo kukhala wa masiye ndi kumwalira kwa agogo ake, kukhala pa ubale wosadalirana bwino, kokwatirako apongozi ake anali oledzera, kumwalira kwa ana ake, ndi kukhala chandamale. za chidani chochokera kwa achibale amphamvu. Kupatulapo pa izi kwakukulu panjira iyi ya kukanidwa ndi kukhumudwitsidwa kunali chisamaliro chomwe anasonyezedwa kwa iye ndi amalume ake Abu Talib, ndi kusankha kwa Khadijah kukhala wokwatirana naye, zomwe zinamupulumutsa iye ku umphawi.

Chipembedzo chatsopano chakhazikitsidwa (Mecca)

Mkhalidwe wa banja la Muhammad unali wovuta ndipo pamene adayambitsa chipembedzo chatsopano adapitirizabe kukumana ndi zovuta.

Muhammad anali ndi zaka pafupifupi 40 pamene adayamba kukumana ndi mzimu womwe pambuyo pake adati ndi mngelo Jibril. Poyamba Muhammad adakhumudwa kwambiri ndi maulendo awa, ndipo adadzifunsa ngati adagwidwa ndi ziwanda. Analingaliranso za kudzipha, ponena kuti, "Ndidzakwera pa mwamba pa phiri, ndi kudzigwetsa pansi, kuti ndidziphe ndi kupuma; Mkazi wake Khadijah adamutonthoza mu nkhawa yake yayikulu ndipo adapita naye kwa msuweni wake, Waraqa, Mkhristu yemwe adalengeza kuti iye ndi mneneri, osati wamisala.

Pambuyo pake, pamene mavumbulutsowo anasiya kwa kanthawi, Muhammad analinso ndi maganizo ofuna kudzipha, koma nthawi iliyonse pamene ankati adziponye kuchokera paphiri, Jibril ankaonekera ndi kumutsimikizira kuti, "Muhammad chipembedzo chatsopano! Ndithu, iwe ndiwe Mtumiki wa Allah woona."

Zikuoneka kuti Muhammad ankaopa kukanidwa ngati wachinyengo, chifukwa mu imodzi mwa surat zoyambilira Allah akutsimikizira Muhammad kuti sadzamusiya kapena kumukana (Q93).

Gulu la Asilamu linakula pang'onopang'ono poyamba. Khadijah anali woyamba kutembenuka. Wotsatira anali msuweni wake wa Muhammad Ali bin Abu Talib, yemwe anakulira m'nyumba ya Muhammad. Ena ankatsatira, makamaka pakati pa osauka, akapolo, ndi akapolo omasulidwa.

Mtundu wa Muhammad

Poyamba chipembedzo chatsopanochi chinkabisidwa ndi otsatira ake, koma patapita zaka zitatu Muhammad adanena kuti Allah wamuuza kuti achionetse poyera. Adachita izi poitanitsa msonkhano wabanja pomwe adayitanira abale ake kuti alowe mchisilamu.

Poyamba, mafuko anzake a Muhammad a Quraish a ku Mecca anali ofunitsitsa kumvera iye, koma mpaka iye anayamba kuukira milungu yawo. Zitatha izi Asilamu adakhala omwe Ibn Ishaq anawatcha kuti "ochepa onyozeka." Mkangano unakula, ndipo mbali ziwirizo zinayamba kumenyana.

Pamene chitsutso chinakula, amalume ake a Muhammad Abu Talib anamuteteza. Pamene ena ku Makka anayandikira nati: "E, iwe Abu Talib, mphwako watemberera milungu yathu, wanyoza chipembedzo chathu, wanyoza moyo wathu... anayankha nachoka.

Arabu osakhulupirira adapanga chiwonongeko chachuma ndi chikhalidwe cha anthu ku banja la Muhammad, kuletsa malonda ndi kukwatirana nawo. Chifukwa cha umphawi wawo, Asilamu anali osatetezeka. Ibn Ishaq akufotokoza mwachidule za machitidwe awo m'manja mwa Aquraish:

> Kenako Akuraishi adaonetsa udani wawo kwa onse amene adatsata Mtumiki; banja lililonse lomwe linali ndi Asilamu linkawaukira iwo [Asilamu], kuwatsekera m'ndende, kuwamenya, osawapatsa chakudya kapena chakumwa, ndi kuwaika ku moto woyaka moto wa mzinda wa Makka, kuti awasokeretse ku chipembedzo chawo. Ena anagonja

m'chitsenderezo cha chizunzo, ndipo ena anawakaniza, akutetezeredwa ndi Mulungu.[7]

Muhammad mwiniyo sanathawe zoopsa ndi chipongwe: anali ndi dothi ngakhale matumbo a nyama ataponyedwa pa iye pamene ankapemphera.

Pamene chizunzocho chinapitirira, amuna 83 a Chisilamu ndi mabanja awo anasamukira ku Christian Abyssinia kubisala, kumene anapeza chitetezo.

M'magawo otsatirawa tiwona momwe Muhammad adayankhira ku kukanidwa ndi anthu ake ku Mecca.

Kudzikayikira ndi kudzitsimikizira

Pa nthawi ina Muhammad anaoneka ngati akugwedezeka pa chikhulupiriro chake mwa mulungu mmodzi mokakamizidwa ndi Akuraishi. Iwo adamchitira pangano loti adzapembedzedwa nalo Mulungu ngati iye apembedza milungu yawo. Sanavomereze mgwirizanowu, kulengeza mavesi a Q109: 6, "Kwa inu chipembedzo chanu, kwa ine chipembedzo changa!" Komabe, Muhammad ayenera kuti anazengereza, chifukwa al-Tabari analemba kuti pamene ankalandira Q53, "zinavumbulutsidwa" kwa iye zomwe zinadzadziwika kuti 'Mavesi a Satana', omwe amanena za milungu yachikazi ya ku Mecca al-Lat, al- Uza, ndi Manat, "Awa ndi *magharaniq* (makanu) okwezeka omwe mapembedzero awo amavomerezedwa."

Pamene adamva ndime iyi, Akuraishi achikunja adakondwera ndipo adayamba kupembedza pamodzi ndi Asilamu. Komabe, mngelo Jibril adadzudzula Muhammad, choncho Muhammad adalengeza kuti ndimeyo idafafanizidwa (yachotsedwa) ndipo idachokera kwa Satana. Muhammad atadziwitsa kuti ndimeyi yachotsedwa, izi zidawanyozetsa kwambiri Aquraish, omwe adadana kwambiri ndi Muhammad ndi omutsatira ake.

---

7. A. Guillaume, *The Life of Muhammad*, p. 143.

Zitatha izi, Muhammad adanena za vesi lomwe likunena kuti aneneri onse omwe adalipo iye asanadze adasokeretsedwa ndi satana (Q22:52). Apanso tikuona Muhammad akutenga chochititsa manyazi ndikuchisandutsa chizindikiro chosiyanitsira.

Pokhala akunyozedwa ndi kumuneneza kuti anali wabodza, zomwe zinamupweteka kwambiri, Muhammad adanena kuti adalandira mavesi kuchokera kwa Allah omwe adamutsimikizira, ndipo adayamika khalidwe lake chifukwa chodabwitsa. Sanasokere, Quran ikutero, koma munthu wokhulupirika (Q53:1-3; Q68:1-4).

Miyambo yambiri ya *hadith* imanenanso kuti Muhammad adakhulupirira kuti mtundu wake, fuko, banja, ndi makolo ake ndi apamwamba. Poyankha zonena kuti iye anali wa pathengo, iye ananena kuti makolo ake onse anabadwira m'banja, ndipo palibe amene anatuluka mu ukwati, kufikira kwa Adamu. Mu *Hadith* yomwe inalembedwa ndi Ibn Kathir, Muhammad adalengeza kuti iye anali munthu wabwino kwambiri wochokera ku banja labwino kwambiri (ma Hashim) a mtundu wa bwino kwambiri (ma Arabu), nati: "Ine ndine wopambana mwa inu mu mzimu, ndipo wopambana mwa inu kuleredwa …Ndine wosankhidwa bwino koposa onse; choncho amene akukonda Arabu, ndiye kuti awakonda chifukwa chondikonda.

Zinali mkati mwa zaka 13 za Muhammad ku Mecca pomwe lingaliro la Chisilamu la kupambana ndi chilankhulo cha opambana ndi otayika zidayamba kuwonekera ngati mitu mu Quran. Mwachitsanzo, pobwerezabwereza za mikangano ya pakati pa Mose ndi anthu opembedza mafano a ku Aigupto, Qur'an ikufotokoza zotsatira zake molingana ndi opambana ndi olephera (mwachitsanzo, Q20:64, 68; Q26:40-44). Muhammad nayenso adayamba kugwiritsa ntchito mawu oti kupambana pakulimbana pakati pa iye ndi adani ake, kulengeza kuti iwo amene akukana mavumbulutso a Allah adzakhala otayika (Q10: 95).

Kukanidwa kuchulukirapo komanso ogwirizana nawo atsopano

Zinthu sizinali bwino kwa nthawi ndithu ku Mecca pamene Muhammad adataya mkazi wake Khadijah ndi amalume ake Abu

Talib mchaka chomwecho. Izi zinali nkhonya zazikulu. Popanda chithandizo ndi chitetezo chawo, Aquraish adakhala olimba mtima kuti akhale adani kwambiri ndi Muhammad ndi chipembedzo chake.

Gulu la Aarabu linali lokhazikika pa migwirizano ndi ubale wa makasitomala. Njira yopezera chitetezo inali kutetezedwa ndi munthu wa mphamvu kuposa iwe mwini. Ndi zoopsa kwa iye ndi otsatira ake zikuchulukirachulukira, ndipo atakanidwa ndi fuko lake lomwe, Muhammad anapita ku Ta'if, malo pafupi ndi Mecca, kukafuna achitetezo ena. Komabe, ku Ta'if adanyozedwa ndi kutukwanidwa ndipo adathamangitsidwa ndi gulu la anthu.

Pobwerera kuchokera ku Ta'if, miyambo ya Chisilamu imanena kuti gulu la *ma jinn* (ziwanda) linamva Muhammad akuwerenga mavesi a Quran pamene ankapemphera mapemphero ake pakati pa usiku. Iwo adachita chidwi ndi zomwe adamva kotero kuti adalandira Chisilamu nthawi yomweyo. Kenako ziwanda za Chisilamuzi zidapita kukalalikira Chisilamu kwa ziwanda zina. Chochitikachi chikutchulidwa kawiri mu Quran (Q46:29-32; Q72:1-15).

Chochitikachi ndi chofunikira pazifukwa ziwiri. Choyamba, zikugwirizana ndi ndondomeko ya Muhammad yodzitsimikizira yekha: adatha kunena kuti ngakhale anthu a ku Ta'if adamukana, panali *ziwanda* zomwe zidamuzindikira chifukwa cha zomwe adadzinenera kuti ndi mtumiki weniweni wochokera kwa Allah.

Chachiwiri, ganizo lakuti *jini* likhoza kukhala Asilamu oopa Mulungu linatsegula khomo mkati mwa Chisilamu kupita kumalo a ziwanda. Chochitika chimenechi m'moyo wa Muhammad, ndi kutchula kwake *ma jinn* a Chisilamu, zapereka kulungamitsidwa kwa Asilamu kuyesa kuyanjana ndi dziko la mizimu (Chisilamu). Chifukwa chinanso chomwe Asilamu amalumikizana ndi mizimu ndi zomwe zili mu Qur'an ndi *Hadith* zonena za munthu aliyense yemwe ali ndi qarin kapena mzimu wa mnzake (Q43:36; Q50:23, 27).

Ku Mecca zinthu sizinali bwino kwa Muhammad. Komabe pamapeto pake adakwanitsa kupeza gulu lomwe linali lokonzeka kumuteteza. Awa anali Aarabu ochokera ku Yathrib (omwe pambuyo pake adadzatchedwa Madina), mzinda womwenso munkakhala Ayuda ambiri. Pachionetsero chapachaka ku Mecca, gulu la alendo ochokera ku Medina linalonjeza kukhulupirika ndi kumvera a Muhammad, kuvomereza kukhala ndi moyo ndi uthenga wake wokhulupirira Mulungu mmodzi.

Pa lonjezo loyamba ili, palibe kudzipereka kumenyana komwe kunapangidwa. Komabe, pachiwonetsero cha chaka chotsatira gulu lalikulu la Medina adalonjeza chitetezo chomwe Muhammad amachifuna. Anthu a ku Medina amenewa, omwe anayamba kudziwika kuti 'athandizi' a Ansari, anayamba kumenya "nkhondo momvera mtumwiyo kotheratu."

Zitatha izi zidaganiziridwa kuti Asilamu aku Mecca asamukire ku Madina kukapanga malo otetezeka a ndale. Muhammad anali womaliza kuthawira ku Mecca, kuthawa pakati pa usiku kudzera pa windo la kumbuyo. Ku Medina, Muhammad adatha kulengeza uthenga wake popanda cholepheretsa, ndipo pafupifupi Aluya onse a ku Medina analowa Chisilamu m'chaka choyamba. Muhammad pa nthawiyi anali ndi zaka zoposa 52.

M'zaka za ku Meccan, Muhammad adakanidwa ndi banja lake komanso fuko lake. Kupatulapo ochepa, osauka okhawo odzichepetsa ndi amene anakhulupirira mwa iye, ndipo iye ananyozedwa, kuwopsezedwa, kutukwanidwa, ndi kuukiridwa ndi ena onse.

Muhammad anali wodzikayikira poyamba, kuopa kukana kuitanidwa kwake kwa uneneri. Pa nthawi ina ankawoneka kuti akuvomereza milungu ya Aquraishi. Komabe, pamapeto pake, mosasamala kanthu za chitsutso chonsecho, Muhammad adachita motsimikiza mtima ndipo adapeza gulu la otsatira odzipereka.

Kodi Muhammad analidi wa mtendere ku Mecca?

Olemba ambiri amanena kuti zaka khumi za umboni wa Muhammad ku Mecca zinali za mtendere. M'lingaliro lina izi zinali zoona. Komabe, ngakhale kuti palibe nkhanza za kuthupi zomwe zikulamulidwa m'machaputala a Meccan a Quran, ndithudi zinaganiziridwa, ndipo mavumbulutso oyambirira amadzudzula anansi a Muhammadi m'chinenero chowopsya, kulengeza mazunzo owopsa m'moyo wotsatira kwa iwo omwe amakana chipembedzo chake.

Imodzi mwa ntchito za mavesi achiweruzo aku Makkah mu Qur'an inali yotsimikizira Muhammad pamaso pa kukanidwa ndi ma Quraish Arabu. Mwachitsanzo Quran ikunena kuti amene akuseka Asilamu adzalangidwa m'moyo uno ndi wotsatira. Okhulupirira, atakhala kumbuyo akumamwa vinyo monyada pamakama awo ku Paradiso, adzaseka akayang'ana pansi pa osakhulupirira akuotcha kumoto (Q83:29-36).

Mauthenga achiweruzo amenewa mosakayikira anasonkhezera mikangano ku Mecca. Osakhulupirira opembedza mafano Sadakonde zomwe adali kumva.

Muhammad sanangolalikira chiweruzo chamuyaya, koma Ibn Ishaq akunena kuti kunali koyambirira kwa nthawi ya Meccan pamene Muhammadi adachitira chithunzi choyamba cholinga chake chopha anthu osakhulupirira a ku Mecca. Adati kwa iwo: "Kodi mundimvera, inu Akuraishi? Mwa iye amene agwira moyo wanga m'dzanja lake, ndidzakupherani inu.

Pambuyo pake, Muhammad asanathawire ku Madina, gulu la Aquraish linadza kwa iye ndipo linamuyang'anizana ndi mlandu woti akufuna kupha amene anamukana: "Muhammad akunena kuti ... ukadzaukitsidwa kwa akufa, udzatenthedwa ndi moto wa gehena." Muhammad anavomereza kuti izi zinali zolondola, nati, "Ndikunena choncho."

Pambuyo pozunzika ndi kukanidwa ndi kuzunzidwa ku Mecca, Asilamu, motsogozedwa ndi mneneri wawo Muhammad, adasankha kupita ku nkhondo yolimbana ndi adani awo.

M'zigawo zimenezi tiona mmene Muhammad anachitira nkhanza anthu amene anamukana komanso uthenga wake.

Kuyambira kukuzunzidwa mpaka kukupha

Mawu achiarabu akuti *fitna* 'mayesero, mazunzo, kuyesedwa' ndi ofunikira kwambiri pa kumvetsetsa kusintha kwa Muhammad kukhala mtsogoleri wa nkhondo. Mawuwa amachokera ku *fatana* 'kuchoka, kuyesa, kunyengerera, kapena kuyesedwa'. Tanthauzo lake ndilo kuyesa ndi kuyeretsa chitsulo ndi moto. Fitna ikhoza kutanthauza mayesero kapena mayesero, kuphatikizapo njira zabwino ndi zoipa zokopa. Zingaphatikizepo kupereka zolimbikitsa zachuma ndi zina kapena kugwiritsa ntchito chizunzo.

Fitna idakhala lingaliro lofunikira pakuwunikira zamulungu pa zomwe Asilamu adakumana nazo ndi osakhulupirira. Mlandu wa Muhammad pa Aquraish unali woti iwo ankagwiritsa ntchito *fitna*-monga chipongwe, miseche, kuzunza, kupatula ena, mavuto a zachuma, ndi zolimbikitsa zina - pofuna kuti Asilamu achoke m'Chisilamu kapena kuti kusulusa zomwe amanena.

Ndime zoyambilira za Qur'an zokhuza kumenyana zidafotokoza momveka bwino kuti cholinga chonse chomenyana ndi kuphana chinali kuchotsa fitna:

> Menyanani nawo mu njira ya Allah, iwo amene amenyana nanu
> koma musapyole malire. Ndithudi Allah sakonda anthu oswa malamulo. [Fitna]
> Ndipo muwaphe paliponse pamene muwapeza,
> ndipo achotseni m'malo monse m'mene adakuchotsani inu. Kusakhulupilira ndi kupembedza mafano ndi koipa kuposa kupha.
> Koma musamenyane nawo pa Mzikiti Woyera pokhapokha atakuputani.
> Koma ngati iwo akuputani, muwaphe. Imeneyo ndiyo mphotho ya anthu amene amakana choonadi.
> Koma ngati iwo asiya, ndithudi Allah ndi Okhululuka ndi Wachisoni chosatha. Menyanani nawo mpaka pamene kusakhulupilira ndi kupembedza mafano kutha [fitna]
> ndiponso chipembedzo chikhala cha Allah yekha.
> Koma ngati iwo asiya, pasakhale chidani kupatula ndi anthu ochita zoipa. (Q2:190-93)

Lingaliro lakuti *fitna* ya Asilamu inali "yoipa kuposa kupha" inatsimikizira kukhala yofunika kwambiri. Mawu omwewa adzawululidwanso pambuyo poukira gulu la anthu aku Makkah (Q2:217) m'mwezi wopatulika (nthawi yomwe miyambo ya

Chiarabu inkaletsa kuukira). Zinkatanthauza kuti kukhetsa magazi a anthu osakhulupirira sikuli koipa monga momwe amasokeretsa Asilamu kuchoka ku chikhulupiriro chawo.

Mawu ena ofunikira m'ndime iyi yochokera ku Sura ya 2 ndi "kulimbana nawo mpaka pasakhale *fitna.*" Izinso zidavumbulutsidwa kachiwiri, pa mbuyo pa nkhondo ya Badr, m'chaka chachiwiri ku Madina (Q8:39).

Mawu awa a *fitna*, omwe adavumbulutsidwa kawiri konse, adakhazikitsa mfundo yoti *Jihad* idalungamitsidwa ndi kukhalapo kwa chotchinga chilichonse chomwe chimalepheretsa anthu kulowa m'Chisilamu, kapena kulimbikitsa Asilamu kuti asiye chikhulupiriro chawo. Zingakhale zowawa bwanji kumenyana ndi kupha ena, kunyozetsa kapena kusokoneza Chisilamu kunali koipitsitsa.

Akatswiri a Chisilamu anakulitsa ganizo la *fitna* kuti liphatikizepo ngakhale kukhalako kwa kusakhulupirira, kotero kuti mawuwa angatanthauzidwe kuti "kusakhulupirira ndikoipa kuposa kupha."

Kumvetsetsa motere, mawu akuti "*fitna* ndi oipa kuposa kupha" adakhala udindo wapadziko lonse womenyana ndi kupha anthu osakhulupirira omwe amakana uthenga wa Muhammadi, kaya akusokoneza Asilamu kapena ayi. Kwa osakhulupirira "kungochita kusakhulupirira"—monga momwe wothirira ndemanga wamkulu Ibn Kathir ananenera—chinali choipa chachikulu kuposa kuphedwa kwawo. Izi zidapereka kulungamitsidwa kwa nkhondo yochotsa kusakhulupirira, ndi kupanga Chisilamu kukhala cholamulira pa zipembedzo zina zonse (Q2:193; Q8:39).

"Ife ndife ozunzidwa!"

Kupyolera mu ndime izi mu Quran, Muhammad anali kutsindika kuzunzidwa kwa Asilamu. Kuti kumenyana ndi kugonjetsa kuwonekere kolungama iye ankanena kuti adani osakhulupirira anali olakwa ndipo ayenera kuukiridwa. Kuzunzika kwakukulu kwa Asilamu kunagwiritsidwa ntchito kulungamitsa chiwawacho: Chilango choopsa chomwe Asilamu adapereka kwa adani awo, m'pamenenso kunali kofunika kuumirira kuti adani ali ndi mlandu. Allah atalengeza kuti masautso a Asilamu ndi "oipitsitsa kuposa kupha," zidakhala zofunikira kwa Asilamu kuti aziona kuzunzidwa kwawo kukhala choyipa chachikulu kuposa chilichonse chomwe adawachitira adani awo.

Ndi mizu ya zamulungu iyi, yozikidwa mu Quran ndi Sunna ya Muhammad, yomwe ikufotokoza chifukwa chake, mobwerezabwereza, Asilamu ena amaumirira kuti kuzunzidwa kwawo ndi kwakukulu kuposa kwa omwe adawaukira. Malingaliro awa adawonetsedwa ndi Ahmad bin Muhammad, Pulofesa wa za Chipembedzo ku Algeria, pa mkangano ndi Dr Wafa Sultan pa TV ya Al-Jazeera. Dr Sultan adanena kuti Asilamu adapha anthu osalakwa. Atakwiya ndi zonena za Dr Sultan, Ahmad bin Muhammad adayamba kukuwa:

> Ndife ozunzidwa! ... Pali miyandamiyanda ya anthu osalakwa pakati pathu [Asilamu], pomwe osalakwa pakati panu ... amangokwana khumi ndi awiri, mazana, kapena masauzande, koposa zonse.

Maganizo ozunzidwawa akupitirizabe kuvutitsa midzi yambiri ya Asilamu mpaka lero, ndipo amafooketsa mphamvu zawo zokhala ndi udindo pa zochita zawo.

Kubwezera

Pamene mphamvu zankhondo za Muhammadi ku Madina zinakula ndipo kupambana kunayamba kubwera, kuchitira kwake adani ogonjetsedwa kunavumbula zambiri za zolinga zake za nkhondo. Chochitika chodziwika bwino chinali momwe Muhammadi adachitira Uqba, yemwe adamuponyera ndowe ya ngamila ndi matumbo ake. Uqba adagwidwa pankhondo ya Badr, ndipo adadzidandaulira kuti apulumutse moyo wake, nati: "Koma ndani angayang'anire ana anga iwe Muhammad?" Yankho linali lakuti "Gehena!" Kenako Muhammad anapha Uqba. Nkhondo ya Badr itatha, matupi a anthu a ku Makka omwe anaphedwa pa nkhondoyi adaponyedwa m'dzenje ndipo Muhammad adapita kudzenje pakati pa usiku kukawanyoza anthu a ku Mecca.

Zoterezi zikusonyeza kuti Muhammad ankafuna kudzitsimikizira yekha pobwezera anthu amene anamukana. Iye anaumirira kukhala ndi liwu lomalizira, ngakhale kwa akufa.

Amene anamukana Muhammad anali pamwamba pa mndandanda wakupha kwake. Pamene adagonjetsa Mecca, Muhammad adaletsa kupha. Komabe, panali mndandanda wochepa wa anthu oti aphedwe. M'ndandandawu munali anthu ampatuko atatu, mwamuna ndi mkazi amene ananyoza Muhammad ku Mecca, ndi akapolo aakazi awiri amene ankaimba nyimbo zonyoza za iye.

Mndandanda wa anthu aku Meccan ukuwonetsa kukhumudwa kwa Muhammad pa kukanidwa. Kupitirizabe kukhalapo kwa a mpatuko kunali mtundu wa fitna, pakuti nthawi yonse imene iwo anali ndi moyo unali umboni wakuti n'zotheka kusiya Chisilamu, pamene amene ankanyoza kapena kunyoza Muhammad anali owopsa chifukwa anali ndi mphamvu zofooketsa chikhulupiriro cha ena.

Zotsatira kwa omwe sali Asilamu

Muzu wa kukanidwa kwa osakhulupirira mu malamulo a Chisilamu umapezeka mu maganizo a Muhammad ndi mayankho ake pa kukanidwa.

Poyamba, Muhammad anaika udani wake pa anthu a fuko lake, Aarabu achikunja. Titha kuwona momwe Muhammad amachitira ma Arab achikunja: kukhumudwa ndi mayesero omwe adawaunjikira Asilamu kumagwiritsidwa ntchito kulungamitsa lingaliro loti kusakhulupirira kwenikweni kumapanga fitna. Mchitidwe womwewo ukupezekanso mu zochita za Muhammad ndi anthu a m'Buku. Monga okana Chisilamu, iwo anadziŵika kosatha kukhala olakwa, oyenerera kulamuliridwa, ndi kuwonedwa ngati otsika pansi.

Asanagonjetse mzinda wa Mecca, Muhammad adakhala ndi masomphenya omwe adachita ulendo wopita ku Makka. Izi zinali zosatheka panthawiyo, popeza Asilamu anali pankhondo ndi anthu a ku Mecca. Pambuyo pa masomphenya ake, Muhammad adakambilana za Pangano la Hudaybiyyah, lomwe lidamulola kuti apite ulendo wa Haji. Panganoli liyenera kukhala la zaka khumi, ndipo chimodzi mwazofunikira zake chinali chakuti Muhammad abwerere ku Meccans aliyense amene wabwera kwa iye popanda chilolezo cha owayang'anira. Izi zinaphatikizapo akapolo ndi akazi. Panganoli linalolanso kuti anthu a mbali zonse ziwiri achite mgwirizano.

Muhammad sadasunge mbali yake ya panganolo: anthu akabwera kwa iye kuchokera ku Makka kudzatenga akazi awo kapena akapolo awo amakana kubwezera othawawo, potchula ulamuliro wa Allah. Mlandu woyamba unali wamayi, Umm Kulthum, yemwe azichimwene ake anabwera kudzamutenga. Muhammad anakana, pakuti, monga ananenera Ibn Ishaq, "Allah adaletsa" (onaninso Q60:10).

Sura 60 yikulangiza Asilamu kuti asawachite osakhulupirira kukhala abwenzi awo. Ikunena kuti ngati Asilamu aliwonse akuwakonda mobisa anthu a ku Makka ndiye kuti asokera, popeza chikhumbo cha osakhulupirira ndikungowachititsa kuti Asilamu asakhulupirire. Sura 60 yonse ikutsutsana ndi mzimu wa Pangano la Hudaybiyyah lomwe lidati: "Sitidzachitirana udani wina ndi mzake ndipo sipadzakhala kusungitsa chinsinsi kapena chikhulupiriro choipa. Komabe, pambuyo pake, pamene Asilamu anaukira ndi kugonjetsa mzinda wa Mecca, izi zinanenedwa kukhala zolungamitsidwa pa maziko akuti Akuraishi ndi amene anaswa panganolo.

Zitatha izi, Allah adalengeza kuti sipadzakhalanso mapangano ndi anthu opembedza mafano—"Allah awakana opembedza mafano" ndipo "apheni opembedza mafano paliponse pamene mwawapeza" (Q9:3, 5).

Kutsatizana kwa zochitika izi kukuwonetsa zomwe zidakhala lingaliro la Chisilamu lokhazikika, kuti osakhulupirira omwe sanali Asilamu anali ophwanya mapangano, osatha kusunga mapangano (Q9: 7-8). Pa nthawi yomweyo, Muhammad, molangizidwa ndi Allah, adanena kuti ali ndi ufulu wophwanya mapangano ndi osakhulupirira. Pamene Muhammad, podzinenera kuti ali ndi ulamuliro wa ulamuliro wapamwamba, adaswa mapangano ake, izi sizinkawoneka ngati zosalungama.

Zochitika zonga izi zikuvumbulutsa kuti Muhammad, powaika osakhulupirira m'gulu la anthu osokeretsa Asilamu ku chikhulupiliro chawo (i.e. amene akanachita *fitna*), adalephera kukhala ndi ubale wabwino ndi iwo bola akakana kuvomereza Chisilamu.

M'zigawo zotsatirazi tikuona mmene Muhammad anasinthira mkwiyo wake ndi nkhanza kwa Ayuda a Arabia, ndi zotsatira zomvetsa chisoni. Kuyanjana kwa Muhammad ndi Ayuda aku Arabia kumapanga maziko a mfundo za Chisilamu pa anthu osakhala Asilamu, kuphatikiza dongosolo la pangano la *dhimma* la Anthu a Buku, lomwe tikambirana m'mutu wa mtsogolo.

Malingaliro oyambirira a Muhammad pa Ayuda

Poyamba chidwi chachikulu cha Muhammad pa Ayuda chinali chokhudza kudzinenera kwake kuti iye anali mneneri wa mzere wautali womwe unaphatikizapo aneneri ambiri achiyuda. Kumapeto kwa nyengo ya Meccan ndi Medinan, pali maumboni ambiri okhudza Ayuda, omwe nthawi zambiri amawatchula kuti Anthu a Buku. Pa nthawi imeneyi Quran ikunena kuti ngakhale Ayuda ena anali okhulupirira koma ena sadali okhulupirira, uthenga wa Muhammad ubwera ngati dalitso kwa iwo (Q98:1-8).

Muhammad anakumananso ndi Akhristu ena, ndipo kusonkhana kumeneku kunali kolimbikitsa. Msuweni wake wa Khadijah Waraqa adazindikira kuti Muhammad ndi mneneri. Palinso mwambo woti paulendo wake Muhammad anakumana ndi Mmonke wotchedwa Bahira, yemwe adalengeza kuti Muhammad ndi mneneri. Mwina Muhammad ankayembekezera kuti Ayuda adzaona mwa iye "chizindikiro chomveka" chochokera kwa Allah (Q98) ndikulabadira uthenga wake. Ndithudi, Muhammad ananena kuti zimene anali kuphunzitsa zinali zofanana ndi chipembedzo cha Chiyuda, kuphatikizapo "kupemphera" ndi kupereka zakat.[8] (Q98:5). Anauzanso otsatira ake kuti azipemphera moyang'anizana ndi al-Sham 'Syria', lomwe limatanthawuza ku Yerusalemu, kutengera mwambo wa Chiyuda.

Muhammad atafika ku Madina, miyambo yachisilamu imanena kuti adakhazikitsa pangano pakati pa Asilamu ndi Ayuda. Pangano limeneli linavomereza chipembedzo cha Chiyuda— "Ayuda ali ndi

---

8. Chimodzi mwa mizati isanu ya Chisilamu, zakat ndi msonkho wapachaka wa chipembedzo.

chipembedzo chawo ndipo Asilamu ali nacho chawo"—ndipo linalamula kuti Ayuda akhale okhulupirika kwa Muhammadi.

Chitsutso ku Madina

Muhammad anayamba kupereka uthenga wake kwa Ayuda okhala ku Madina, koma anakumana ndi chitsutso chosayembekezereka. Miyambo ya Chisilamu amatengera izi ndi kaduka. Ena mwa mavumbulutso a Muhammad anali ndi maumboni a m'Baibulo, ndipo mosakaikira arabi anatsutsa nkhani imeneyi, kusonyeza kutsutsana kwa kumasulira kwa Muhammad.

Mneneri wa Chisilamu adapeza kuti mafunso a Arabbi ndi ovuta, ndipo nthawi zina Qur'an idatsitsidwa kwa iye, kumamupatsa mayankho. Mobwereza bwereza, Muhammad akafunsidwa ndi funso, amatembenuza chochitikacho kukhala mwayi wodzitsimikizira yekha, monga momwe mavesi a Quran akusonyezera.

Imodzi mwa njira zophweka za Muhammadi inali kunena kuti Ayuda anali onyenga amene anagwira mawu ndime zowakomera pamene akubisa zina zomwe sizingathandize cholinga chawo (Q36:76; Q2:77). Yankho lina lochokera kwa Allah linali loti Ayuda adanyenga mwadala malemba awo (Q2:75).

Kukambitsirana kwa Arabi ndi Muhammad kunatanthauzidwa ndi miyambo ya Chisilamu osati ngati kukambirana kwenikweni kapena mayankho omveka pa zonena za Muhammadi, koma monga *fitna*, kuyesa kuwononga Chisilamu ndi chikhulupiriro cha Asilamu.

Chiphunzitso chaudani cha okana

Kukambitsirana kokhumudwitsa kwa Muhammad ndi Ayuda kunathandizira kukulitsa chidani chake kwa iwo. Pomwe kale mavesi a Quran adanena kuti Ayuda ena ndi okhulupirira, kenako Quran idalengeza kuti mtundu wonse wa Ayuda ndi wotembereredwa ndipo ndi ochepa okha omwe anali okhulupirira owona (Q4:46).

Quran imati kale Ayuda ena adasandulika anyani ndi nkhumba chifukwa cha machimo awo (Q2:65; Q5:60; F7:166). Allah adawatchulanso kuti opha aneneri (Q4:155; Q5:70). Allah adanenedwa kuti adasiya ubale wake ndi Ayuda oswa mapangano, ndikuumitsa mitima yawo, choncho Asilamu nthawi zonse amayembekezera kuwapeza achinyengo (kupatula ochepa) (Q5:13). Ataswa pangano lawo, Ayuda adanenedwa kuti ndi "otayika" omwe adasiya chitsogozo chawo chowona (Q2:27).

Ku Madina, Muhammad adaona kuti adatumidwa kudzakonza zolakwa za Ayuda (Q5:15). Kumayambiriro kwa nthawi ya Medina, mavumbulutso a Muhammad adanena kuti Chiyuda chinali chovomerezeka (Q2: 62). Komabe ndimeyi idafafanizidwa ndi Q3:85. Muhammad adatsimikiza kuti kubwera kwake kudachotsa Chiyuda, kuti Chisilamu chomwe adabweretsa chinali chipembedzo chomaliza, ndikuti Quran ndi chivumbulutso chomaliza. Onse amene akana uthenga umenewu adzakhala "otaika" (Q3:85). Sizikanakhalanso zovomerezeka kwa Ayuda—kapena Akhristu—kutsata chipembedzo chawo chakale: anayenera kuvomereza Muhammad, ndi kukhalanso Asilamu.

M'mavesi a Qur'an, Muhammad adayambitsa kuukira kwachipembedzo kwachiyuda. Izi zidayamba chifukwa cha kulakwa kwakukulu komwe Muhammadi adachita pakukana kwa Ayuda uthenga wake. Uku kunali kudzitsimikizira kwina kwa Muhammad, monga momwe adachitira ndi anthu opembedza mafano aku Makkah. Kenako Muhammad anapitanso patsogolo, nagwiritsanso ntchito mawu aukali.

Kukanidwa kusanduka chiwawa

Ku Medina, Muhammad adayamba ntchito yowopseza ndi kupha Ayuda. Polimbikitsidwa ndi chigonjetso pa opembedza mafano pa Nkhondo ya Badr, adayendera fuko la Chiyuda la Qaynuqa ndikuwawopseza ndi kubwezera kwa Mulungu. Kenako adapeza chowiringula chozinga Ayuda a Qaynuqa' ndipo adawatulutsa ku Madina.

Kenako Muhammad (SAW) adayamba kupha Ayuda, ndipo adalamula otsatira ake kuti: "Mupheni Myuda aliyense adzagwa m'manja mwako." Kwa Ayuda adalengeza kuti *aslim taslam* 'landirani Chisilamu ndipo mudzakhala otetezeka'.

Kusintha kwakukulu kudachitika pakumvetsetsa kwa Muhammad. Osakhala Asilamu anali ndi ufulu ku chuma chawo ndi moyo wawo pokhapokha ngati akanathandizira ndi kulemekeza Chisilamu ndi Asilamu. Chilichonse chinali *fitna*, ndi chowiringula chomenyana nawo.

Ntchito ya Muhammad yolimbana ndi Ayuda aku Madina inali isanathe. Banu Nadir anali otsatira ake kuti abwere pansi pamtima pake. Fuko lonse la Nadir linkaimbidwa mlandu woswa pangano lawo, choncho adauthiridwa nkhondo ndipo pambuyo pozinga kwa nthawi yayitali, nawonso adathamangitsidwa ku Madina, kusiya katundu wawo ngati zofunkha za Asilamu.

Zitatha izi Muhammad anazinga fuko lomaliza lachiyuda lotsala, la Banu Qurayiza, pamaziko a lamulo lochokera kwa mngelo Jibril. Pamene Ayuda adagonja mopanda malire, amuna achiyuda adadulidwa mitu pamsika wa Madina - amuna mazana 600 mpaka 900 mosiyanasiyana - ndipo akazi achiyuda ndi ana adagawidwa ngati zofunkha (mwachitsanzo ngati akapolo) pakati pa Asilamu.

Muhammad anali asanamalize ndi Ayuda aku Arabia. Atatha kuwachotsa ku Madina anaukira Khaybar. Kampeni ya Khaybar idayamba ndi zopatsa zosankha ziwiri kwa Ayuda: kutembenukira ku Chisilamu kapena kuphedwa. Komabe, pamene Asilamu adagonjetsa Ayuda a ku Khaybar, chisankho chachitatu chinakambidwa: kudzipereka kovomerezeka. Umu ndi momwe Ayuda a Khaybar amakhalira dhimmis woyamba (onani phunziro 6).

Izi zikumaliza zokambirana zathu za zochita za Muhammad ndi Ayuda.

Ndikofunikira kudziwa kuti popeza kuti Qur'an ikuwachitira Akhrisitu ndi Ayuda mofanana ngati oimira gulu limodzi lodziwika kuti Anthu a M'buku, mayendedwe a Ayuda mu Qur'an ndi m'moyo wa Muhammad, monga anthu a m'Buku, adakhala ngati anthu a m'Buku. chitsanzo chochitira Akhristu kupyola mu mibadwo yonse.

Mayankho atatu a Muhammad pakukanidwa

M'nkhani ya ntchito ya uneneri ya Muhammad taona mmene anakanidwa m'njira zambiri: m'makhalidwe a banja lake, ndi mudzi wake wa ku Mecca, ndi Ayuda a ku Madina.

Tawonanso zambiri zomwe adayankha pa kukanidwa. Poyambirira, Muhammad adawonetsa *mayankho odzikana*, kuphatikiza malingaliro odzipha, kuopa kuti adagwidwa ndi ziwanda, komanso kukhumudwa.

Panalinso *mayankho odzitsimikizira yekha*, ngati kuti akulimbana ndi mantha okana kukanidwa[9]. Izi zikuphatikiza zonena kuti Allah adzalanga adani ake kumoto; amanena kuti amabisa zinthu zochititsa manyazi, monga zonena kuti aneneri onse anasokeretsedwa ndi Satana pa nthawi inayake; Ndipo aya (ndime) zidavumbulutsidwa kuchokera kwa Allah zomwe zikunena kuti amene atsatira chivumbulutso cha Muhammad (SAW) adzakhala opambana m'moyo uno ndi wotsatira.

Potsirizira pake, *kuyankha mwaukali* kunadzalamulira. Izi zidadzetsa chiphunzitso cha Jihad chothetsa fitna polimbana ndi kugonjetsa osakhala Asilamu.

M'mayankho ake, Muhammad adadutsa pa kudzikana, kenako kudzitsimikizira, ndipo pamapeto pake adachita chipongwe. Muhammad wamasiye anakhala Muhammad wopanga a masiye. Wodzikayikirayo, yemwe ankaganiza zodzipha chifukwa choopa kuti akuzunzidwa ndi ziwanda, anakhala wotsutsa kwambiri, akumakakamiza chikhulupiriro chake kupyolera mu nkhondo kuti alowe m'malo mwake ndi kulowa m'malo mwa zikhulupiriro zina zonse.

M'malingaliro a dziko a Muhammad, kugonjetsedwa ndi kunyozeka kwa osakhulupirira "kukanachiritsa" malingaliro a otsatira ake ndi

---

9. Za kukambirana za kukanidwaa ndi mayankho kwa izo, onani Noel and Phyl Gibson, *Evicting Demonic Squatters and Breaking Bondages*.

kuthetsa mkwiyo wawo. Machiritso awa 'mtendere wa Chisilamu', wopambana kudzera pa nkhondo, ukufotokozedwa mu Qur'an:

> Amenyeni kuti Allah awalange iwo ndi manja anu ndi kuwachititsa manyazi, ndi kukupatsani inu kupambana ndi kuchiza mitima ya anthu okhulupirira. Ndi kuchotsa mkwiyo m'mitima mwawo. Mulungu amakhululukira aliyense amene Iye wamufuna. Mulungu ndi wodziwa ndipo ndi wanzeru. (Q9:14-15)

Poyamba, Muhammad ndi otsatira ake adazunzidwa kwenikweni ndi anthu opembedza mafano aku Mecca. Komabe, pamene adatenga ulamuliro ku Madina, Muhammad adawona ngakhale kusakhulupirira uneneri wake monga kuzunza Asilamu, ndipo adalola kuti azichita za chiwawa polimbana ndi osakhulupirira ndi onyoza - kaya opembedza mafano, Ayuda kapena Akhristu - kuti atsekedwe pakamwa. kuwopsezedwa ku kugonjera. Muhammad adakhazikitsa ndondomeko ya malingaliro ndi y ankhondo kuti athetse mitundu yonse ya kumukana iye, chipembedzo chake, ndi dera lake. Pambuyo pake adanena kuti kupambana kwa pulogalamu yake kunatsimikizira ndi kutsimikizira uneneri wake.

Nthawi yomweyo pamene zonsezi zinkachitika, Muhammad ankagwiritsa ntchito mphamvu zambiri pa otsatira ake, Asilamu. Pomwe kale ku Mecca Quran idalengeza kuti Muhammad anali "wochenjeza," atasamuka kupita ku Madina adakhala mtsogoleri wa okhulupirira, kuwongolera miyoyo yawo mpaka pomwe Quran ikunena kuti "Allah ndi Mtumiki" akasankha chinthu, palibe chimene chatsalira kwa okhulupirira koma kumvera popanda kufunsa (Q33:36), ndipo njira yomvera Allah ndi kumvera Mtumiki (Q 4:80).

Maulamuliro omwe Muhammadi adayambitsa mu nthawi ya Medina akupitilizabe kupweteketsa Asilamu ambiri masiku ano kudzera mu *sharia*. Chitsanzo chimodzi ndi lamulo la *sharia*, lomwe linayambitsidwa ndi Muhamadi, lakuti ngati mwamuna wasudzula mkazi wake ponena kuti "Ndasudzula iwe" katatu, koma pambuyo pake okwatiranawo akafuna kukwatiranso, ayenera poyamba kukwatiwa ndi mwamuna wina, kugonana naye. iye, ndi kusudzulidwa ndi mwamuna wake wachiwiri asanakwatiwenso ndi mwamuna wake woyamba. Lamuloli ladzetsa chisoni chachikulu kwa amayi a Chisilamu.

Qur'an imatiwonetsa kupita patsogolo kwa ntchito ya uneneri ya Muhammadi: ndi buku la Muhammadi, lodziwikiratu kwambiri, mbiri ya udani wake wokulirakulira ndi nkhanza pamaso pa kukanidwa, ndi kufunitsitsa kwake kulamulira miyoyo ya ena. Khalidwe limene pambuyo pake anapatsidwa kwa omwe sanali Asilamu—monga kukhala chete, kudziimba mlandu, ndi kuyamikira—zinachokera ku kusintha kwa mayankho a Muhammad pa kukanidwa kwake, pamene iye anakakamiza mwankhanza kulephera ndi kukanidwa kwa onse amene anakana kunena kuti, "Ndikukhulupirira palibe wopembedzedwa mwachoonadi koma Allah ndipo Muhammad ndi Mneneri wake."

Izi zikumaliza chidule chathu cha zomwe Muhamadi adakumana nazo komanso mayankho ake pakukanidwa, zonse zomwe zidalandilidwa ndi kukakamizidwa kwa ena, komanso kufunitsitsa kwake kuti apambane pa adani ake.

"Chitsanzo chabwino kwambiri"

Mu phunziro ili takhala tikuphunzira za makhalidwe ena ofunika kwambiri a Muhammad. Ngakhale kuti amawerengedwa mu Chisilamu kukhala chitsanzo chabwino kwambiri choti anthu atsatire, tawona kuti adakhudzidwa ndipo adawonongeka kwambiri chifukwa chakukanidwa. Mayankho ake anaphatikizapo kudzikana, kudzitsimikizira, kudziletsa, ndi nkhanza. Mayankho awa ku kukanidwa anali ovulaza kwa iye ndipo akupitiriza kukhala ovulaza kwa anthu ena ambiri mpaka lero.

Mbiri ya Muhammad ndi yofunika chifukwa mavuto ake akhala mavuto padziko lonse ngakhale sharia ndi maonedwe a dziko lonse. Mwanjira imeneyi Msilamu amakhala womangidwa mu uzimu ku chikhalidwe ndi chitsanzo cha Muhammad. Ubale umenewu umatsimikiziridwa kudzera mu mwambo wobwereza *shahada*, ndipo umalimbikitsidwa kupyolera mu miyambo ya Chisilamu nthawi iliyonse *shahada* iwerengedwa. Mawu oyamba omwe mwana wachisilamu amamva atabadwa ndi kulengeza kwa *shahada* yomwe imanenedwa m'makutu mwake.

Shahad ikunena kuti Muhammad ndi mtumiki wa Allah, zomwe ndi kuvomereza Korani monga mawu a Allah, omwe adatsitsidwa kwa Muhammad monga mthenga wa Allah. Kutsimikizira *shahada* kumapereka chilolezo ku zomwe Quran ikunena za Muhammad, kuphatikiza udindo wotsatira chitsanzo chake, kuvomereza ziwopsezo ndi matemberero omwe Muhammad adalankhula kwa omwe samutsatira, komanso udindo wotsutsa ngakhale kulimbana ndi omwe samutsatira, kukana uthenga wake ndi kukana kumutsata.

Kwenikweni, *shahada* ndi chilengezo ku dziko la mizimu—kwa maulamuliro ndi mphamvu za dziko la mdima lino (Aefeso 6:12)— kuti wokhulupirira ali womangidwa ndi pangano kuti agwirizane ndi chitsanzo cha Muhamadi: mwamuna kapena mkazi 'moyo wawo uli womangika' kwa Muhammad (onani phunziro 7). Izi zimakhazikitsa ubale wauzimu ndi Muhammad. Mgwirizano wa panganoli umapereka chilolezo kwa akuluakulu ndi mphamvu kuti akhazikitse kwa okhulupirira Asilamu mavuto omwewo amakhalidwe ndi uzimu omwe adatsutsa ndikumanga Muhammadi, omwe alowetsedwa ndi kulimbikitsidwa kudzera mu *sharia* ya Chisilamu, akugwira ntchito mozama mu zikhalidwe za Asilamu.

Takhala tikukambilana zina mwazambiri zoyipa za *Sunna* ya Muhammad zomwe zimabwerezedwa m'miyoyo ya Asilamu ambiri chifukwa cha mphamvu ya *shahada* ndi *sharia*. Nawu mndandanda wa zinthu zoyipa zomwe zidawonetsa chitsanzo cha Muhammad ndi chiphunzitso chake:

- chiwawa ndi nkhondo
- kupha
- ukapolo
- mkwiyo ndi kubwezera
- chidani
- kudana ndi akazi
- kudana ndi Ayuda
- nkhanza

- manyazi ndi kuchititsa manyazi ena
- kuwopseza
- chinyengo
- kukhumudwa
- kuzunzidwa
- kudzitsimikizira
- kudzimva kukhala wapamwamba
- kumuimira molakwika Allah
- kulamulira ena
- kugwiririra.

Asilamu akamabwereza *shahada* amakhala akuvomereza zonena za *Quran* ndi *Sunna* zokhudza Khristu ndi Baibulo. Izi zikuphatikizapo:

- kukana imfa ya Khristu pa mtanda
- kudana ndi mtanda
- kukana kuti Yesu ndi Mwana wa Mulungu (ndi matemberero pa iwo amene akhulupirira izi)
- mlandu woti Ayuda ndi Akhristu aononga mabuku awo
- kunena kuti Yesu adzabweranso kudzawononga Chikhristu ndikukakamiza dziko lonse lapansi kugonjera *sharia* ya Muhammad.

Makhalidwe amenewa ndi katundu wolemetsa ndithu. Imodzi mwazovuta zomwe omwe achoka m'Chisilamu amakumana nazo kuti atsatire Yesu Khristu ndikuti, pokhapokha ngati mikhalidwe iyi ithana nayo motsimikiza, apitilizabe kukhazikika m'miyoyo ya anthu. Ichi ndi chifukwa chimodzi chomwe Asilamu omwe amatembenukira kwa Khristu amatha kukumana ndi zovuta ndi zovuta mumayendedwe awo a Chikhristu.

Ngati udindo wa Muhammad monga mtumiki sunakanidwe mwachindunji, ndiye kuti matemberero ndi ziwopsezo za Qur'an ndi kutsutsa kwa Muhammadi pa imfa ya Khristu ndi ufumu wa

Khristu zikhoza kukhala chifukwa cha kusakhazikika kwauzimu, kuchititsa munthu kukhala ndi mantha mosavuta, ndipo kuswana chiwopsezo ndi kusadzidalira monga wotsatira wa Yesu. Izi zitha kuwononga kukhala munthu wa kuphunzira.

Chifukwa cha ichi, munthu akachoka m'Chisilamu, akulimbikitsidwa kuti akane ndi kusiya chitsanzo ndi chiphunzitso cha Muhammad, komanso Qur'an, pamodzi ndi cholowa ndi matemberero onse onenedwa ndi *shahada*. Tiphunzira momwe tingachitire izi mu phunziro lotsatira pamene tikulingalira za moyo wa Yesu Khristu ndi mtanda wake, ndi kulingalira makiyi amphamvu omasulidwa ku chitsanzo cha Muhammad.

Malangizo Ophunzirira

Phunziro 4

Mau

Mavesi a Satana	Pangano la Hudaybiyyah
kuchotsedwa	zakat
jinn	aslim taslam
qarin	Khaybar
msamuko	dhimmi
fitna	Anthu a M'mbuku

Mayankho pokanidwa: Kudzikana, Kudziwomereza, Upandu

Mayina atsopano

- Quraysh, mtundu wa Muhammad ku Mecca
- Abdullah bin Abd al-Muttalib: Atate a Chiarabu a Muhammad (anamwalira mu 570 AD)
- Abu Talib: Bambo a ngóno a Muhammad's uncle and patron (died 620 AD)
- Abu Lahab: Muhammad's uncle and opponent (died 624 AD)
- Khadijah: Muhammad's Meccan wife (died 620 AD)
- Ibn Kathir: Mu Syria walemba mbiri ndi za maphunziro (1301-1373 AD)
- Ibn Ishaq: Mu Syria Musilam wolemba mbiri ya Muhammad (704-768 AD). Mbiri ya moyo wa Muhammad inalembedwa – mu njira yokonzedwa ndi Ibn Hisham (c. 833 AD).
- Jibril: Mngelo yemwe adatumiza mauthenga kwa Muhammad

- Waraqa: msuweni wachikhristu wa Khadijah, mkazi woyamba wa Muhammad
- Ali bin Abu Talib: Msuweni wamng'ono wa Muhammad, mwana wa Abu Talib ndi wotembenuka wachiwiri wa Muhammad (601-661 AD)
- Al-Tabari: wolemba mbiri wachisilamu komanso wothirira ndemanga pa Quran (839-923 AD)
- Al-Lat, al-Uzza, ndi Manat: Milungu yachikazi ya ku Mecca, ana aakazi atatu a Allah.
- Hashemites: mbadwa za agogo a Muhammad, Hashim
- Yathrib: dzina lakale la Madina
- Ansari 'othandizira': Madina omwe adatsatira Muhammad
- Dr Wafa Sultan: Katswiri wazamisala waku Syria ndi America komanso wotsutsa Chisilamu (wobadwa 1958 AD)
- Ahmad bin Muhammad: Pulofesa wa ndale zachipembedzo ku Algeria
- Uqba: Mwarabu waku Mecca amadana ndi Muhammad
- Bahira: Mmonke wachikhristu yemwe Muhammad adakumana naye pa maulendo ake

- Banu Qaynuqaʻ, Banu Nadir ndi Banu Qurayiza: Mafuko a Chiyuda aku Medina

Baibulo mu phunziro ili

Aefeso 6:12

Quran mu phunziro ili

Q111	Q46:29-32	Q36:76	Q2:27
Q93	Q71:1-15	Q2:77	Q5:15
Q109:6	Q83:29-36	Q2:75	Q2:62
Q53	Q2:190-93	Q4:46	Q3:85
Q22:52	Q2:217	Q2:65	Q9:14-15

Q53:1-3	Q8:39	Q5:60	Q33:36
Q68:1-4	Q2:193	Q7:166	Q4:80
Q20:64, 69	Q60:10	Q4:155	
Q26:40-44	Q9:3-5, 7-8	Q5:70	
Q10:95	Q98:1-8	Q5:13	

Mafunso a Phunziro 4

- Kambiranani nkhaniyo.

Chiyambi cha banja

1. Ndi zowawa zitatu ziti zomwe zidachitika mzaka zoyambirira za Muhammad?

2. Kodi amalume ake a Muhammad **Abu Lahab** amadziwika ndi chiyani?

3. Ndi zinthu zisanu ndi chimodzi ziti zapadera za ukwati wa Muhammad ndi **Khadijah**?

4. Ndi mavuto otani amene Muhammad ndi **Khadija** anakumana nawo pa kubala ana?

5. Ndi anthu awiri ati omwe adawonetsa chisamaliro chachikulu kwa Muhammad?

Chipembedzo chatsopano chakhazikitsidwa (Mecca)

6. Kodi Muhammad anali ndi zaka zingati pamene adayamba kukumana ndi 'mngelo' **Jibril** ndipo adawayankha bwanji?

7. **Waraqa** atamva za maulendo a Muhammad, adalengeza chiyani

8. Kodi Muhammad ankaopa chiyani mobwerezabwereza, chimene Allah ankamutsimikizira mobwerezabwereza kuti sanali?

9. Kodi Asilamu oyambirira kukhulupirira anali ndani?

Mtundu wa Muhammad

10. Kodi nchiyani chinapangitsa gulu laling'ono la Muhammad la Asilamu kukhala anthu ochepa onyozeka?

11. Kodi Amalume **Abu Talib** anali ndi udindo wotani ngakhale kuti sanali Msilamu?

12. Ndi chiyani chinakhala ndondomeko yatsopano ya fuko la **Quraish** ku Mecca kwa Muhammad ndi anthu ake?

13. Ndi dziko liti la Chikhristu komwe Asilamu ambiri adathawirako ndipo ndi amuna angati omwe adathawa ndi mabanja awo?

Kudzikayikira ndi kudzitsimikizira

14. Kodi Muhammad adapatsidwa ntchito yanji yomwe Q109:6 adayankhidwa?

15. Ndi chilolezo chotani chimene Muhammad anapereka chimene chinapangitsa anthu a ku Mecca kukondwera koma kenako anachisintha, ndipo chimene tsopano chimatchedwa **Mavesi a Satana?**

16. Kutsatira kutembenuka kwa Muhammad, ndi chowiringula chotani chomwe Q22:52 adapanga?

17. Kodi Muhammad adadzitamandira bwanji kuti akweze ukulu wake?

18. Ndi chiyani chomwe chidakhala lingaliro latsopano la Muhammad la 'kupambana' kumapeto kwa nyengo ya ku Meccan?

Kukanidwa kochulukirapo komanso ogwirizana nawo atsopano

19. Ndi kumenya kowirikiza kotani komwe kunamudikirira Muhamadi ndipo adapeza kuti oteteza atsopano?

20. Pamene Muhammad ankachokera ku Ta'if, ndani anakhala Asilamu atamumva akupemphera?

21. Kodi ndi zifukwa ziwiri ziti zomwe Durie akupereka zotsegulira Asilamu ambiri kudziko la mizimu?

22. Kodi lonjezano lotani la **Ansari** ochokera ku Madina adapanga kwa Muhammad?

23. Kodi Muhamadi adapeza chiyani mchaka chake choyamba ku Madina chomwe sanakwaniritse ku Mecca?

Kodi Muhammad analidi wa mtendere ku Mecca?

24. Ndi zilengezo zowopsa ziti zomwe zimapezeka mu Sura za Meccan?

25. Kodi, molingana ndi **Ibn Ishaq**, Muhammad adalonjeza kuti chidzachitika ndi chiyani kwa mtundu wa **Quraish** waku Mecca?

Kuyambira ku kuzunza mpaka ku kupha

26. Kodi Muhamadi anawadzudzula chiyani **Aquraish** pogwiritsa ntchito zomwe zinalungamitsa cholinga chonse chomenyera nkhondo?

27. Malinga ndi Muhammad, chowawa kwambiri kuposa ndi chiyani pakati pa kupha anthu kapena kuphwanya mwankhanza mwezi wopatulika?

28. Nchiyani chomwe chimalungamitsa *jihad* nthawi zonse?

29. Ngati 'mukuchita ukafiri', kodi mukuyenera kuchita chiyani, malinga ndi kunena kwa akatswiri achisilamu ndi katswiri wa ku Perisiya wa ku Syria, **Ibn Kathir**?

"Ndife ozunzidwa!"

30. Chifukwa chiyani Asilamu amaona kuzunzidwa kwawo kukhala koipa kuposa kupha adani awo?

31. Kodi Pulofesa **Ahmad bin Muhammad** adakhazikika pa chiyani pa mlandu wake wozunzidwa potsutsana ndi **Dr Wafa Sultan?**

Kubwezera

32. Kodi zochita za Muhammad pa **Uqba** ndi khalidwe lake zimasonyeza chiyani?

33. Kodi mndandanda wa kuphedwa kwa Muhammadi wa anthu ogwidwa ku Mecca ukuwonetsa chiyani?

Zotsatira kwa omwe sali Asilamu

34. Nanga nchiyani chomwe chidawayembekezera **anthu a Buku** pamene iwonso adatsutsa Chisilamu?

35. Malinga ndi kunena kwa Durie, ndi chiyani chomwe chidayamba kulamulira moyo wa Muhammad?

36. Chifukwa chiyani Muhammad adawona kuti akhoza kuswa **Pangano la Hudaybiyyah?**

37. Q9:3-5 akulangiza Asilamu kuchita chiyani ndi opembedza mafano?

Malingaliro oyambirira a Muhammad pa Ayuda

38. Kodi Ayuda akunenedwa bwanji mu ma Sura a Qur'an a Meccan ndi mu Sura 98?

39. Nchiyani chikusonyeza kuti Muhamadi ankayembekezera kuti Ayuda adzalabadira uthenga wake?

Otsutsa ku Madina

40. Kodi nchifukwa ninji Muhamadi adayenera kudalira kwambiri mavumbulutso atsopano a Korani posinthana ndi Arabi a Chiyuda aku Medina?

41. Ndi njira ziwiri ziti zomwe Muhammad adayankha pa fitna ya Ayuda?

Chiphunzitso chaudani cha okana

42. Durie akufotokoza uthenga watsopano wa Muhammad wotsutsa Ayuda: Kodi Korani imati chiyani "Ayuda anali"?

    1) Q4:46 …

    2) Q7:166, etc …

    3) Q5:70 …

    4) Q5:13 …

    5) Q2:27 …

43. Kodi Muhamadi tsopano adakhulupirira kuti uthenga wake **walowa mmalo** ndi chiyani?

Kukanidwa kusanduka chiwawa

44. Kodi Muhammad adachita chiyani ku fuko loyamba lachiyuda la **Qaynuqaʿ**?

45. Chifukwa chiyani Muhammad adalalikira **aslim taslam** kwa Ayuda otsala ku Madina?

46. Kodi Muhamadi anachita chiyani ku fuko la Chiyuda la **Nadir** lachiwiri la Medina?

47. Kodi Muhammad adachita chiyani ku fuko lachitatu la Chiyuda la **Qurayiza**?

48. Kodi Muhamadi anachita chiyani ku mtundu wa Ayuda wa **Khaybar**?

49. Ndi ndani amene amaonedwa ngati **anthu a m'Buku** mu Chisilamu?

Mayankho atatu a Muhammad pakukanidwa

50. Chifukwa cha **kukanidwa** kosiyanasiyana, ndi magawo atatu ati omwe Muhamadi adadutsa poyankha?

51. Malinga ndi Q9:14-15, kodi "chingachiritse" chiyani Muhammad ndi omutsatira ake ndi kuthetsa mkwiyo wawo?

52. Muhamadi adatani kuti asiye kumukana iye ndi anthu ake?

53. Kodi kusintha kwa ntchito ya Muhammadi kunali kotani atasamukira ku Madina?

54. Kodi aya za pambuyo pake mu Quran akuziona ngati njira yomvera Allah?

55. Kodi kukhala chete, kulakwa, ndi kuyamikira kwa omwe si Asilamu kuzikidwa pa chiyani?

"Chitsanzo chabwino kwambiri"

56. Kodi mavuto a Muhammad asanduka bwanji mavuto padziko lapansi?

57. Kodi mawu oyamba omwe amanenedwa m'khutu la mwana wakhanda wa Chisilamu ndi chiyani?

58. Ndi zinthu ziwiri ziti zomwe Asilamu amavomereza akamanena *shahada*?

59. Malinga ndi Durie, kodi kunena *shahada* kumapereka chilolezo chanji kwa mphamvu za uzimu?

60. Ngati mudakumanapo ndi Asilamu, kodi mwawonapo m'makhalidwe awo mbali iliyonse mwa zichitsanzo 18 za Muhammadi zomwe zalembedwa pansipa? (zungulizani chimodzi kapena kuposerapo.)

- ziwawa / nkhondo
- wakupha
- ukapolo
- kubwezera / kubweza kubwezera
- chidani
- kudana ndi akazi
- kudana ndi Ayuda
- nkhanza
- manyazi / kuchititsa manyazi
- kuwopseza
- chinyengo
- kukhumudwa
- kuzunzidwa
- kudzitsimikizira
- kudzimva kukhala wapamwamba
- kumuimira molakwika Mulungu
- kulamulira ena
- kugwiririra
- palibe chimodzi pa cha izi

61. Kodi Quran ndi *Sunnah* zimati chani pa Umwana wa umulungu wa Khristu?

62. Kodi Quran ndi *Sunnah* zimati chani ndi Baibulo?

63. Kodi Quran ndi *Sunna* ikuti Yesu (Isa) adzachita chiyani kwa Akhristu akadzabweranso padziko lapansi?

64. Tikakana ndi kusiya chitsanzo cha Muhammad ndi matemberero otsagana nawo, ndi chiyaninso chomwe timachikana?

65. Kodi ndi makhalidwe anayi ati auzimu omwe angakhalepo chifukwa cholephera kumukana Muhammad?

5

Kumasulidwa ku *Shahada*

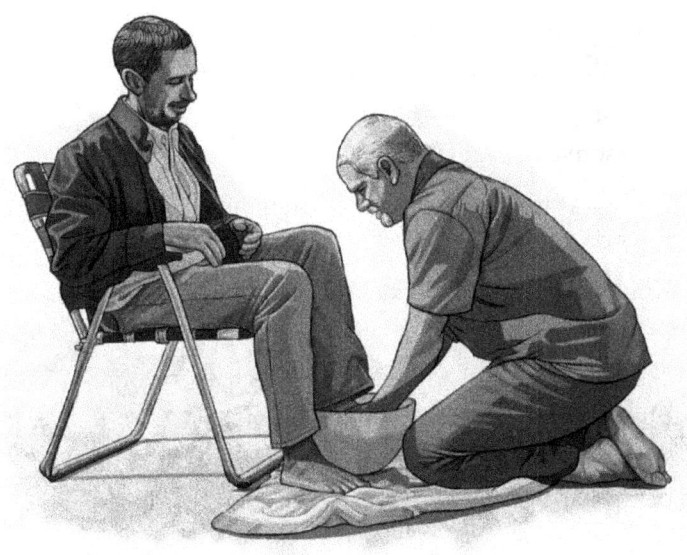

"Chifukwa chache ngati munthu ali yense ali mwa Khristu ali wolengedwa watsopano."
2 Akorinto 5:17

Zolinga za phunziro

a. Kuiyanitsa ndikumvetsetsa kusiyana kwa Yesu ndi Muhammadi m'mene adayankhira pa kukanidwa.

b. Onani njira zambiri zimene Yesu anafunsidwa, kukanidwa, ndi kunyozedwa.

c. Mvetserani mmene Yesu anavomerezera kukanidwa ndi kukana chiwawa.

d. Yamikirani mphamvu yaikulu ya chiphunzitso cha Khristu cha kukonda adani athu.

e. Vomerezani kuti Yesu anakonzekeretsa ophunzira ake ndi Akhristu onse kaamba ka chizunzo m'kupita kwa nthaŵi.

f. Gwirani mmene Mulungu amayankhira kukanidwa kwa umunthu ndi umulungu mu imfa ya Yesu Khristu pa mtanda.

g. Limbikitsani mmene kuuka ndi kukwera kumwamba zimasonyezera kutsimikizirika kwa imfa ya Yesu Khristu.

h. Kudziwa chidani cha chikulu Muhammad anali nacho pa mtanda wa Yesu.

i. Kukhazikika kudzipereka kwa Khristu pobwerezabwereza pemphero lomutsatira.

j. Ganizirani mavesi am'malemba olengeza zowonadi 15 pamene mukukonzekera kusiya *shahadah*.

k. Kupeza ufulu wa uzimu kuchokera ku *shahada* ponena pemphero lokanira.

Nkhani yoyeserera: Kodi mungatani?

Mwaitanidwa ku Jos, Nigeria kuti mukakhale nawo pa msonkhano wa "Chikhulupiriro ndi Chilungamo". Muli ndi ndalama zanu zonse ndipo mukupita ngati wothandizira wodzipereka ku gawo lofalitsa nkhani. Mumapeza zokambilanazo kukhala zosangalatsa komanso zokondweretsa ndipo mukulimbikitsidwa ndi utsogoleri kuti mukhale nawo ndi kumvetsera zokambirana za magulu ang'onoang'ono. Mukafuna kutero.

Pofika tsiku la chiwiri, nkhani yomwe ikukambidwa pa gulu lanu laling'ono ndi "Kodi Akhristu atembenuze tsaya la chitatu?"[10] Mawu awiri mugulu lanu amalimbikitsa kwambiri kusachita chiwawa, mtendere wokhazikika, komanso kuthawa pa zochitika zilizonse za chiwawa. Mawu enanso ambiri mgulu lanu akutsutsa izi, akuti, "Kuthawa mwamantha komanso kusachita zachiwawa kumalimbikitsa Asilamu kufalitsa kuyeretsa kwa chipembedzo ku Nigeria konse." Iwo amatsutsa kuti Asilamu amalemekeza kukana kwawo, miyeso yolimba yachitetezo, ndi gulu la tchalitchi latcheru. Akristu oona amateteza nyumba ndi midzi yawo ndipo sathawa.

Mbali zonse ziwiri zimagwiritsa ntchito malemba kuti atsimikizire kukhudzika kwawo. Potsirizira pake akutembenukira kwa inu nati, "Mukuti chiyani? Yesu anati, 'Tembenuzira tsaya lina.' Kodi tiyenera kutembenuza ngakhale tsaya la chitatu?"

Muti chiyani?

---

10. M'mawu ena, kodi Akhristu ayenera kutembenuzira ku tsaya lina, osati kamodzi kokha, koma kaŵirinso kapena kachikenanso?

M'zigawo zimenezi tikambirana mmene Yesu anachitira ndi anthu akamakanidwa. Moyo wa Yesu, wochosera moyo wa Muhammad, ndi nkhani ya kukanidwa, yomwe inakufika pa chimake pa mtanda. Muhammad adayankha kuzunzidwa ndi kubwezera chilango: Yankho la Khristu linali losiyana kwambiri ndipo izi zimapereka chinsinsi cha ufulu ku Chisilamu.

Chiyambi chovuta

Mofanana ndi Muhammad, zochitika za m'banja la Yesu sizinali bwino. Pa kubadwa, manyasi akuyeneredzekeka anakula pa iye (Mateyu 1:18-25). Anabadwira m'chikhalidwe chonyozeka, m'khola (Luka 2:7). Atabadwa, Mfumu Herode anayesa kumupha. Kenako anathawira ku Aigupto (Mateyu 2:13-18).

Yesu akufunsidwa

Pamene Yesu anayamba utumiki wake wophunzitsa, ali ndi zaka pafupifupi 30, anakumana ndi kutsutsidwa kwakukulu. Mofanana ndi Muhammad, atsogoleri achipembedzo a Chiyuda adafunsa mafunso okhudza Yesu omwe ankafuna kutsutsa ndi kupeputsa ulamuliro wake:

> ... alembi ndi aFarisi anayamba kumuumiriza Iye kolimba, ndi kumtompha Iye ndi zinthu zambiri; namlindira akakole kanthu koturuka m'kamwa mwache. (Luka 11:53-54)

Mafunso awa amakhudza:

- chifukwa chiyani Yesu ankathandiza anthu pa Sabata: funsoli linali kusonyeza kuti ankaphwanya lamulo (Marko 3:2; Mateyu 12:10)
- ulamuliro umene anali nawo wochitira zinthu zimene anachita (Marko 11:28; Mateyu 21:23; Luka 20:2)
- ngati n'koyenera kuti mwamuna asiye mkazi wake (Maliko 10:2; Mateyu 19:3)
- ngati kunali koyenera kupereka msonkho kwa Kaisara (Marko 12:15; Mateyu 22:17; Luka 20:22)
- Limene linali lamulo lalikulu kwambiri (Mateyu 22:36)

- Mesiya anali mwana wa ndani (Mateyu 22:42)
- Atate wa Yesu (Yohane 8:19)
- kuuka kwa akufa (Mateyu 22:23-28; Luka 20:27-33)
- zopempha kuchita zizindikiro (Marko 8:11; Mateyu 12:38; 16:1).

Kuwonjezera pa mafunso, Yesu anaimbidwa mlandu:

- kukhala ndi ziwanda, 'kukhala ndi Satana', ndi kuchita zozizwitsa ndi mphamvu ya Satana (Marko 3:22; Mateyu 12:24; Yohane 8:52; 10:20)
- kukhala ndi ophunzira amene sanasunge Sabata (Mateyu 12:2) kapena miyambo ya ukhondo (Marko 7:2; Mateyu 15:1-2; Luka 11:38)
- kupereka umboni wopanda pake (Yohane 8:13).

Okana Yesu

Pamene tilingalira za moyo ndi chiphunzitso cha Yesu, timapeza kuti anakanidwa ndi anthu ndi magulu osiyanasiyana:

- Mfumu Herode anayesa kupha Yesu ali wakhanda (Mateyu 2:16).
- Anthu a kumudzi kwawo ku Nazarete anakwiya naye (Marko 6:3; Mateyu 13:53-58) ndipo anayesa kumponya pa thanthwe kuti amuphe (Luka 4:28-30).
- Achibale ake adamunena kuti wapenga (Marko 3:21).
- Ambiri mwa otsatira ake anamuthawa (Yohane 6:66).
- Khamu la anthu linafuna kumponya miyala (Yohane 10:31).
- Atsogoleri a chipembedzo adakonza chiwembu kuti amuphe (Yohane 11:50).
- Iye anaperekedwa ndi Yudasi, mmodzi wa anthu ozungulira (Marko 14:43-45; Mateyu 26:14-16; Luka 22:1-6; Yohane 18:2-3).

- Anakanidwa katatu ndi Petro, wophunzira wake wamkulu (Marko 14:66-72; Mateyu 26:69-75; Luka 22:54-62; Yohane 18).

- Kupachikidwa kwake kunali kofunidwa ndi khamu la anthu ku Yerusalemu, mzinda umene masiku oŵerengeka m'mbuyomo unamulandira ndi kufuula kwachisangalalo monga Mesiya woyembekezeredwa (Marko 15:12-15; Luka 23:18-23; Yohane 19:15).

- Anamukwapula, kulavulidwa, ndi kunyozedwa ndi atsogoleri achipembedzo (Marko 14:65; Mateyu 26:67-68).

- Ananyozedwa ndi kutonzedwa ndi alonda ndi asilikali a Chiroma (Marko 15:16-20; Mateyu 27:27-31; Luka 22:63-65, 23:11).

- Anaimbidwa mlandu wabodza pa maso pa makhoti a Ayuda ndi Aroma, ndipo aneruzidwa kuti aphedwe (Marko 14:53-65; Mateyu 26:57-67; Yohane 18:28ff).

- Iye anapachikidwa, njira yonyozeka kwambiri yophera Aroma, imene Ayuda ankaiona ngati chilango chimene chinadzetsa temberero la Mulungu (Deuteronomo 21:23).

- Atapachikidwa pakati pa a chifwamba aŵiri, Yesu ananyozedwa pamene anapirira zowawa zake pa kufera pa mtanda (Marko 15:21-32; Mateyu 27:32-44; Luka 23:32-36; Yohane 19:23-30).

Mayankho a Yesu pa kukanidwa

Pamene tilingalira zokanidwa zonsezi, sitipeza kuti Yesu anali waukali kapena wachiwawa poyankha. Safune kubwezera.

Nthawi zina Yesu sakanayankha zomuneneza, chodziwika bwino kwambiri pamene anaimbidwa mlandu asanapachikidwe (Mateyu 27:14). Mpingo woyambirira unkaona izi ngati kukwaniritsidwa kwa ulosi wa Mesiya:

> Iye anatsenderezedwa, koma anadzichepetsa yekha osatsegula pa kamwa pache; ngati nkhosa yotsogoleredwa kukaphedwa, ndi ngati mwana wa nkhosa amene ali du pa maso pa

omsenga, motero sanatsegula pa kamwa pache. (Ŵelengani Yesaya 53:7.)

Pamene anafunsidwa kuti adzitsimikizire yekha, Yesu nthaŵi zina anakana kutero, akumafuna kufunsa funso m'malo mwake (mwachitsanzo, Mateyu 21:24; 22:15-20).

Yesu sanali wokangana naye, ngakhale kuti nthawi zambiri anthu ankafuna kumuukira.

> Sadzakangana kapena kufuula; palibe amene adzamva mawu ake m'makwalala. Bango lophwanyika sadzalithyola, ndi nyale yofuka sadzayizima, kufikira atatsogolera chilungamo ku chigonjetso. (Mateyu 12:19-20, kugwira mawu Yesaya 42:1-4)

Pamene anthu ankafuna kuponya miyala Yesu kapena kumupha, iye ankangopita kumalo ena (Luka 4:30), kupatulapo zimene zinachititsa kuti apachikidwe pa mtanda, pamene Yesu anapita dala ku imfa yake.

Mfundo ya mayankho amenewa ndi yakuti pamene Yesu anayesedwa ndi zokumana nazo za kukanidwa, anagonjetsa mayeserowo, ndipo sanagonje pa kukanidwa. Kalata yopita kwa Ahebri ikufotokoza mwachidule mayankho ake motere:

> ... Pakuti sitiri naye Mkulu wa ansembe wosatha kumva chifundo ndi zofoka zathu; koma wayesedwa m'zonse monga momwe ife, koma wopanda uchimo. (Ahebri 4:15)

Chithunzi chomwe tili nacho cha Yesu m'Mauthenga Abwino ndi cha munthu amene anali wotetezeka ndi womasuka kwa iye yekha. Iye sanali wobwezera: sanaone chifukwa choukira kapena kuwonanga amene amabwera kudzamenyana naye. Yesu sanangochita bwino atakanidwa; anaphunzitsanso ophunzira ake dongosolo la maphunziro a za umulungu la kulabadira kukanidwa, ndithudi kaamba ka kukana kukanidwa. Mfundo za zikuluzikulu za za umulungu izi zafotokozedwa pa mbuyo pake mu phunziro ili.

Nkhani ziwiri za kukanidwa

Ndizodabwitsa kuti Yesu ndi Muhammad, omwe anayambitsa zipembedzo ziwiri za zikulu pa dziko lonse la pansi, akunenedwa kuti adakumana ndi zokumana nazo zowawa kwambiri. Izi zinayamba ndi zochitika za kubadwa kwawo ndi ukhanda wawo, ndipo zinaphatikizapo kuchita ndi achibale ndi akuluakulu a chipembedzo. Onse anaimbidwa mlandu wa misala ndi kulamulidwa ndi mphamvu zoipa. Onse ananyozedwa ndi kunyozedwa. Onse anachitiridwa chipongwe. Onse awiri anaopsezedwa ndi moyo wawo.

Komabe, kufanana kochititsa chidwi kumeneku kukuphimbidwa ndi kusiyana kochititsa chidwi kwambiri, kumene kunakhudza kwambiri mmene zipembedzo ziŵirizi zinakhazikitsidwira. Pomwe mbiri ya moyo wa Muhammad ikuwonetsa kukanidwa kwathunthu kwa mayankho olakwika omwe amapezeka kwa anthu, kuphatikiza kudzikana, kudzitsimikizira, ndi nkhanza, moyo wa Yesu udapita kunjira yosiyana kotheratu. Iye anagonjetsa kukanidwa, osati mwa kukakamiza ena, koma mwa kukukumbatira, ndipo mwakutero, mogwirizana ndi chikhulupiriro Cha Chikristu, kugonjetsa mphamvu yake ndi kuchiritsa ululu wake. Ngati moyo wa Muhammad uli ndi makiyi omvetsetsa za kumangidwa kwa uzimu kwa sharia, kuli bwanji moyo wa Khristu umapereka makiyi a ufulu ndi umphumphu, kwa anthu omwe achoka m'Chisilamu komanso kwa Akhristu omwe akukhala mu *sharia*.

M'zigawo zotsatirazi tiunikira mmene Yesu anamvetsetsera za kukanidwa mogwirizana ndi ntchito yake monga Mesiya ndi Mpulumutsi, ndi mmene moyo wake ndi mtanda wake zingatimasulire ku zotulukapo zowawa za kukanidwa.

Landirani kukanidwa

Yesu anamveketsa bwino lomwe kuti inali mbali yofunika ya ntchito yake monga Mesiya wa Mulungu kukanidwa. Mulungu adakonza zoti agwiritse ntchito wokanidwayo ngati mwala wofunikira pa nyumba yake yonse:

> Mwala umene anaukana omanga nyumba wakhala mwala wapangodya… (Marko 12:10, akutchula Salmo 118:22-23; onaninso Mateyu 21:42)

Yesu anazindikirika (mwachitsanzo, 1 Petro 2:21ff ndi Machitidwe 8:32-35) monga wokanidwa, mtumiki wa Yesaya, amene kupyolera mwa zowawa zake anthu adzapeza mtendere ndi chipulumutso ku machimo awo:

> Iye ana nyozedwa ndi kukanidwa ndi anthu;
> munthu wa zisoni, ndi wodziwa zowawa; ...
> Koma Iye analasidwa chifukwa cha zolakwa zathu,
> natundudzidwa chifukwa cha mphulupulu zathu;
> chilango chotitengera ife mtendere chinamgwera Iye;
> ndipo ndi mikwingwirima yache ife tachiritsidwa. (Yesaya 53:3-5)

Mtanda unali mbali yaikulu ya dongosolo limeneli, ndipo Yesu mobwerezabwereza anatchula mfundo yakuti adzaphedwa:

> Ndipo anayamba kuwaphunzitsa, kuti kuyenera kuti Mwana wa munthu akamve zowawa zambiri, nakakanidwe ndi akuru ndi ansembe akulu, ndi alembi, nakaphedwe, ndipo mkucha wache akauke. Ndipo mau'wo ananena poyera... (Marko 8:31-32; wonaninso Marko 10:32-34; Mateyu 16:21; 20:17-19; 26:2; Luka 18:31; Yohane 12:23)

Kanani za chiwawa

Yesu momveka bwino komanso mobwerezabwereza anatsutsa kugwiritsa ntchito mphamvu kuti akwaniritse zolinga zake, ngakhale pamene moyo wake unali pa chiswe:

> "Pomwepo Yesu ananena kwa iye, Tabweza lupanga lako m'chimake'mo, pakuti onse akugwira lupanga adzaonongeka ndi lupanga." (Mateyu 26:52)

Pamene Yesu akupita pa mtanda, akukana kugwiritsa ntchito mphamvu kuti atsimikizire ntchito yake, ngakhale pa mtengo wa imfa yake:

> Yesu anati, "Ufumu wanga suli wa dziko lino la pansi; ufumu wanga ukadakhala wa dziko lino la pansi, anyamata anga akadalimbika nkhondo, kuti ndisaperekedwe kwa aYuda; koma tsopano ufumu wanga suli wochokera konkuno." (Yohane 18:36)

Pamene Yesu anali kunena za kuzunzika kwa m'tsogolo kwa mpingo analozera kubweretsa "lupanga" pamene anati:

> Musalingalire kuti ndidadzera kuponya mtendere pa dziko la pansi sindinadzera kuponya mtendere, koma lupanga...
> (Mateyu 10:34)

Izi nthawi zina zimaperekedwa monga umboni wosonyeza kuti Yesu analola za chiwawa; Komabe, kwenikweni akunena za magaŵano amene angabwere m'mabanja pamene Akhristu akanidwa chifukwa cha chikhulupiriro mwa Khristu: ndime yogwirizana ndi Luka ili ndi mawu oti "kugawikana" m'malo mwa "lupanga" (Luka 12:51). Lupanga pano liri lophiphiritsira, likuimira chimene chimagaŵanitsa, kulekanitsa chiŵalo chimodzi cha banja kwa chinzake. Kutanthauzira kwina kothekera, m'nkhani yotakata ya uphungu umene Yesu anali kupereka ponena za mazunzo a mtsogolo, ndiko kuti "lupanga" likunena za chizunzo cha kwa Akhristu. Pamenepa, ili ndi lupanga loukira Akhristu chifukwa cha umboni wawo, osati wotsutsana ndi ena.

Kukana chiwawa kwa Yesu kunali kosiyana ndi zimene anthu ambiri ankayembekezera pa nkhani ya zimene Mesiya adzachita akadzabwera kudzapulumutsa anthu a Mulungu. Chiyembekezo chinali chakuti chipulumutso chimenechi chidzakhala cha nkhondo, ndale komanso cha uzimu. Yesu anakana kusankha asilikali. Ananenanso momveka bwino kuti ufumu wake sunali wa ndale ngakhale pamene ananena kuti "si wa dziko lino." Anaphunzitsa kuti anthu ayenera kupereka kwa Kaisara za Kaisara, ndi za Mulungu kwa Mulungu (Mateyu 22:21). Iye anakana kuti Ufumu wa Mulungu ungakhale mwa ku thupi, chifukwa uyenera kupezeka mwa anthu (Luka 17:21).

Pamene anayang'anizana ndi ophunzira ake, amene anali kukangana ponena za amene adzalandira udindo wa ndale za dziko mu Ufumu wa Mulungu—woimiridwa ndi malo okhala—Yesu anawauza kuti ufumu wa Mulungu sunali wofanana ndi ma ufumu a ndale za dziko amene anali kuwadziŵa bwino. anthu adachita ufumu pa wina ndi mzake. Kuti mukhale woyamba, iye anati, munayenera kukhala akuthungo (Mateyu 20:16, 27), ndipo otsatira ake ayenera kufunafuna kutumikira osati kutumikiridwa (Marko 10:43; Mateyu 20:26-27).

Mpingo woyamba unatsatira ziphunzitso za Yesu za chiwawa. Mwachitsanzo, okhulupirira oyambirira m'zaka 100 zoyambirira za mpingo ankaletsedwa kuchita ntchito zina, kuphatikizapo za msilikali, ndipo ngati Mkristu anali msilikali, ankaletsedwa kupha.

Muzikonda adani anu

Chimodzi mwazowononga pa kukanidwa chingakhale chiwawa. Izi zimayendetsedwa ndi udani womwe kukana ku ngayambitse. Komabe, Yesu anaphunzitsa kuti:

- kubwezera sikuloledwanso—zochita zoipa ziyenera kubwezedwa ndi za bwino, osati zoipa (Mateyu 5:38-42)
- n'kulakwa kuweruza ena poyang'ana nkhope (Mateyu 7:1-5)
- adani ayenera kukondedwa, osati kudedwa (Mateyu 5:44)
- ofatsa adzalandira dziko la pansi (Mateyu 5:5)
- ochita mtendere adzatchedwa ana a Mulungu (Mateyu 5:9).

Ziphunzitso zimenezi sizinali mawu wamba amene ophunzira anamva naiwala. Otsatira a Yesu ananena momveka bwino m'makalata awo, osungidwa m'Chipangano Chatsopano, kuti mfundo zimenezi zinawatsogolera ngakhale pamene anakumana ndi mayesero aakulu ndi chitsutso:

> Kufikira nthawi yomwe yino timva njala, timva ludzu, tiri amariseche, tikhomedwa, tiribe pokhazikika; ... polalatidwa tidalitsa; pozunzidwa, tipirira; ponamizidwa, tipempha. (1 1 Akorinto 4:11-13; wonainso 1 Petro 3:10; Tito 3:1-2; Aroma 12:14-21)

Atumwi anaonetsa okhulupilira chitsanzo cha Yesu mwini (1 Petro 2:21-25). Ichi chinali chosonkhezera kwambiri kotero kuti m'zolemba za tchalitchi choyambirira vesi lakuti "kondani adani anu" la Mateyu 5:44 linakhala ndime yogwidwa mawu kaŵirikaŵiri m'Baibulo.

Konzekerani kuzunzidwa

Yesu anaphunzitsa otsatira ake kuti chizunzo chinali chosapeŵeka: adzakwapulidwa, kudedwa, kuperekedwa, ndi kuphedwa (Marko 13:9-13; Luka 21:12-19; Mateyu 10:17-23).

Iye anachenjeza ophunzira ake, powaphunzitsa mmene angapatsire uthenga wake kwa ena, kuti adzakanidwa. Mosiyana kwambiri ndi chitsanzo ndi chiphunzitso cha Muhammad, chimene chinalimbikitsa Asilamu kuchitapo kanthu povutika ndi chiwawa ngakhalenso kupha, Yesu anaphunzitsa ophunzira ake 'kusansa fumbi kumapazi anu pochoka. Mwa kuyankhula kwina, azingopitirira, osatenga choyipa chilichonse kapena chodetsedwa kuchoka pa zokumana zawo (Marko 6:11; Mateyu 10:14). Kumeneku sikunali kugaŵana ndi kuwawidwa mtima, chotero mtendere wawo "unabwerera" kwa iwo (Mateyu 10:13-14).

Yesu mwiniyo anapereka chitsanzo ichi pamene mudzi wa Asamariya unakana kumulandira. Ophunzira ake anamufunsa ngati ankafuna kuti aitane moto kuchokera kumwamba kuti ugwetse Asamariya, koma Yesu anadzudzula ophunzira ake n'kupitirirabe (Luka 9:54-56).

Yesu anaphunzitsa ophunzira ake kuti athaŵire kumalo ena akamazunzidwa (Mateyu 10:23). Sayenera kuda nkhawa, chifukwa Mzimu Woyera ukanawathandiza kudziwa zoyenera kunena (Mateyu 10:19-20; Luka 12:11-12, 21:14-15) ndipo sayeneranso kuchita mantha (Mateyu 10:26, 31).

Chiphunzitso chapadera cha Yesu chinali chakuti otsatira ake ayenera kusangalala akamazunzidwa, chifukwa adzakhala akufanana ndi aneneri:

> Odala inu, pamene anthu adzada inu, adzapatula inu, nadzatonza inu, nadzalitaya dzina lanu monga loipa; chifukwa cha Mwana wa munthu. Kondwerani tsiku lomweli, tumphani ndi chimwemwe; pakuti onani, mphotho zanu nzazikuru Kumwamba; pakuti makolo awo anawachitira aneneri zonga zomwe. (Luka 6:22-23; wonaninso Mateyu 5:11-12)

Pali umboni wochuluka wosonyeza kuti uthenga uwu unalandiridwa ndi mtima wonse ndi mpingo woyamba, monga gawo la kudzipereka kwawo kwa Khristu:

> …Komatu ngatinso mukamva zowawa chifukwa cha chilungamo, odala inu. (1 Petro 3:14; kweniso 2 Akorinto 1:5; Afilipi 2:17-18; 1 Petro 4:12-14)

Yesu analimbikitsanso ophunzira ake ndi chiyembekezo chakuti, limodzi ndi chizunzo, adzalandira mphatso ya moyo wosatha, koma kuti alandire lonjezo limeneli m'moyo wotsatira anafunikira kukhalabe okhulupirika m'moyo uno (Marko 10:29-30, 13; 13).

Kuyanjanitsa

Pakumvetsetsa kwa Chikhristu, vuto lalikulu la munthu ndi uchimo, womwe umalekanitsa anthu kwa Mulungu komanso kwa wina ndi mnzake. Vuto la uchimo si nkhani ya kusamvera chabe. Ndi kuphwanya ubale ndi Mulungu. Pamene Adamu ndi Hava sanamvere Mulungu anam'kana. Iwo anasankha kusakhulupirira Mulungu koma kumvera njoka. Iwo anapandukira Mulungu, kum'kana, ndi kukana ubwenzi ndi iye. Chifukwa cha zimenezi, Mulungu anawakana ndipo anawachotsa pamaso pake. Anakhala omvera matemberero a Kugwa.

M'mbiri ya Israyeli, Mulungu anapereka pangano kupyolera mwa Mose kuti akhazikitsenso unansi wabwino pakati pa Mulungu ndi anthu, koma anthu ake sanamvere malamulowo n'kuyamba njira yawoyawo. Chifukwa cha kusamvera kwawo, iwo anakana unansi ndi Mulungu ndipo anaweruzidwa. Koma Mulungu sadawakane kotheratu; Anali ndi dongosolo la chipulumutso chawo ndi chipulumutso cha dziko la pansi.

Ngakhale kuti anthu anakana Mulungu, iye sanawakane. Mtima wake unkalakalaka anthu amene anawapanga, ndipo anali ndi dongosolo la kuyanjanitsa kwawo. Kusandulika thupi ndi mtanda wa Yesu Khristu ndi kukwaniritsidwa kwa dongosolo ili la kubwezeretsedwa kwa anthu onse mu ubale wochiritsidwa ndi Mulungu.

Mtanda ndi chinsinsi chogonjetsera nkhani yakuya ya kukana Mulungu kwa anthu ndi chiweruzo chomwe chimabweretsa. Kugonjera kwa Yesu ku kukanidwa, kupyolera mu mtanda, kumapereka chinsinsi cha kugonjetsa kukanidwa komweko. Mphamvu ya kukana ili m'machitidwe omwe amakonda kuyambitsa m'mitima ya anthu kulikonse. Mwa kutenga udani wa omuukirawo, ndi kupereka moyo wake monga nsembe ya machimo a dziko, Yesu anagonjetsa mphamvu ya kukanidwa iyokha, naikulitsa ndi chikondi. Chikondi chimenechi chimene Yesu anasonyeza sichinali china koma chikondi cha Mulungu kaamba ka dziko limene analipanga:

> Pakuti Mulungu anakonda dziko la pansi kotero, kuti anapatsa Mwana wache wobadwa yekha, kuti yense wakukhulupirira Iye asatayike, koma akhale nawo moyo wosatha. (Yohane 3:16)

Pa imfa yake ya pa mtanda, Yesu anatenga chilango chimene anthu anayenera kulandira chifukwa chokana Mulungu. Chilango ichi chinali imfa, ndipo Khristu anachinyamula kuti anthu onse amene akhulupirira mwa iye apeze chikhululukiro ndi moyo wosatha. Munjira iyi Yesu adagonjetsanso mphamvu yakukanidwa, pa kukwaniritsa chilango chake.

M'buku la Torah munali kukhetsa mwazi wa nyama zoperekedwa nsembe zomwe zimachotsera machimo. Kuphiphiritsira kumeneku kumagwiritsidwa ntchito ndi Akhristu kuti amvetsetse tanthauzo la imfa ya Yesu pa mtanda. Izi zikufotokozedwa mu nyimbo ya Yesaya ya mtumiki wozunzika:

> … chilango chotitengera ife mtendere chinamgwera lye; ndipo ndi mikwingwirima yache ife tachiritsidwa… Koma kunakomera Yehova kumtundudza; anamvetsa zowawa; moyo wache ukapereka nsembe yoparamula, Iye adzaona mbeu yache, adzatanimphitsa masiku ache; … pakuti Iye anathira moyo wache ku imfa; ndipo anawerengedwa pamodzi ndi olakwa. (Yesaya 53:5, 10, 12)

M'ndime yamphamvu yochokera m'kalata yake yopita kwa Aroma, Paulo anafotokoza mmene nsembe ya Khristu imathetsera kukanidwa mwa kutipatsa ife chosiyana, chiyanjanitso:

> Pakuti ngati, pokhala ife adani ache, tinayanjanitsidwa ndi Mulungu mwa imfa ya Mwana wache, makamaka ndithu, popeza ife tayanjanitsidwa, tidzapulumuka ndi moyo wache. Ndipo si chotero chokha, koma ife tikondwera ndi Mulungu mwa Ambuye wathu Yesu Khristu, amene talandira naye tsopano chiyanjanitso. (Aroma 5:10-11)

Kuyanjanitsa uku kumagonjetsanso ufulu wonse wotsutsidwa womwe ungathe kudzutsidwa ndi anthu ena, kuphatikizapo anthu, angelo, kapena ziwanda (Aroma 8:38):

> Ndani adzaneneza osankhidwa a Mulungu? Mulungu ndiye amene awayesa olungama… [china chiri chonse], sichingadzakhoze kutisiyanitsa ife ndi chikondi cha Mulungu, chimene chiri mwa Khristu Yesu Ambuye wathu. (Aroma 8:33, 39)

Osati izi zokha, komanso akhristu apatsidwa utumiki wa chiyanjanitso, ponse ponse ponse pofikitsa chiyanjanitso kwa ena ndi kulalikira uthenga wa mtanda ndi mphamvu yake yowononga kukanidwa:

> Koma zinthu zonse zichokera kwa Mulungu amene anatiyanjanitsa kwa Iye yekha mwa Kristu, natipatsa utumiki wa chiyanjanitso; ndiko kunena kuti Mulungu anali mwa Kristu, alinkuyanjanitsa dziko la pansi kwa Iye yekha, osawawerengera zolakwa zawo; ndipo anaikiza kwa ife mau a chiyanjanitso. Chifukwa chache tiri atumiki m'malo mwa Khristu, monga ngati Mulungu alikudandaulira mwa ife. (2 Akorinto 5:18-20)

Kuuka kwa akufa (Chiukiritso)

Imodzi mwa mitu yolimbikira ya 'mavumbulutso' a Muhammad ndi zonena zake zambiri inali kufuna kutsimikizira kapena kudzitsimikizira. Iye anakwaniritsa zimenezi mwa kukakamiza adani ake kugonjera ku chikhulupiriro chake, kotero kuti anadziika okha pansi pa chitsogozo ndi ulamuliro wake, kapena mwa kuwakakamiza kuvomereza kudzichepetsa. Njira yawo ya chitatu inali imfa.

Mu kumvetsetsa kwa chikhristu kwa ntchito ya Khristu, pali kutsimikizira, koma sikukwaniritsidwa ndi Khristu kwa iye mwini. Ntchito ya Mesiya wozunzikayo inali yodzichepetsa, kugwirizana ndi kukanidwa. Kulungamitsidwa kunadza kupyolera mu kuuka ndi kukwera kumwamba kwa Khristu, kumene imfa ndi mphamvu zake zonse zinagonjetsedwa:

> …sanasiyidwa m'Hade, ndipo thupi lache silinaona chibvunde. Yesu ameneyo, Mulungu anamuukitsa; za ichi tiri mboni ife tonse. 33 Potero, popeza anakwezedwa ndi dzanja lamanja la Mulungu, nalandira kwa Atate lonjezano la Mzimu Woyera, anatsanulira ichi, chimene inu mupenya nimumva… Mulungu anamyesa Ambuye ndi Khristu, Yesu amene inu munampachika. (Machitidwe 2:31-36)

Ndime yodziwika bwino ya m'kalata ya Paulo yopita kwa Afilipi ikufotokoza mmene Yesu 'anadzichepetsera,' n'kuyamba kutengera udindo wa kapolo ndi mtima wonse. Kumvera kwake kunapitirira mpaka imfa. Koma Mulungu anamukwezera ku malo auzimu a ulamuliro wapamwamba. Kupambana kumeneku sikunali chifukwa cha khama la Khristu koma chifukwa cha kutsimikizira kwa Mulungu nsembe yaikulu ya Khristu pa mtanda:

> …Mukhale nawo mtima m'kati mwanu umene unalinso mwa Kristu Yesu, ameneyo pokhala nawo maonekedwe a Mulungu, sanachiyesa cholanda kukhala wofana ndi Mulungu, koma anadzikhuthula yekha, natenga maonekedwe a kapolo, nakhala m'mafanizidwe a anthu; ndipo popezedwa m'maonekedwe ngati munthu, anadzichepetsa yekha, nakhala womvera kufikira imfa, ndiyo imfa ya pa mtanda. 9 Mwa ichinso Mulungu anamkwezetsa Iye, nampatsa dzina limene liposa maina onse, kuti m'dzina la Yesu bondo liri lonse lipinde. (Afilipi 2:4-10)

Kukhala akuphunzira (kutsatira) a mtanda

Kwa Akristu, kutsatira Khristu kumatanthauza kugwirizana ndi imfa ndi kuukitsidwa kwake. Onse aŵiri Yesu ndi otsatira ake amatchula mobwerezabwereza kufunika kwa "kufa" pamodzi ndi Khristu—ndiko kuti, kuika moyo wakale ku imfa—ndi kubadwanso, kuukitsidwa ku moyo watsopano mogwirizana ndi njira ya Khristu ya chikondi ndi chiyanjanitso, osati kukhala ndi moyo kwa ife tokha, koma kwa Mulungu. Akhristu amaona zokumana nazo zakuzunzika kukhala njira yogawana nawo mazunzo a Khristu. Izi zimapeleka tanthauzo la mayesero omwe amadutsamo monga njira yopita ku moyo wosatha, ndi chizindikiro osati cha kugonjetsedwa, koma chigonjetso cha mtsogolo. Ndi Mulungu amene adzatsimikizira okhulupirira a chilungamo, osati mphamvu za nkhanza za dziko lino:

> Ngati munthu afuna kudza pambuyo panga, adzikanize yekha, nanyamule mtanda wache, nanditsate Ine. Pakuti yense wakufuna kupulumutsa moyo wache adzautaya; ndipo yense wakutaya moyo wache chifukwa cha Ine, ndi chifukwa cha Uthenga Wabwino, adzaupulumutsa. (Marko 8:34-35; wonaninso 1 Yohane 3:14, 16; 2 Akorinto 5:14-15; Ahebrews 12:1-2)

Muhammad atsutsana ndi mtanda

Poganizira zonse zomwe taphunzira, komanso podziwa kuti tikukhala m'dziko lauzimu, tisadabwe kudziwa kuti Muhammad amadana ndi mitanda. Hadith ina inanena kuti ngati Muhamadi akapeza chinthu mnyumba mwake chili ndi chizindikiro cha mtanda, adzachiononga.[11]

Monga taonera mu Phunziro 3, chidani cha Muhammad pa mtanda chinafikiranso ku chiphunzitso chakuti Isa, M'chisilamu Yesu, adzabwerera ku dziko la pansi monga mneneri wowononga mtanda wa Chisilamu, kudzachotsa Chikristu padziko lapansi.

Masiku ano udani wa Muhammad pa mtanda umagawidwa ndi Asilamu ambiri. M'madera ambiri pa dziko la pansi masiku ano mitanda ya Chikristu imadedwa, kuletsedwa, ndi kuwonongedwa ndi Asilamu.

Izi zinatanthauzanso kuti Archbishop wa Canterbury George Carey anakakamizika kuvomereza kuchotsa mtanda wake pakhosi pake pamene ndege yake inayenera kuyima mokakamiza ku Saudi Arabia

---

11. W. Muir, *The Life of Muhammad*, vol. 3, p. 61, note 47.

mu 1995. Chochitikacho chinafotokozedwa ndi David Skidmore mu Episcopal News Service:

> Kuthawa kwa Carey kuchokera ku Cairo kupita ku Sudan kudakakamizika kuyimitsa mkhalapakati ku Saudi Arabia. Atayandikira mzinda wa Jidda, womwe uli m'mphepete mwa Nyanja Yofiira, ku Saudi Arabia, Carey anauzidwa kuti achotse zizindikiro zonse zachipembedzo, kuphatikizapo kolala yake yaubusa ndi mtanda wapamutu.

Komabe ngakhale mtanda umakanidwa ndi Asilamu, kwa Akhristu umayimira ufulu wathu.

M'zigawozi tilingalira za pemphero lodzipereka kutsatira Yesu Khristu, maumboni ena a ufulu, ndi pemphero lomasulidwa ku mphamvu ya Chisilamu ndi pangano la *sahada*. Mapempherowa ndi amene amaperekedwa makamaka kwa anthu amene akusankha kuchoka m'Chisilamu kuti atsatire Yesu waku Nazareti, komanso anthu amene asankha kale kutsatira Yesu n'cholinga chofuna kudzipezera ufulu ku mfundo zonse ndi mphamvu za Chisilamu.

Tsatirani Yesu

Mukuitanidwa kutsimikizira kudzipereka kwanu kutsatira Khristu powerenga pempheroli mokweza. Werengani izi mosamala musanawerenge, kuti mukhale otsimikiza za zomwe mukunena.

Pamene mukuganizira pempheroli, chonde dziwani kuti lili ndi zinthu zotsatirazi:

1. *Kuvomereza kuwiri:*

    - Ndine wochimwa ndipo sindingathe kudzipulumutsa ndekha.

    - Pali Mulungu mmodzi yekha, Mlengi, amene anatumiza Mwana wake Yesu kudzafera machimo anga.

2. *Kutembenuka mtima (kulapa)* kumachimo anga ndi zoipa zonse.

3. *Kupempha chikhululukiro*, ufulu, moyo wosatha, ndi Mzimu Woyera.
4. *Kusamutsa kukhulupirika* kupita kwa Khristu monga Ambuye wa *moyo* wanga.
5. *Lonjezo ndi kudzipereka* kwa moyo wanga kugonjera ndi kutumikira Khristu.
6. *Kulengeza* za chimene ine ndiri mwa Khristu.

Kulengeza ndi Pemphero la Kudzipereka Kutsatira Yesu Khristu

Ndimakhulupirira mwa Mulungu mmodzi, Mlengi, Atate Wamphamvuyonse.

Ndimakana ena onse otchedwa 'milungu'.

Ndikuvomereza kuti ndinachimwira Mulungu komanso anthu ena. Pa chifukwa chimenechi ndaphwanya malamulo a Mulungu ndipo ndapandukira iye ndi malamulo ake.

Sindingathe kudzipulumutsa ndekha ku machimo anga.

Ndimakhulupirira kuti Yesu ndi Khristu, Mwana wa Mulungu woukitsidwayo. Iye anafa pa mtanda m'malo mwanga ndipo anatenga pa iye yekha chiweruzo cha machimo anga. Iye anaukitsidwa kwa akufa chifukwa cha ine.

Ndachoka ku machimo anga.

Ndikupempha mphatso ya Khristu ya chikhululukiro, yopambana pa mtanda.

Ndikulandira mphatso iyi ya chikhululukiro tsopano.

Ndimasankha kuvomereza kuti Mulungu ndi Atate wanga, ndipo ndikufuna kukhala wake.

Ndikufuna mphatso ya moyo wosatha.

Ndikupereka maufulu a moyo wanga kwa Khristu ndikumuitana kuti alamulire monga Mbuye wa moyo wanga kuyambira lero mpaka mtsogolo.

Ndikukana zikhulupiriro zina zonse za uzimu. Ndikukana makamaka shahada ndi zonena zake zonse pa ine.

Ndikukana Satana ndi zoipa zonse. Ndikuswa mapangano onse oipa amene ndinangana ndi mizimu yoipa kapena mfundo zoipa.

Ndikusiya maubale onse osaopa Mulungu kwa ena amene achita ulamuliro wopanda umulungu pa ine.

Ndikana mapangano onse opanda umulungu amene makolo anga anapanga m'malo mwanga, amene anandikhudza m'njira iliyonse.

Ndikukana mphamvu zonse za matsenga kapena za uzimu zomwe sizichokera kwa Mulungu kudzera mwa Yesu Khristu.

Ndikupempha mphatso ya Mzimu Woyera wolonjezedwa.

Atate Mulungu, chonde ndimasuleni ndikundisintha kuti ndibweretse ulemerero kwa inu ndi inu nokha.

Mutsanulire mwa ine chipatso cha Mzimu Woyera kuti ndikulemekezeni ndi kukonda ena.

Ndikulengeza pamaso pa mboni za umunthu ndi pamaso pa ma ulamuliro onse auzimu kuti ndikudzipatulira ndikudzimanga ndekha kwa Mulungu kudzera mwa Yesu Khristu.

Ndikulengeza kuti ndine mbadwa ya ku mwamba. Mulungu ndiye mtetezi wanga. Ndi chithandizo cha Mzimu Woyera ndasankha kugonjera ndi kutsatira Yesu Khristu ndi iye yekha monga Ambuye masiku anga onse.

Amen.

Ma umboni a ufulu

Nawa maumboni ena a anthu amene anamasulidwa pogwiritsa ntchito mapemphero mu phunziro ili.

Maphunziro a ophunzira

Utumiki wina ku North America unali kuchititsa maphunziro amphamvu nthaŵi zonse kwa anthu a Chisilamu amene anavomereza Khristu monga Ambuye ndi Mpulumutsi wawo. Otsogolera maphunzirowa adapeza kuti ophunzirawo anali kukumana ndi zovuta zambiri zolimbikira pakuphunzitsa. Iwo adazindikira za mapemphero omwe ali m'bukuli chifukwa chosiya *shahada* ndipo adaganiza zopempha onse omwe adachita nawo maphunzirowa kuti agwiritse ntchito mapempherowa kusiya Chisilamu limodzi. Yankho la otenga nawo mbali linali limodzi la mpumulo waukulu ndi chisangalalo. Iwo anafunsa kuti, "N'chifukwa chiyani palibe amene ananena kuti tiyenera kusiya Chisilamu? Tikanachita zimenezi kalekale!" Pambuyo pake, kusiya Chisilamu chidakhala gawo lofunikira pa maphunziro awo.

Akhristu aku Middle East omwe adasiya shahada

Nawa maumboni awiri a Asilamu omwe adatembenuka ku Middle East atasiya shahada:

> Ndikumva kukhala womasukadi, ngati kuti goli limene anamangidwa m'khosi langa lamasulidwa ndi kuthyoka. Pempheroli ndi lodabwitsa kwambiri. Ndikumva ngati nyama yotsekeredwa yomwe yamasulidwa. Ndikumva ufulu.

> Ndinali wosowa kwambiri izi ndipo zinali ngati mumadziwa zomwe zinkachitika m'maganizo mwanga ... pamene ndimanena pemphero mobwerezabwereza ndinamva chitonthozo cha chilendo chomwe chopitirira mawu; ngati kuti katundu wolemera watulidwa ndipo ndamasulidwa kotheratu. Ndikumva kumasuka kotheratu bwanji!

Kukumana ndi Chowonadi

Chinthu choyamba pokonzekera kusiya *shahada* (kapena *dhimma*) ndikuganizira mavesi ena a malemba. Timachita izi kutsimikizira chowonadi chofunikira, chomwe chimakhazikika pa mapemphero athu. Izi zitha kutchedwa 'kukumana ndi Choona'.

Kodi ndi choonadi cha m'Malemba chotani chimene mavesi awa a mu 1 Yohane ndi Uthenga Wabwino wa Yohane akutiphunzitsa kudalira ndi kupempherera?

> Ndipo ife tazindikira, ndipo takhulupirira chikondi'cho Mulungu ali nacho pa ife. Mulungu ndiye chikondi, ndipo iye amene akhala m'chikondi akhala mwa Mulungu, ndipo Mulungu akhala mwa iye. (1 Yohane 4:16)

> [Yesu anati:] Pakuti Mulungu anakonda dziko la pansi kotero, kuti anapatsa Mwana wache wobadwa yekha, kuti yense wakukhulupirira Iye asatayike, koma akhale nawo moyo wosatha. (Yohane 3:16)

Amatiphunzitsa kuti chikondi cha Mulungu chimagonjetsa kukanidwa.

Kodi ndi choonadi cha Mulungu chotani chimene mavesi aŵiriŵa akutiphunzitsa kulabadira ndi kupempherera?

> Pakuti Mulungu sanatipatsa Mzimu wa mantha; komatu wa mphamvu ndi chikondi ndi chidziietso. (2 Timoteo 1:7)

> Pakuti inu simunalandira mzimu wa ukapolo kuchitanso mantha; koma munalandira mzimu wa umwana, umene tipfuula nawo, kuti, Abba, Atate. Mzimu yekha achita umboni pamodzi ndi mzimu wathu, kuti tiri ana a Mulungu; ndipo ngati ana, pomweponso olowa nyumba; inde olowa nyumba ache a Mulungu, ndi olowa anzache a Khristu; ngatitu ife timva zowawa pamodzi naye, kuti tikalandirenso ulemerero pamodzi ndi Iye. (Aroma 8:15-17)

Amatiphunzitsa kuti cholowa chathu sichinthu chowopsa: chili mwa Mulungu.

Kodi ndime ziwirizi zikutiphunzitsa kuti tizikhulupirira ndi kupempherera choonadi chotani?

> [Yesu anati:] Ndipo mudzazindikira choonadi, ndipo choonadi chidzakumasulani. (Yohane 8:32)

> Khristu anatisandutsa mfulu, kuti tikhale mfulu; chifukwa chache chirimikani, musakodwenso ndi gori la ukapolo. (Agalatiya 5:1)

Iwo amatiphunzitsa kuti tinaitanidwa kuti tikhale muufulu.

Kodi mavesi awiriwa akutiphunzitsa kuti tizikhulupirira ndi kupempherera choonadi chotani?

> Kapena simudziwa kuti thupi lanu liri kachisi wa Mzimu Woyera, amene ali mwa inu, amene muli naye kwa Mulungu? Ndipo simukhala a inu nokha. Pakuti munagulidwa ndi

mtengo wache wapatali; chifukwa chache lemekezani Mulungu m'thupi lanu. (1 Akorinto 6:19-20)

Ndipo iwo anamlaka iye chifukwa cha mwazi wa Mwana wa nkhosa... (Chibvumbulutso 12:11)

Akuti mphunzitsa kuti mathupi athu ali a kwa Mulungu ndipo osati kukuponderedzedwa: mtengo wa mwazi wathu waperekedwa kale.

Kodi ndi choonadi chanji cha malemba chikutiphunzitsa ife kuti tiyenera kuchifuna ndi kuchipempherera?

... Muno mulibe mYuda, kapena mHelene, muno mulibe kapolo, kapena mfulu, muno mulibe mwamuna ndi mkazi; pakuti muli nonse mmodzi mwa Khristu Yesu. (Agalatiya 3:28)

Likutiphunzitsa ife kuti amuna ndi akazi ali wolingana pamaso pa Mulungu, ndipo palibe gulu lina limene liposa linzake.

Ndi choonadi chanji cha umulungu chimene ndime zitatuzi zikutiphunzitsa kuti tikhulupilire ndikupempherera?

Koma ayamikike Mulungu, amene atitsogolera m'chigonjetso mwa Kristu, namveketsa pfungo la chidziwitso chache mwa ife pa malo ponse. Pakuti ife ndife pfungo labwino la Khristu, kwa Mulungu, mwa iwo akupulumutsidwa, ndi mwa iwo akuonongeka. (2 Akorinto 2:14-15)

Ndipo ulemerero umene mwandipatsa Ine ndapatsa iwo; kuti akhale amodzi, monga Ife tiri mmodzi; Ine mwa iwo, ndi Inu mwa Ine, kuti akhale angwiro mwa mmodzi; kuti dziko la pansi lizindikire kuti Inu munandituma Ine, nimunawakonda iwo, monga momwe munakonda Ine. (Yohane 17:22-23)

[Yesu anati:] Ngati munthu afuna kudza pambuyo panga, adzikanize yekha, nasenze mtanda wache tsiku ndi tsiku, nanditsate Ine. (Luka 9:23)

Akutiphunzitsa ife kuti maonekedwe anthu apadera sali kupeputsidwa kapena kuchepetsedwa, koma ndi chigonjetso cha Khristu, umodzi mu chikondi cha Khristu ndi mtanda.

Ndi choonadi chanji cha malemba ndimezi zikutiphunzitsa kuti tikakumbatire ndi kupempherera?

[Yesu anati:] Kuyenera kwa inu kuti ndichoke Ine; pakuti ngati sindichoka, Nkoswe'yo sadzadza kwa inu; koma ngati ndipita ndidzamtuma Iye kwa inu. Ndipo atadza Iyeyo, adzatsutsa dziko la pansi za machimo, ndi za chilungamo, ndi za chiweruziro... (Yohane 16:7-8)

[Yesu anati:] Koma atadza Iyeyo, Mzimu wa choonadi, adzatsogolera inu m'choonadi chonse. (Yohane 16:13)

Akutiphunzitsa ife kuti tilinayo mphamvu ya Mzimu Woyera kubvumbula choonadi.

Ndi choonadi chanji ndime iyi ikutiphunzitsa kuti tikhulupilire ndikupempherera?

... ndi kupenyerera woyambira ndi womariza wa chikhulupiriro chathu, Yesu, ameneyo, chifukwa cha chimwemwe choikidwa'cho pa maso pache, anapirira mtanda, nanyoza manyazi, nakhala pa dzanja lamanja la mpando wachifumu wa Mulungu. (Ahebri 12:1,2)

Likutiphunzitsa ife kuti tiri ndi ulamuliro wakutsatira Khristu pogonjetsa manyazi.

Ndi choonadi chanji cha umulungu ndimeyi ikutiphunzitsa kuti tikhulupilre ndi kupempherera?

Chokhachi, dzichenjerani nokha, ndi kusunga moyo wanu mwa changu, kuti mungaiwale zinthu'zi adaziona maso anu, ndi kuti zisachoke ku mtima kwanu masiku onse a moyo wanu; koma muzidziwitsa ana anu ndi zidzukulu zanu. (Deutoronomo 4:9)

Likutiphunzitsa ife kuti tiri ndi ufulu ndi udindo wakuphunzitsa ife tokha ndi ana anthu pa za uzimu.

Ndi choonadi chanji ndimeyi ikutiphunzitsa kuti tikakumbatire ndi kupempherera?

Lilime liri ndi mphamvu pa imfa ndi moyo; Wolikonda adzadya zipatso zache. (Miyambo 18:21)

Ndipo tsopano Ambuye, penyani mau awo akuopsa, ndipo patsani kwa akapolo anu alankhule mau anu ndi kulimbika mtima konse. (Machitidwe 4:29)

> Chikondi sichikondwera ndi chinyengo, koma chikondwera ndi choonadi. (1 Akorinto 13:6)

> Iye amene adzabvomereza kuti Yesu ali Mwana wa Mulungu, Mulungu akhala mwa iye, ndi iye mwa Mulungu. (1 Yohane 4:15)

> Potero musataye kulimbika kwanu, kumene kuli nacho chobwezera mphotho chachiku. (Ahebri 10:35)

Akutiphunzitsa kuti tili ndi ulamuliro mwa Khristu kulankhula choonadi mu chikondi, ndi kulimbika mtima.

Ndi choonadi chanji cha malemba ndime izi zikutiphunzitsa kuti tikhulupilire ndi kupempherera?

> …umboni wa Mulungu uposa; chifukwa umboni wa Mulungu ndi uwu, kuti anachita mboni za Mwana wache. (1 Yohane 5:9)

> Anamlaka iye… chifukwa cha mau a umboni wawo. (Chibvumbulutso 12:11)

Akutiphunzitsa ife kuti tiri ndi kulimbika mtima kotheratu mu mau a choonadi.

Ndi choonadi chanji cha umulungu ndimezi zikutiphunzitsa kuti tikhale ndi kupempherera?

> Chotsalira, tadzilimbikani mwa Ambuye, ndi m'kulimba kwa mphamvu yache. Tabvalani zida zonse za Mulungu, kuti mudzakhoza kuchirimika pokana machenjerero a mdierekezi. (Aefeso 6:10-11)

> Pakuti pakuyendayenda m'thupi, sitichita nkhondo monga mwa thupi, (pakuti zida za nkhondo yathu siziri za thupi, koma za mphamvu mwa Mulungu zakupasula malinga); ndi kugwetsa matsutsano, ndi chokwezeka chonse chimene chidzikweza pokana chidziwitso cha Mulungu, ndi kugonjetsa ganizo lonse ku kumvera kwa Khristu. (2 Akorinto 10:3-5)

Akutiphunzitsa ife kuti sitiri wopanda zipangizo kapena zida, koma tiri nazo mwa uzimu mwa Khristu.

Ndimeyi ikutiphunzitsa ife kuti tikhulupilire ndi kupempherera?

> Muchiyese chimwemwe chokha, abale anga, m'mene mukugwa m'mayesero a mitundu mitundu... (Yakobo 1:2; wonaninso Afilipu 1:29)

Likutiphunzitsa ife kuti tiyenera kuchiyesa chimwemwe ngati tizunzika mu dzina la Khristu.

Ndi choonadi chanji cha choona cha malemba ndime izi zikutiphunzira kuti tikumbatire ndi kupempherera?

> [Yesu anati:] ...mkulu wa dziko ili la pansi adzatayidwa kunja tsopano. Ndipo Ine, m'mene ndikakwezedwa ku dziko, ndidzakoka anthu onse kwa Ine ndekha. (Yohane 12:31-32)

Akutiphunzitsa ife kuti mtanda umawononga mphavu za Satana ndi kutikokera ife ku ufulu wa mwa Khristu.

Ndi choonadi chanji cha malembo ndimezi zikutiphunzitsa kuti tikhale nacho ndi kupempherera?

> Ndipo inu, pokhala akufa m'zolakwa ndi kusadulidwa kwa thupi lanu anakupatsani moyo pamodzi ndi Iye, m'mene adatikhululukira ife zolakwa zonse; adatha kutifafanizira cha pa ife'cho cholembedwa m'zoikika'zo, chimene chinali chotsutsana nafe: ndipo anachichotsera pakati'po, ndi kuchikhomera ichi pa mtanda; atabvula maukulu ndi maulamuliro, anawaonetsera poyera; nawagonjetsera nako. (Akolose 2:13-15)

Atiphunzitsa ife kuti mtanda utichotsera ife mapangano akusapembedza konse ndikuwononga mphamvu zake.

Tisanapemphere, tiyenera kudzindikira kuti mapemphero athu ndi kulengeza kwathu ndi kwa mphamvu ndi kuthekera. Kusankha kubvomerezana ndi Mulungu kuti ndi chifuniro chake kutitengera ku ufulu kothereratu. Bvomerezani ndi mzimu wanu kulandila choonadi chakuti Khristu alandira inu, ndikuti mukhale afulu ku misampha yose ya woyipayo. Sankhani kulimbana ndi kukana bodza lonse la mapangano a Chisilamu.

Ili ndi pemphero lakulengeza kukana shahada. Ndibwino kuwerenga mutayima.

Kulengeza ndi Pemphero la Kusiya *Shahada* ndi kuphwanya Mphamvu Zake.

Ndikukana kugonjera kwabodza monga momwe Muhammad anaphunzitsira ndi kuonetsera.

Ndikusiya ndi kukana chikhulupiriro chabodza chakuti Muhammad ndi mtumiki wochokera kwa Mulungu.

Ndikukana zomwe akunena kuti Quran ndi Mawu a Mulungu.

Ndimakana ndikusiya shahada ndi kuloweza kumanena kulikonse.

Ndikukana kunena kuti al-Fatihah. Ndikutsutsa zomwe akunena kuti Ayuda ali pa ukali wa Mulungu, ndipo Akhrisitu asokera.

Ndikukana kudana ndi Ayuda. Ndimakana zonena kuti anaipitsa Baibulo.

Ine ndikukana zonena kuti Mulungu wakana Ayuda ndipo ndikuzilengeza kuti ndi za bodza.

Ndikusiya kuwerenga Qur'an ndikukana ulamuliro wake pa moyo wanga.

Ndikukana kupembedza konyenga konse kotengera chitsanzo cha Muhammad.

Ndikukana ziphunzitso zonse zabodza zokhuza Mulungu zomwe Muhammad adabweretsa, ndikuti Allah monga momwe akufotokozedwera mu Quran ndi Mulungu.

[Kwa anthu a chi Shi'a: Ine ndikukana ndi kusiya maubale onse a Ali ndi makhalifa khumi ndi awiri. Ndikusiya madandaulo onse m'malo mwa Hussein ndi Asilamu ophedwa.]

Ndikukana kudzipereka kwanga ku Chisilamu pamene ndinabadwa, ndi kudzipereka kwa makolo anga.

Ndikusiya makamaka ndikukana chitsanzo cha Muhammad. Ndikukana ziwawa, ziwopsezo, udani, mzimu wokhumudwitsa, wa chinyengo, wa pamwamba, kugwiririra, kuzunza akazi, kuba, ndi machimo onse omwe Muhammad adachita.

Ndikukana ndi kusiya manyazi. Ndikulengeza kuti palibe kutsutsidwa mwa Khristu Yesu ndipo magazi a Khristu amandiyeretsa ku manyazi onse.

Ndikukana ndikusiya mantha onse oyambitsidwa ndi Chisilamu. Ndikupempha chikhululuko kwa Mulungu chifukwa chokhala ndi mantha chifukwa cha Chisilamu, ndikusankha kudalira Mulungu ndi Atate wa Ambuye wanga Yesu Khristu mu zinthu zonse.

Ndikusiya ndikukana matemberero a ena. Ndikusankha kukhala munthu wodalitsika.

Ndikukana ndi kusiya zibwenzi zonse ndi majini (ziwanda). Ndikukana chiphunzitso cha Chisilamu chokhudza qarin, ndikudula ubale uliwonse ndi ziwanda.

Ndikusankha kuyenda mwa Mzimu, ndi Mawu a Mulungu ngati kuwala kwa njira yanga.

Ndikupempha chikhululuko kwa Mulungu pa chilichonse chomwe ndidachita chifukwa chotsatira Muhammad monga Mtumiki wa Allah.

Ndikulengeza ndikukana zonena zamwano zoti Yesu akadzabweranso adzakakamiza anthu onse padziko lapansi kutsatira sharia ya Muhammad.

Ine ndikusankha kutsatira Khristu ndi iye yekha.

Ndikuvomereza kuti Khristu ndi Mwana wa Mulungu, kuti anafera pa mtanda chifukwa cha machimo anga, ndipo anaukitsidwa kwa akufa chifukwa cha chipulumutso changa. Ndimayamika Mulungu chifukwa cha mtanda wa Khristu, ndikusankha kunyamula mtanda wanga ndikumutsata.

Ndikuvomereza kuti Khristu ndiye Ambuye wa onse. Amalamulira kumwamba ndi pansi. Iye ndi Mbuye wa moyo wanga. Ndivomereza kuti adzabweranso kudzaweruza amoyo ndi akufa. Ndimamatira kwa Khristu ndikulengeza kuti palibe dzina lina kumwamba kapena padziko lapansi limene ndiyenera kupulumutsidwa nalo.

Ndikuitana Atate wanga Mulungu kuti andipatse mtima watsopano, mtima wa Khristu, kuti unditsogolere ndi kundidalitsa mu zonse zomwe ndimachita ndi kunena.

Ndimakana kulambira konyenga konse, ndipo ndikupereka thupi langa ku kulambira Mulungu wamoyo, Atate, Mwana, ndi Mzimu Woyera.

Amen.

Malangizo Ophunzirira

Phunziro 5

Popeza chiphunzitso cha m'phunziroli chalunjika pa Yesu ndi Baibulo, palibe ndime kapena mavesi a m'Korani, mawu atsopano, kapena maina atsopano.

Mavesi a m'Baibulo ali m'mafunso otsatirawa.

Mafunso Phunziro 5

- Kambiranani nkhaniyo.

Chiyambi chovuta

1. Kodi moyo wa Yesu ndi Muhamadi ukufanana bwanji?

2. Kodi chiyambi cha moyo wa Yesu chinali chowawa m'njira zinayi ziti?

    1)

    2)

    3)

    4)

Yesu akufunsidwa

3. Kodi Afarisi anaukira Khristu ndi mafunso otani?

- Marko 3:2, etc. mafunso okhudza…
- Marko 11:28, etc. mafunso okhudza…
- Marko 10:2, etc. mafunso okhudza…
- Marko 12:15, etc. mafunso okhudza…
- Mateyu 22:36, mafunso okhudza…
- Mateyu 22:42, mafunso okhudza…
- Yohane 8:19, mafunso okhudza…
- Mateyu 22:23-28, etc. mafunso okhudza…
- Marko 8:11, etc. mafunso okhudza…
- Marko 3:22, etc. mafunso okhudza…
- Mateyu 12:2, etc. mafunso okhudza…
- Yohane 8:13, mafunso okhudza…

Okana Yesu

4. Kodi Yesu anakumana ndi kukanidwa kotani?

- Mateyu 2:16…
- Marko 6:3 ndi ena…
- Marko 3:21…
- Yohane 6:66…
- Yohane 10:31…
- Yohane 11:50…
- Marko 14:43-45, ndi ena. …

- Marko 14:66-72, etc. ...
- Marko 15:12-15 ndi ena.
- Marko 14:65 ndi ena.
- Marko 15:16-20 ndi ena.
- Marko 14:53-65 ndi ena.
- (Deuteronomo 21:23)
- Marko 15:21-32 ndi ena.

Mayankho a Yesu pa kukanidwa

5. Kodi ndi zinthu 6 ziti zimene Durie ananena zimene zili zodabwitsa pa zimene Yesu anachita atakanidwa? (Nkhaniyi yachokera pa Mateyu 27:14; Yesaya 53:7; Mateyu 21:24; Mateyu 22:15-20; Mateyu 12:19-20; Yesaya 42:1-4; Luka 4:30.)

1)

2)

3)

4)

5)

6) .

6. Kodi Yesu anachita chiyani mwapadera pamene anayesedwa ndi kukanidwa? (Werengani Aheberi 4:15)

7. N'chifukwa chiyani Yesu sanaone kufunika koukira kapena kuwononga anthu amene ankamuukira?

Kukumbatira kukanidwa

8. Mwa kulinganiza kwa Mulungu, kodi nchiyani chimene chinali mbali yofunika ya ntchito ya Yesu monga Mesiya wa Mulungu? (Kuchokera pa Marko 12:10, ndi zina zotero ndi Yesaya 52:3-5.)

9. Kodi gawo lalikulu la dongosolo la Mulungu linali chiyani? (Kuchokera pa Marko 8:31-32, ndi zina zotero.)

Kanani za chiwawa

10. Kodi Yesu akukana chiyani, malinga ndi Mateyu 26:52 ndi Yohane 18:36?

11. Kodi Durie akumvetsa bwanji mau akuti 'kubweretsa lupanga' opezeka pa Mateyu 10:34?

12. Kodi ndi malingaliro otani, okhumudwitsa ena mwa otsatira ake, amene Yesu anakana ponena za Mesiya? (Kuchokera pa Mateyu 22:21; Luka 17:21; Mateyu 20:16; Marko 10:43; Mateyu 20:26-27.)

13. Kodi tchalitchi choyambirira chinagwiritsa ntchito bwanji chiphunzitsochi kwa asilikali amene anakhala Akhristu?

Kondani adani anu

14. Kodi Yesu anaphunzitsa chiyani za mmene tiyenera kuchitira zinthu ndi ena?

   1) Mateyu 5:38-42, ponena za kubwezera choipa . . .

   2) Mateyu 7:1-5, ponena za kuweruza...

   3) Mateyu 5:44, ponena za adani...

   4) Mateyu 5:5, ponena za kufatsa...

   5) Mateyu 5:9, ponena za ochita mtendere. . .

   6) 1 Akorinto 4:11, ndi zina zotero ponena za chizunzo...

   7) (1 Petro 2:21-25)

Konzekerani kuzunzidwa

15. Kodi Yesu anaphunzitsa chiyani otsatira ake ponena za zinthu zosapeŵeka? (Kuchokera pa Maliko 13:9-13, ndi zina zotero.)

16. Pamene Muhamadi anaphunzitsa otsatira ake kubwezera kuvutika ndi chiwawa, kodi Yesu analangiza motani otsatira ake? (Kuchokera pa Marko 6:11; Mateyu 10:13-14.)

17. Kodi ndi liti pamene Yesu anapereka chitsanzo cha kufunika kopitirizabe kuyenda popanda kuwawidwa mtima? (Monga mwa pa Luka 9:54-56.)

18. Kodi ndi zinthu zitatu ziti zimene Yesu anaphunzitsa ophunzira ake kuchita akamazunzidwa mwankhanza? (Kuchokera pa Mateyu 10:19-20, ndi zina zotero.)

    1)

    2)

    3)

19. Kodi chiphunzitso chachinayi cha Yesu kwa ophunzira ake okumana ndi chizunzo chinali chiyani? (Kuchokera pa Luka 6:22-23, ndi zina zotero.)

20. Kodi choonadi chachisanu chinaphunzitsidwa chiyani kwa ophunzira ozunzidwa? (Kuchokera pa 1 Petro 3:14, ndi zina zotero.)

Chiyanjanitso

21. Durie akunena kuti kuchimwa kwa Adamu ndi Hava kunali ndi zotsatira zitatu kwa anthu. Kodi zinali chiyani?

22. Kodi kukwaniritsidwa kwa dongosolo la Mulungu lobwezeretsa anthu ndi kuchiritsa ubale wa Mulungu ndi umunthu ndi chiyani?

23. Nchiyani chimapereka mfungulo yogonjetsa kukanidwa?

24. Kodi Yesu anagonjetsa bwanji mphamvu ya kukana? (Monga mwa Yohane 3:16.)

25. Ndi fanizo liti la Chipangano Chakale ndipo ndi ulosi uti umene umasonyaza za imfa ya Yesu pa mtanda?

26. Pothetsa kukanidwa, kodi nsembe ya Khristu inatipatsa chiyani?

27. Malinga ndi Aroma 8, kodi chiyanjanitso chimagonjetsanso chiyani?

28. Malinga ndi 2 Akorinto 5, kodi ndi utumiki wotani umene Mulungu watipatsa kuti tiwononge mphamvu ya kukana?

Kuuka kwa akufa

29. Muhamadi ankafuna kuwachitira chiyani adani ake?

30. Malinga ndi Machitidwe 2:31-36, kodi Khristu anatsimikizidwa motani?

31. Mogwirizana ndi chidziŵitso cha Durie chochokera pa Afilipi 2:4-10, kodi nchiyani chimene Mulungu anapereka kwa Khristu chifukwa cha kudzichepetsa ndi kudzipereka yekha pa mtanda?

Kuphunzira kwa mtanda

32. Pamene ophunzira a Kristu 'anyamula mtanda wawo', kodi amatanthauzira motani zokumana nazo zawo za kuvutika? (Kuchokera pa Marko 8:34-35, ndi zina zotero.)

Muhammad motsutsana ndi mtanda

33. Muhamadi amadana bwanji ndi mitanda?

34. Malinga ndi Chisilamu, ndi chisankho chanji chomwe chimati chidzasowa Isa (Yesu wachisilamu) atabweranso padziko lapansi?

35. Kodi ndi zofuna zochititsa manyazi zotani zomwe zidaperekedwa kwa Archbishop waku England George Carey pomwe adawulukira ku Saudi Arabia?

Pa gawo la mapemphero, chonde tsatirani izi:

1. Choyamba ophunzira onse amabwereza pamodzi 'Kulengeza ndi Pemphero la Kudzipereka Kutsatira Yesu Khristu'.

2. Kenako maumboni ndi mavesi a 'kukumana ndi choonadi' amawerengedwa kwa otenga mbali onse.

3. Zitatha izi, otenga mbali onse amaimirira pamodzi ndikubwereza mawu akuti 'Chilengezo ndi Pemphero Losiya Shahada ndi Kuswa Mphamvu Zake'.

4. Kuti mudziwe zambiri, onani Bukhu la Atsogoleri.

6

Ufulu (kumasulidwa) ku *Dhimma*

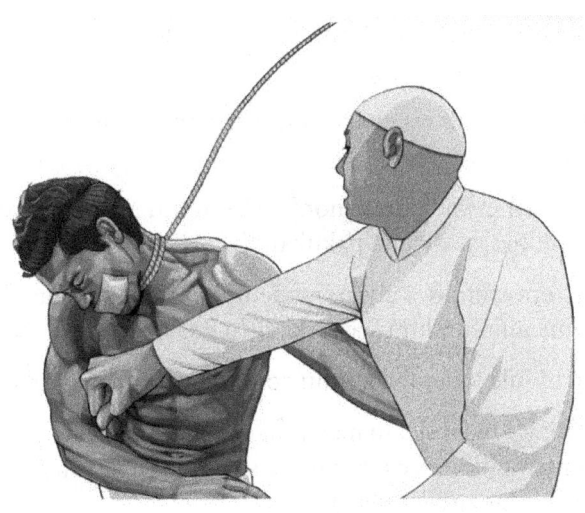

"Mwazi wake wakulankhula chokoma."
Aheberi 12:24

Zolinga za phunziro

a. Kugwirani maziko a za mulungu a pangano la *dhimma* lokhazikitsidwa ndi Asilamu pa anthu ogonjetsedwa.

b. Kumvetsera zisankho zitatu zomwe Asilamu amafunikira kwa anthu ogonja komanso zotsatira za "chisankho chachitatu".

c. Kufotokoza tanthauzo la pangano la *dhimma* kwa osakhala Asilamu.

d. Lingalirani zitsanzo za kugonjetsedwa kwa *dhimma* kuchokera m'mabuku achisilamu ndi mboni zowona ndi maso.

e. Kugwira mphamvu ya malingaliro ndi uzimu ya mwambo wapachaka wodula mutu.

f. Kulingalira zitsanzo za mmene *dhimmitude* ikubwerera ku madzulo lerolino.

g. Kumvetsa chifukwa chake anthu ena amafunikira kukana pangano la *dhimma*.

h. Kuunikani mwachidule momwe Yesu ndi Muhammadi adayankhira mosiyana pakukanidwa.

i. Kuvetsera chifukwa chake mapemphero okana pangano la *dhimma* ali ofunikira kwa Akhristu ena.

j. Mwachidule kulemba zinthu zoipa za uzimu za *dhimmitude*.

k. Kuganizira mavesi a m'malemba olengeza zowonadi 15 pamene mukukonzekera kusiya shahada (ngati simunachite kale muphunziro lapitalo).

l. Kupempha kuti mumasuke ku za uzimu za *dhimma* mwa kubwerezabwereza pemphero la kukana, kuphatikizapo pemphero la kulapa ndi zolengeza zapadera 35 ndi zokana.

Nkhani yoyeserera: Kodi mungatani?

Inu ndi anzanu mukuitanidwa kuti mukakhale nawo pa msonkhano wamapemphero ku malo ochitira misonkhano. Mukufunitsitsa kupita ndipo pamene mukukumana ndi anthu ena, mumasangalala kwambiri kuona Akhristu ambiri ochokera ku Chisilamu.

Pamapeto pa gawo loyamba la madzulo, mukulangizidwa kulowa m'magulu a anthu 10-12 kuti mugawane zosowa ndikupemphera kwa mphindi makumi atatu. Gulu lanu lili ndi Okhulupirira ochokera ku Chisilamu angapo. Ambiri a iwo omasuka ndi kugawana momwe amasangalalira kukhala ndi Akhristu ena. Komabe, Akhristu oŵerengeka m'gululi ayamba kufotokoza mmene amapwetekedwera, mantha, manyazi, ngakhalenso chidani chimene akumana nacho ndi Asilamu amene amawachitira nkhanza monga owoneredwa pansi ndi osakhulupirira, ndipo amawapatula m'mudzi mwawo. Asilamu akale akuyankha kuti, "Chabwino, tapepesa kumva zimenezo koma angowakhululukira; Asilamu awa mwina samadziwa zomwe akuchita."

Mutha kuona kuti yankho limeneli lapweteka anthu amene amamva ululu umenewo. Amatembenukira kwa inu ndi ena m'gululo n'kufunsa kuti, "Kodi sizowona kuti n'zozama kuposa kungonena kuti, 'Ndakukhululukirani'? Tawakhululukira, koma sitimasukabe, ngakhalenso kuchita mantha ndi Msilamu aliyense." Mutha kuona kuti mawu omalizawa tsopano akukhumudwitsa kwambiri Asilamu akalewa.

Mudzanena ndi kuchita chiyani?

Mu phunziro ili tikambirana ndondomeko ya Chisilamu yokhudzana ndi kuchitira anthu omwe si Asilamu omwe akukhala pansi pa ulamuliro wa Chisilamu. Anthu amenewa, kuphatikizapo Akhristu ndi Ayuda, amadziwika mu Chisilamu kuti *dhimmis*.

Pangano la *dhimma*

Mu 2006, pamene Papa Benedict anakamba nkhani yake yotchuka ya ku Regensburg, iye anagwira mawu a Mfumu ya Byzantium, Manuel II Palaeologus, amene ananena za "lamulo la Muhammad la kufalitsa ndi lupanga chikhulupiriro chimene ankalalikira."

Ndemanga za Papa zidakwiyitsa Asilamu. Pambuyo pa mawuwa, anthu pafupifupi 100 anaphedwa pa zipolowe padziko lonse. Mmodzi mwa mayankho ochititsa chidwi kwambiri anali a Sheikh Abdul Aziz al-Sheikh, Grand Mufti waku Saudi Arabia, yemwe adatulutsa nkhani yofotokoza kuti Chisilamu sichinafalikire mwachiwawa. Iye adanena kuti kunali kulakwa kuneneza Chisilamu pa izi, chifukwa anthu osakhulupirira anali ndi chisankho chachitatu. Chisankho choyamba chinali Chisilamu, chachiwiri chinali lupanga, ndipo chachitatu chinali "kudzipereka ndi kupereka msonkho, ndipo adzaloledwa kukhalabe m'dziko lawo ndi kusunga chipembedzo chawo motetezedwa ndi Asilamu".

Grand Mufti adatengera owerenga ake ku chitsanzo cha Muhammad. Adati: "Iwo amene amawerenga Qur'an ndi Sunna atha kuzimvetsa.

Zisankho zitatu zomwe mufti adazitchulazo zinali:

1. Kulowa m'Chisilamu;
2. lupanga—kupha kapena kuphedwa; kapena
3. Kudzipereka ku mphamvu za Chisilamu.

Zosankha ziwiri zoyambirira zinayambira kwa Muhammad, yemwe adati:

Ine ndalamulidwa (ndi Allah) kuti ndimenyane ndi anthu mpaka achitire umboni kuti palibe wopembedzedwa mwachoonadi koma Allah ndi kuti Muhammad ndi Mtumiki wa Allah... so ngati achita zonsezi, ndi kupulumutsa moyo wawo ndi katundu kuchokera kwai ne...

Komabe, izi zidasinthidwa ndi mawu ena omwe Muhamadi adapereka njira yachitatu, kuphatikiza pa Chisilamu kapena lupanga, lomwe linali kugonja, ndikupereka msonkho wotchedwa jizya:

> Menyani nkhondo m'dzina la Allah ndi panjira ya Allah.
> Menyani nkhondo ndi amene Sadakhulupirire Mulungu.
> Pangani nkhondo yopatulika...
> Mukakumana ndi adani anu omwe ali oyanjana nawo, aitanireni kunjira zitatu.
> Ngati ayankha chimodzi mwa izi, inunso muvomereza ndipo musawachitire choipa.
> Aitanire (kuvomereza) Chisilamu; Ngati atakuyankhani, chivomereni kwa iwo, ndipo lekani kumenyana nawo ...
> Ngati akana kulowa Chisilamu, funani kwa iwo *jizya*.
> Ngati avomereza kulipira, landirani kwa iwo ndikuchotsani manja anu.
> Ngati akana kupereka msonkho, pemphani chithandizo cha Mulungu ndipo menyanani nawo.

Kufunika kopereka *jizya* kwazikidwanso pa ndime ya Quran:

> Menyanani nawo anthu ...amene adapatsidwa Buku, mpaka pamene iwo alipira msonkho (*Jiziya*) umene amapereka anthu amene sali Asilamu ndipo [adzichepetsa]. (Q9:29)

Madera amene agonjera ku ulamuliro wa Chisilamu amaonedwa ndi malamulo a Chisilamu kuti avomereza pangano la *dhimma*, lomwe ndi pangano la kugonja limene anthu osakhala Asilamu amavomereza zinthu ziwiri: 1) kupereka msonkho wa *jizya* pachaka kwa Asilamu, ndi 2) kunyozedwa kapena 'kuchepetsedwa', kukhala ndi maganizo ogonja odzichepetsa.

Wothirira ndemanga wachisilamu Ibn Kathir ananena mu ndemanga yake pa Q9:29 kuti "Asilamu saloledwa kulemekeza anthu a *dhimma* kapena kuwakweza pamwamba pa Asilamu, chifukwa iwo ndi omvetsa chisoni, onyozeka ndi kuwoneredwa pansi. Mkhalidwe wonyozeka umenewu, iye anati, uyenera kutsimikiziriridwa ndi malamulo a sharia, kutsimikizira "kupitirizira kunyozeka kwawo, kupeputsidwa ndi kuwoneredwa pansi."

Pofuna kuvomereza pangano la *dhimma*, sharia imalola osakhala Asilamu kusunga chipembedzo chomwe anali nacho asanagonjetse. Anthu omwe si Asilamu omwe amakhala pansi pazimenezi amadziwika kuti *dhimmis*.

Dongosolo la dhimma ndi chiwonetsero cha ndale cha mfundo ziwiri za mulungu mu Quran:

1. Chisilamu chiyenera chigonjetse zipembedzo zina:

    Ndiye amene adatumiza Mtumwi wake ndi ulangizi ndiponso chipembedzo choonadi. Ndipo Iye wachipanga icho kuti chikhale chopambana zipembedzo zina zonse. (Q48:28)

2. Asilamu ayenera kukhala ndi mphamvu zokakamiza chiphunzitso cha Chisilamu pa chabwino ndi cholakwika:

    Inu ndinu anthu abwino amene adalengedwera mtundu wa anthu, inu mumalamulira kuchita zabwino ndi kuletsa zoipa ndipo mumakhulupilira mwa Mulungu. (Q3:110)

Jizya

M'malamulo a Sharia ya Chisilamu chipangano cha *dhimma* chimawatenga osakhala Asilamu ngati anthu omwe moyo wawo ukadatayika chikadapanda kuwapulumutsa Asilamu. Izi zimabwereranso ku lingaliro la Chisilamu lisanayambe kuti ngati mutagonjetsa munthu, ndikusiya kuti akhale ndi moyo, ali ndi ngongole yanu. Chifukwa cha ichi, msonkho wapachaka wa *jizya*, womwe umaperekedwa ndi amuna akuluakulu a *dhimmi* ku boma lachi Islam, ukufotokozedwa m'mabuku ovomerezeka a Chisilamu monga chiwombolo choperekedwa ndi *dhimmis* pobwezera magazi awo. Liwu lakuti *jizya* limatanthauza 'kubweza', 'malipiro' kapena 'msonkho'. Olemba mabuku a Chisilamu amatanthauzira tanthauzo lake motere:

... Msonkho umene umatengedwa kuchokera kwa afulu omwe Sali asilamu mu bom la Chisilamu pamene avomereza mtulo wa [*dhimma*] chimene chimapereka chitetezo, ngati dipo kwa iwo posaphedwa.[12]

Muhammad ibn Yusuf Atfayyish, wothirira ndemanga waku Algeria wa zaka za zana la khumi ndi zisanu ndi zinayi (19th Centuary), adalongosola mfundo iyi mu ndemanga yake pa Q9:29:

> Kudanenedwa kuti: [*Jizya*] ndi chikhutitsiro cha mwazi wawo. Akuti zakwanira ... kubwezera pa kusaphedwa kwawo.
> Cholinga chake ndikulowa m'malo mwa ntchito (*wajib*) yopha ndi ukapolo... Ndi ndi mphindu la Asilamu.

Kapena, monga momwe William Eton anafotokozera zaka zoposa zana m'mbuyomo mu *Survey of the Turkey Empire*, yofalitsidwa mu 1798:

> Mawu enieniwo a kalembedwe kawo, operekedwa kwa ophunzira a Chikristu ponena za kulipira kwawo msonkho wa kulipira [*jizya*], kubweretsa kuchoka kunja, kuti ndalama zimene analandira, zimatengedwa ngati chipukuta misozi chifukwa chololedwa kuvala mitu yawo chaka chimenecho.

Chilango cha kusamvera

M'malamulo a Chisilamu, chilango chokhwima chimagwiritsidwa ntchito ngati satsatira pangano la *dhimma*. Ngati *dhimmi* anasiya kupereka msonkho wa jizya, kapena kulephera kumvera malamulo operekedwa kwa dhimmis, chilango chinali chakuti jihad inayambanso. Izi zinatanthauza chikhalidwe cha nkhondo: katundu wa *dhimmi* anayenera kufunkhidwa, akazi kukhala akapolo ndi kugwiriridwa, ndipo amuna kuphedwa (kapena kutembenuzidwa ndi lupanga).

Chitsanzo chodziwika bwino cha pangano la *dhimma*, lotchedwa Pangano la Umar, linaphatikizapo ndime imene Akhristu a ku Syria anapempha chilango cha *jihad* pa iwo okha:

> Izi ndi zomwe timadziyikira tokha komanso otsatira chipembedzo chathu kuti tipeze chitetezo ndi chitetezo. Ngati tiphwanya malonjezo awa omwe tikudzipangira kuti

---

12. Edward W. Lane, *Arabic-English Lexicon*.

utipindulire ife eni, ndiye kuti *dhimma* yathu yathyoledwa ndipo waloledwa kutichitira zomwe waloledwa kwa anthu onyoza ndi opanduka.

Mfundo yomweyi ikunenanso ndi Ibn Qudama, kuti ngati *dhimmi* yemwe sali Msilamu satsatira zomwe zili pa pangano la *dhimma*, ataya moyo wake ndi chuma chake:

> Munthu wotetezedwa amene waphwanya pangano lake la chitetezo, kaya mwa kukana kupereka msonkho wa munthu [*jizya*] kapena kugonjera ku malamulo a anthu a m'deralo ... amapangitsa munthu wake ndi katundu wake kukhala *halal* [Chololedwa] — kupezeka kwaulere kuti aphedwe kapena kugwidwa ndi Asilamu].

Mbiri ya madera ambiri a *dhimmi* yadziwika ndi zochitika zomvetsa chisoni za m'mbiri yopha anthu, kugwiriridwa, ndi kuba. Izi zathandiza kuti anthu osakhala Asilamu azikhala ndi mantha kosatha ndipo zalimbitsa ukapolo wamaganizo ndi wa uzimu wa *dhimma* pagulu lonse. Zitsanzo ziwiri ndi:

- Mu 1066 Ayuda a ku Granada, pafupifupi 3,000, anaphedwa ndi Asilamu. Mbiri yake inali yakuti Samuel ha-Nagid, Myuda, anali Grand Vizier wa ku Granada, akutumikira mfumu ya Chisilamu. Anatsatiridwa mu ofesi yomweyo ndi mwana wake, Joseph ha-Nagid. Kupambana kwa Ayuda amenewa kunkaonedwa ngati kuphwanya malamulo a *dhimma*, omwe amaletsa anthu osakhala Asilamu kukhala ndi ulamuliro pa Asilamu. Kampeni yosonkhezera chipembedzo motsutsana ndi Ayuda, imene inapempha malamulo a *dhimma*, inachititsa kuphana. Woweruza milandu wa kumpoto kwa Afirika, al-Maghili pambuyo pake analemba kuti nthaŵi iriyonse pamene Ayuda atenga malo apamwamba akutumikira wolamulira, iwo amakhala "pa mkhalidwe wa kupandukira [*dhimmi*] kosatha, umene kuyambira pamenepo sudzawatetezeranso." Mwa kuyankhula kwina, magazi awo anali a halal.

- Mu 1860 Akhristu oposa 5,000 a ku Damasiko anaphedwa. Chotsatira chinali chakuti Ottomans adathetsa mwalamulo malamulo a dhimma. Izi zinachitidwa pansi pa chitsenderezo cha ndale cha maulamuliro a ku Ulaya. Alaliki a Chisilamu ku Damasiko ananyansidwa ndi mkhalidwe wowongoka umenewu ndipo ananena kuti chifukwa chakuti Akhristu sanalinso kugonjera monga *dhimmis* udindo wawo wotetezedwa unalandidwa. Kupha kotereku kunatsatira njira zakale zankhondo za *jihad*: amuna anaphedwa, akazi ndi ana anatengedwa ukapolo, akazi ogwidwa kugwiriridwa, ndipo katundu anafunkhidwa. Ena adathawa ndi moyo wawo polowa m'Chisilamu.

Mwambo wosokoneza

Misonkho ya jizya inkayenera kuperekedwa chaka chilichonse ndi mwamuna aliyense wamkulu, ndipo mwambo wina unkayenera kutsatiridwa. Amuna a *Dhimmi* adayenera kuchita mwambowu padziko lonse lachisilamu mpaka zaka za zana la makumi awiri.

Mwambo wa malipiro a *jizya* unaphatikizapo chizindikiro champhamvu chimene Msilamu amamenya *dhimmi* pakhosi, ndipo m'matembenuzidwe ena *dhimmi* amakokedwa pamodzi ndi chingwe chomangidwa pakhosi pake. Zochita za mwambozi zinkasonyeza kuti *dhimmi* anali kulipira moyo wake ndi msonkho umenewu, kuthawa imfa kapena ukapolo. Mwambowu unali kukhazikitsidwa kwa imfa mwa kudulidwa mutu kumene kulipiridwa *jizya* kunapambana chaka chilichonse.

Magwero onse a Asilamu ndi omwe si Asilamu amapereka malipoti ambiri a mwambowu, kuchokera ku Morocco kupita ku Bukhara, kuyambira zaka za zana lachisanu ndi chinayi mpaka zaka za makumi awiri. Mwambowu udapitilirabe m'maiko ena achisilamu, monga Yemen ndi Afghanistan, mpaka pomwe Ayuda adasamukira ku Israeli kumapeto kwa zaka za m'ma 1940 ndi koyambirira kwa 1950s, ndipo m'zaka zaposachedwa pakhala kuyimba kwa Asilamu okhwima kuti abwezeretsedwe.

Monga kudulidwa kophiphiritsa, mwambo wolipira *jizya* ukhoza kuonedwa kuti ndi 'pangano lamagazi' kapena 'lumbiro lamagazi' (lomwe lafotokozedwa m'phunziro 2), pamene wotenga nawo mbali amadziphera yekha imfa mwa kuyerekezera momwe aphedwera, ngati atatero. amalephera kusunga zikhalidwe za pangano lawo. Malumbiro oterowo akhala akugwiritsidwa ntchito kwa zaka mazana ambiri mu miyambo yoyambira ndi magulu achinsinsi ndi magulu amatsenga, ndipo ali ndi mphamvu zamaganizo ndi zauzimu kuti amangirire anthu omwe akuchita nawo miyamboyi kuti azigonjera ndi kumvera.

Mwambo wa jizya mophiphiritsa umafuna chilolezo cha *dhimmi* amene amatenga nawo mbali kuti awononge mutu wake ngati waphwanya mfundo za pangano la *dhimma*, zomwe zapulumutsa moyo wake. Kuli kudzitemberera, kumene kunena kwenikweni kuti "Mukhoza kukhala ndi mutu wanga moyenerera ngati ndiswa aliyense wa zikhalidwe za pangano langa." Pambuyo pake, ngati *dhimmi* waswa pangano lake, wadzinenera kale chilango cha imfa chifukwa chotsatira mwambo wapoyerawu, ndipo ngati waphedwa, ndi chilolezo chake.

M'zigawozi tikuwona momwe machitidwe a *dhimma* amakhudzira anthu omwe si Asilamu.

Kuyamikira modzichepetsa

Kwenikweni, osakhala Asilamu amawonedwa m'malamulo akale a Chisilamu ngati anthu omwe ali ndi moyo chifukwa cha omwe adawagonjetsa. Amayembekezeredwa kukhala ndi mtima woyamikira ndi wodzichepetsa. Othirira ndemanga a Chisilamu akufotokoza momveka bwino mfundo imeneyi.

Malamulo ambiri a *sharia* adapangidwa kuti akhazikitse kutsika komanso kusatetezeka kwa omwe si Asilamu. Mwachitsanzo:

- Umboni wa *dhimmis* sunavomerezedwe m'makhothi a *sharia*: izi zidawapangitsa kukhala pa chiwopsezo cha kuponderezedwa kwamitundu yonse.
- Nyumba za *Dhimmi* zimayenera kuti zisaposa za Asilamu.
- Ma *Dhimi* sanali kuloledwa kukwera pamahatchi kapena kukweza mitu yawo pamwamba pa ya Asilamu.

- *Dhimmis* adayenera kuchoka panjira ya Asilamu m'misewu yapagulu, kusunthira m'mphepete mwa msewu kuti kudutsa.

- *Dhimmis* sanaloledwe njira zodzitetezera, zomwe zinawapangitsa kukhala pachiopsezo cha chiwawa cha m'manja mwa Asilamu.

- Palibe zowonetsera poyera zizindikiro kapena miyambo ya chipembedzo yomwe si ya Chisilamu idaloledwa.

- Palibe mipingo yatsopano yomwe ingamangidwe komanso mipingo yowonongeka singathe kukonzedwa.

- Palibe kutsutsa Chisilamu kunaloledwa.

- *Dhimmis* anayenera kuvala mosiyana, kuvala zovala zosiyana kapena zigamba zamitundu.

- Amuna a Chisilamu ankatha kukwatira akazi a *dhimmi* ndipo ana aliwonse ankayenera kuleredwa monga Asilamu; komabe zinali zoletsedwa kwa mkazi wa Chisilamu kukwatiwa ndi mwamuna wa *dhimmi*.

- Panalinso malamulo ena ambiri omwe ankakakamiza kunyozetsa ndi kusankhana mitundu kwa anthu omwe sanali Asilamu.

Malamulo oterowo ankamveka ngati kufotokoza kwa chikhalidwe ndi malamulo kuti "achepe," monga momwe Qur'an idalamula (Q9:29).

Dongosolo la *dhimma* linapangidwa kuti lichepetse ndi kunyozetsa anthu omwe sanali Asilamu omwe amawalamulira. Wothirira ndemanga wa ku Morocco wa m'zaka za zana la khumi ndi zisanu ndi zitatu Ibn Ajibah anafotokoza cholinga chake monga kupha moyo:

> [*Dhimmi*] akulamulidwa kupha moyo wake, mwayi wabwino ndi zilakolako zake. Koposa zonse ayenera kupha chikondi cha moyo, utsogoleri ndi ulemu. [*Dhimmi*] ndi kupotoza zokhumba za moyo wake, akuusenza molemera kwambiri kuposa momwe ungapirire mpaka utagonjetsedwa kotheratu. Pambuyo pake palibe chimene chidzapirire kwa iye. Adzakhala

wopanda chidwi ndi kugonjetsedwa kapena mphamvu. Umphawi ndi chuma zidzakhala chimodzimodzi kwa iye; kuyamika ndi kunyozedwa kudzakhala chimodzimodzi; kuletsa ndi kulolera kudzakhala chimodzimodzi; zotayika ndi zopezeka zidzakhala chimodzimodzi. Kenako zinthu zonse zikadzafanana, Udzakhala [mzimu] wogonjera ndi kudzipereka mwaufulu zimene uyenera kupereka.

Lingaliro la Kudziwonera pansi

Mawu akuti *'dhimmitude'* amagwiritsidwa ntchito kutanthauza kukwanira kwa makhalidwe omwe pangano la *dhimma* limatulutsa. Monga kugonana ndi kusankhana mitundu, *dhimmitude* sichimangosonyezedwa m'malamulo ndi chikhalidwe cha anthu, koma mu lingaliro la kutsika koyamikira ndi kufuna kutumikira, zomwe anthu olamulira amatsatira pofuna kudziteteza.

Monga momwe katswiri wa Chiyuda wa mkulu wa ku Iberia Maimonides ananenera, "Talolera, ponse paŵiri achikulire ndi achichepere, kudziloŵetsa tokha ku manyazi... ndipo ku mayambiriro kwa zaka za m'ma 2000, Jovan Cvijic, katswiri wa jogalafe (geographer) wa ku Serbia, anafotokoza mmene mantha achiwawa pakati pa anthu a ku Turkey ndi Asilamu a ku Albania anasintha m'maganizo anthu a Chikhristu a ku Balkan:

> [Iwo anazoloŵera] kukhala m'gulu lotsika, la ukapolo, limene udindo wakeuli wa kudzipanga iwo eni kukhala ovomerezeka kwa Ambuye, kudzichepetsa pamaso pake ndi kumkondweretsa. Anthu awa amakhala oyandikana, achinsinsi, ochenjera; amataya chidaliro chonse mwa ena; amazolowera chinyengo ndi nkhanza chifukwa izi ndi zofunika kuti akhale ndi moyo komanso kupewa zilango za chiwawa.

> Chisonkhezero chachindunji cha kuponderezana ndi chiwawa chikuwonekera pafupifupi kwa Akhristu onse monga mantha ndi kuopysedwa... Ku Makedoniya ndinamva anthu akunena kuti: "Ngakhale m'maloto athu timathaŵa anthu a ku Turkey ndi Alubaniya."

Kufananizira kutsika kwa *dhimmi* ndiko kupambana kwa Msilamu, yemwe amapatsidwa mtima wowolowa manja, atalola *dhimmi* kukhala ndi moyo ndikupewa kutenga chuma chake. Monga momwe munthu wina wa ku Iran amene anatembenukira ku Chikhristu anandiuza kuti: "Chikristu chimawonedwabe monga chipembedzo cha anthu otsika. Chisilamu ndi chipembedzo cha mabwana ndi olamulira; Chikhristu ndi chipembedzo cha akapolo."

Maonedwe a dziko lapansi a *dhimmitude* ndi ovulaza kwa Asilamu monganso amanyazitsa omwe si Asilamu. Asilamu amadzivulaza okha akakhazikitsa makhalidwe omwe alibe mwayi wophunzirira kupikisana molingana. Ndondomeko zoteteza chuma zitha kupangitsa kuti chuma cha dziko chigwe pansi; momwemonso chitetezo chachipembedzo cha dhimma chinatanthauza kuti Asilamu adayamba kudalira malingaliro abodza a pa mwamba, omwe pamapeto pake adawafooketsa, ndikuwononga kuthekera kwawo kwa kuzindikira kowona kwa iwo eni ndi dziko lowazungulira.

Dongosolo la dhimmitude limatulutsa malingaliro ozama mozama mbali zonse kuchokera ku mibadomibado. Monga momwe kusankhana mitundu kungapitirire m'mayiko zaka zambiri pambuyo pa ukapolo wamtundu wamtundu watha, kotero kukhazikitsidwa kwa dhimmitude kumakhudzabe komanso kulamulira ma ubwenzi pakati pa Asilamu ndi ena, ngakhale pamene msonkho wa *jizya* uli koma zosayiwalika.

Lingaliro la *dhimmitude* limatha kukhudzanso magulu omwe sanagwere pansi pa ulamuliro wa sharia. Izi zitha kulepheretsa kafukufuku wa maphunziro ndikuwononga nkhani zandale. Mwachitsanzo, pakhala pali mndandanda wautali wa ndale za azungu omwe adatamanda Chisilamu, akulengeza kuti ndi chipembedzo chamtendere, pomwe nthawi yomweyo amayamikira. Mawu otamanda ndi othokoza otere ndi mayankhidwe a *dhimmi* ku ulamuliro wa Chisilamu.

Kuzunzidwa kwa chipembedzo ndi kubwerera kwa *dhimma*

M'zaka za m'ma 1900 ndi 2000 maulamuliro aku Europe adakakamiza dziko la Muslim kutsitsa kapena kusokoneza dongosolo la *dhimma*. Komabe, pazaka zana zapitazi pakhala chitsitsimutso cha sharia pa dziko lonse la pansi. Monga gawo la chitsitsimutso chimenecho, malamulo ndi malingaliro a dziko la pansi a *dhimma* akhala akubwerera m'mayiko onse a Chisilamu, ndipo ndi izi kwabwera nyengo yowonjezereka ya tsankho, mantha, ndi tsankho kwa Akhristu ndi anthu ena omwe si Asilamu. Chitsanzo ndi dziko la Pakistan, lomwe linakhazikitsidwa ngati dziko lokhala ndi malamulo oyendetsera dziko, koma lomwe pa mbuyo pake linadzitcha dziko la Chisilamu, linayambitsanso makhoti a sharia, ndi kubweretsa lamulo la mwano lomwe limasankha anthu omwe si Asilamu. Izi zotsitsimutsa sharia zachititsa kuti kuzunzidwa kwa Akhristu aku Pakistani kuchuluke.

Masiku ano pa dziko la pansi, kulikonse kumene *sharia* imatsitsimutsidwa, moyo umakhala woipitsitsa kwa Akhristu ndi anthu ena omwe si Asilamu. Masiku ano, mayiko anayi mwa asanu omwe Akhristu amazunzidwa ndi Chisilamu, ndipo njira zina zozunzira Akhristu m'malo amenewa, monga zoletsa kumanga malo opembedzeramo, zimathandizidwa ndi kutsitsimutsidwa kwa malamulo a *dhimma* monga gawo lalikulu la chitsitsimutso cha *sharia*.

M'zigawo zimenezi tikambirana zifukwa zokanira pangano la *dhimma* ndi zotsatira zake zowononga za uzimu.

Yankho la uzimu

Moyo wa Muhammad unakula ndi zochitika zakuya za kukanidwa, zomwe zimatsogolera ku mzimu wovulaza, mzimu wokhumudwitsa, malingaliro ozunzidwa, mzimu wa chiwawa, ndi kufuna kulamulira ena. Kuyitana kwake kwa *jihad* 'kukakamira' kunayendetsedwa ndi mkhalidwe wa uzimu woponderza umenewu, umene unafuna kumasulidwa mwa kunyonyotsoka kwa ena. Dongosolo lonyoza la *dhimma* ndiye zotsatira zake.

Mosiyana ndi zimenezo, Khristu anakanidwa, koma anakana kukwiya, anakana kuchita zachiwawa, anakana kulamulira ena, ndipo anakana kukhala ndi mzimu wovulaza. Mtanda wake ndi kuukitsidwa kwake kunagonjetsa kukanidwa ndi mphamvu za mdima. Akhristu akhoza kutembenukira ku mtanda kuti apeze ufulu ku cholowa cha *dhimma*.

Umboni wa ufulu ku *dhimma*

Nawa ma umboni ena a anthu omwe adapemphera pemphero lokana pangano la dhimma ndikupeza ufulu.

Mantha amitundu yosiyanasiyana

Mayi wina amene ndinapemphera naye anali ndi mantha m'mbali zosiyanasiyana za moyo wake. Makolo ake anakhala ngati *dhimmis* ku Damasiko, Suriya zaka zana limodzi m'mbuyomo, kumene kuphedwa kotchuka kwa Akhristu kunachitika mu 1860. Pamene ndinamulimbikitsa kunena mapemphero okana pangano la *dhimma*, mphamvu ya mantha inasweka, ndipo anapeza mpumulo waukulu ku mantha a m'moyo wake wa tsiku ndi tsiku.

Ufulu ku cholowa chakupha anthu

Mwamuna wina wa ku Armenia anali ndi makolo awo amene anapulumuka chiwonongekocho mwa kutenga mayina a Chigiriki ndi kuthaŵa kudutsa ku Smurna kupita ku Igupto. Kwa zaka zochulukirapo mu zaka zana pambuyo pake, mwana wa othaŵa kwawo ameneyu anavutika ndi mantha opondereza tsiku ndi tsiku. Sakanatha kuchoka pa nyumba popanda kudera nkhaŵa kwambiri ngati anali atakhoma zitseko ndi mawindo onse. Komabe, pamene anasiya mantha a mibadwo yosiyanasiyana okhudzana ndi zowawa za kuphana kwa mafuko m'mbuyomo, ndi kupempherera kuti amasulidwe, anapeza machiritso a uzimu ndi ufulu waukulu.

Kuchita bwino kwambiri muutumiki kwa Asilamu

Mayi wina wa ku New Zealand adandifotokozera momwe utumiki wake kwa Asilamu udasinthidwa atasiya *dhimmitude* ndi *dhimma*:

Ndidamasulidwa mwamphamvu ku mantha ndi mantha mu ubale wanga komanso ndalowa mukuchita bwino kwambiri kwa ulaliki wa Asilamu kuyambira pomwe ndimapemphera pemphero la dhimmitude pa maphunziro anu. Ndakhala ndikufikira Asilamu kuyambira 1989 ... membala wina wa gululi yemwe analinso pamisonkhano yanu wapezanso zogwira mtima kwambiri pofikira azimayi aku Middle East atakana kumvera dhimmitude.

Kuchokera ku mantha kupita ku kulimbika mtima: Maphunziro a kulalikira

Gulu lina la Akhristu olankhula Chiarabu linagwiritsa ntchito mapemphero operekedwa m'bukuli monga gawo lokonzekera kukalalikira kwa Asilamu omwe ankayendera dziko lina la ku Ulaya ngati alendo. Ngakhale kuti Akhristu ameneŵa anali m'dziko la ufulu, anaulula kuchita mantha ponena za chikhulupiriro chawo. Kukambitsirana kwa dhimmitude kunatsegula mitima yawo kufunikira kwa kuchiritsidwa ku mantha. Mtsogoleri wina anafotokoza kuti: "Mantha amakhala mwa inu chifukwa cha pangano limene munapanga m'malo mwanu. Pambuyo pokambitsirana malongosoledwe a pangano la *dhimma*, anthu anapemphera mapemphero a ufulu ndipo pamodzi anakana pangano la *dhimma*. Patsiku lomaliza la pulogalamuyo, m'modzi wa iwo analemba izi:

> Zotsatira zake zinali zodabwitsa. Mopanda kupatula aliyense amene anapezekapo anasonyeza mwamphamvu kuti uwu unali mutu wofunikira wa maphunziro a utumiki ndi chifukwa cha madalitso akuya ndi ufulu weniweni, makamaka kuti aliyense anali ndi mwaŵi wakukana pangano la *dhimma* ndi kulengeza pangano lawo ndi Yesu kupyolera mu mwazi wake.
> Tamandani Mulungu kuti pali ufulu ku pangano ili m'mwazi wa Yesu, kudzera mu pemphero.

M'khristu wa Chikoputiki (Coptic) adapeza ufulu ndi mphamvu zolalikira Asilamu

Woyimira mlandu wa Chikhristu wa Chikoputiki adapereka umboni uwu:

Ndinaphunzira sharia ngati phunziro lalikulu kwa zaka zinayi monga gawo la ukachenjedwa wanga wa za malamulo m'dziko la Chisilamu. Ndidaphunzira mwatsatanetsatane za ku nyozeka kwa Akhristu pansi pa malamulo a sharia, kuphatikiza malamulo a *dhimma*, koma china chake chinali kunditsekereza kumvetsetsa za momwe ziphunzitso zotere zimakhudzira khalidwe langa. Ndinali Mkhristu wodzipereka ndipo ndinkakonda Ambuye Yesu Khristu, koma nthawi ndi nthawi ndinkalephera kumulengeza kuti ndi Ambuye wanga pamaso pa anzanga a Chisilamu, kuti ndiwapweteke mu maganizo awo.

Pamene ndinapezeka pa maphunziro a dhimmitude ndinamva kuti mkhalidwe wanga wa uzimu ukulowetsedwa m'kuunika, ndipo zokhumudwitsa zakuya za moyo wanga zinali kuwululidwa. Ndinali kukumbukira zochitika zambiri pamene ndinavomereza mokondwera ndi kuteteza ukulu wa Asilamu m'dera lawo lolandidwa, dziko la makolo anga. Ndinakhala wotsimikiza kuti kwa zaka zambiri, ndinavomereza ndi kukhala ndi moyo wopanda ulemu wa kukhala *dhimmi*. Ndinafunafuna pemphero, ndipo nthawi yomweyo ndinapeza ufulu waukulu mwa Khristu.

Usiku womwewo ndinabwerera ku nyumba ndi kuyitana mnzanga wa pa mtima wa Chisilamu. Ndinamuuza kuti Yesu Khristu amamukonda ndipo anamufera pa mtanda. Kuyambira pamenepo utumiki wanga kwa Asilamu wakhala wothandiza kwambiri ndipo ndaona ambiri a iwo akulengeza Khristu kukhala Ambuye ndi Mpulumutsi wawo.

Zifukwa zokanira pangano la *dhimma*

Mutha kupemphera zolengeza ndi mapemphero omwe akutsatira muphunziroli pa zifukwa zosiyanasiyana:

- Inu kapena makolo anu mwina mudakhala ngati osakhala Asilamu muulamuliro wa Chisilamu, ndikuvomereza pangano la *dhimma*, kapena mudakhala pansi pamikhalidwe yotsatiridwa ndi mfundo za *jihad* ndi dhimmitude.

- Mbiri yanu ya umwini kapena ya banja ikhoza kukhudzidwa kwambiri ndi zochitika zoopsa, monga zochitika zachiwawa zomwe zimagwirizanitsidwa ndi jihad kapena nkhanza zina zomwe zingachitike pansi pa makhalidwe a *dhimma*. Mwina simunamvepo za zochitika zoterezi, koma mungaganize kuti ndi mbali ya mbiri ya banja lanu.

- Inu kapena makolo anu mwina munaopsezedwa ndi Jihad ya Chisilamu, ndipo ngakhale kuti palibe mbiri ya banja yokhala pansi pa Chisilamu, mukufuna kukhala opanda mantha ndi kupondelezedwa.

- Mwina inu kapena makolo anu munakhala ngati Asilamu ndipo mukufuna kusiya kukhala nawo pa pangano la *dhimma* ndi zotsatira zake zonse.

Mapempherowa adapangidwa kuti athetse pangano la *dhimma*, limodzi ndi zotsatira zake zonse za uzimu, kuti lisakhale ndi ulamuliro pa moyo wanu. Amapangidwanso kukana ndi kuswa matemberero onse operekedwa kwa inu kapena makolo anu chifukwa chokhala *dhimmi* wokhala m'dziko la Chisilamu. Mungakhalenso mukunena mapemphero amenewa ndi lingaliro la chisoni chifukwa chosadziwa kale, ndipo mukukhumba kuima m'chowonadi cha Mawu a Mulungu. Amapangidwa kuti adzitengere ufulu ku zinthu zonse zoyipa za uzimu za dhimmitude, monga:

- kupweteka
- mantha
- kuwopseza
- manyazi
- kudzimva wolakwa
- kudziona kuti ndife osafunika
- kudzida ndi kudzikana
- kudana ndi ena
- kuvutika maganizo

- chinyengo
- kunyozeka
- kudzipatula ndi kudzipatula
- kukhala chete

Tsopano tilingalira pemphero losiyira pangano la *dhimma*. Pempheroli lakonzedwa kuti limasule akhristu omwe akukhala pansi pa ulamuliro wa Chisilamu masiku ano, kapena omwe makolo awo adakhala pansi pa ulamuliro wa Chisilamu.

Kukumana ndi Chowonadi

Ngati simunachita zimenezi m'phunziro lapitalo, musanabwereze pemphero la kukana *dhimma*, welengani mokweza mavesi a 'kukumana ndi choonadi' mu Phunziro 5.

Pemphero ili lakukana *dhimma* liyenera kuwelengedwa mokweza ndi onse omwe aima pamodzi.

Kulengeza ndi Pemphero la Kusiya *Dhimma* ndikuphwanya Mphamvu Zake

Pemphero la kuvomereza

Mulungu wokonda, ndikuvomereza kuti ndachimwa ndapatuka pa njira yanu. Ndikulapa ndikutembenukira kwa Khristu ngati Mpulumutsi ndi Ambuye wanga. Chonde ndikhululukireni makamaka nthawi iliyonse yomwe ndaopseza ena, ndikuyesa kutsitsa kapena kuchititsa manyazi ena. Mundikhululukire kunyada kwanga. Ndikhululukireni nthawi iliyonse yomwe ndazunza kapena kuponfereza ena. Ndikukana zinthu zonsezi mdzina la Yesu.

Mulungu ndi Atate wa Ambuye wathu Yesu Khristu, ndikukuyamikani chifukwa cha mphatso ya chikhululukiro cha Khristu pa mtanda. Ndikuvomereza kuti mwandilandira. Ndikukuthokozani kuti kudzera mu mtanda tayanjanitsidwa kwa inu ndi kwa wina ndi mzake. Ndikulengeza lero kuti ndine mwana wanu ndi wolowa mu Ufumu wa Mulungu.

Kulengeza ndi kukana

Atate ndikugwirizana nanu kuti sindiyenera kukhala wamantha, koma ndine mwana wachikondi chanu. Ndikulengeza ndikukana zofuna za Chisilamu monga momwe Muhammad adaphunzitsira. Ndikukana kugonjera kwa "Allah wa Korani," ndikulengeza kuti ndikupembedza Mulungu wa Ambuye wathu Yesu Khristu yekha.

Ndikulapa machimo a makolo anga pogonjera pangano la dhimma ndi mfundo zake, ndipo ndikukupemphani chikhululuko pa machimo awo.

Ndikukana ndikuchotsa mapangano onse odzipereka omwe ine kapena makolo anga adapanga ku gulu ndi mfundo za Chisilamu.

Ndikukana dhimma ndi chilichonse mwamakhalidwe ake. Ndikukana matsoka ondizinga pa khosi panga mwakupereka za mwambo wa jiziya ndi zonse zikuyimira. Ndikukana mwatchutchutchu themberero lakudulidwa mutu ndi imfa zophiphiritsidwa ndi mwambowu.

Ndikulengeza kuti pangano la dhimma lakhomeredwa pa mtanda wa Khristu. Dhimma yawonekera poyerayera, ndipo ilibe mphamvu kapena ufulu pa ine. Ndikulengeza kuti mfundo za uzimu za pangano la dhimma zawululidwa, kulandidwa zida, kugonjetsedwa, ndi manyazi kudzera pa mtanda wa Khristu.

Ndikukana malingaliro abodza oyamikira Chisilamu.

Ndikukana malingaliro abodza odziimba mlandu.

Ndikukana chinyengo ndi mabodza.

Ndikukana mapangano onse kuti ndikhale chete pa chikhulupiriro changa mwa Khristu.

Ndikukana mapangano onse kuti ndikhale chete pa dhimma kapena Chisilamu.

Ndilankhula ndipo sindidzakhala chete.

Ndikulengeza kuti "choonadi chidzandimasula" 13 ndipo ndikusankha kukhala mfulu mwa Khristu Yesu.

Ndikukana ndikuchotsa matemberero onse omwe adanenedwa motsutsana ndi ine ndi banja langa m'dzina la Chisilamu. Ndikukana ndi kuchotsa matemberero onse amene ananenedwa motsutsana ndi makolo anga.

Ndikukana ndikuphwanya temberero la imfa. Imfa ilibe mphamvu pa ine!

Ndikulengeza kuti matembererowa alibe mphamvu pa ine.

Ndikutenga madalitso a Khristu ngati cholowa changa cha uzimu.

Ndikukana kuwopsezedwa. Ndasankha kukhala wolimba mtima mwa Khristu Yesu.

Ndikukana chinyengo ndi kulamulira.

Ndimakana nkhanza ndi chiwawa.

Ndikukana mantha. Ndikukana kuopa kukanidwa. Ndikukana kuopa kutaya katundu ndi katundu wanga. Ndikukana mantha aumphawi. Ndikukana kuopa kukhala kapolo. Ndikukana kuopa kugwiriridwa. Ndikukana mantha odzipatula. Ndikusiya kuopa kulekana ndi banja langa. Ndikukana kuopa kuphedwa komanso kuopa imfa.

Ndikusiya kuopa Chisilamu. Ndikusiya kuopa Asilamu.

Ndikukana kuopa kutenga nawo mbali pagulu kapena ndale.

Ndikulengeza kuti Yesu Khristu ndiye Ambuye wa onse.

Ndikudzipereka kwa Yesu ngati Mbuye wa gawo lililonse la moyo wanga. Yesu Khristu ndiye Ambuye wa nyumba yanga. Yesu Khristu ndiye Ambuye wa mzinda wanga. Yesu Khristu ndiye Ambuye wa mtundu wanga. Yesu Khristu ndiye Ambuye wa anthu onse m'dziko lino. Ndikudzipereka kwa Yesu Khristu ngati Mbuye wanga.

---

13. Yohane 8:32.

Ndikukana kunyozeka. Ndikulengeza kuti Khristu wandilandira ine. Ndimtumikira iye ndi iye yekha.

Ndikukana manyazi. Ndikulengeza kuti kupyolera mu mtanda ndayeretsedwa ku machimo onse. Manyazi alibe ufulu pa ine ndipo ndidzalamulira ndi Khristu mu ulemerero.

Ambuye ndikhululukireni ine ndi makolo anga pa chidani chonse pa Asilamu. Ndikukana udani kwa Asilamu ndi ena onse, ndikulengeza chikondi cha Khristu kwa Asilamu ndi anthu ena onse pa dziko la pansi.

Ndikulapa machimo a mpingo ndi kugonjera molakwika atsogoleri a mpingo.

Ndikukana kudzipatula. Ndikulengeza kuti ndakhululukidwa ndikuvomerezedwa ndi Mulungu kudzera mwa Khristu. Ndayanjanitsidwa ndi Mulungu. Palibe mphamvu m'mwamba kapena pa dziko la pansi imene ingandineneze ine pamaso pa mpando wa chifumu wa Mulungu.

Ndikulengeza matamando ndi kuyamika kwa Mulungu Atate wathu, kwa Khristu yekha Mpulumutsi wanga, ndi Mzimu Woyera yekha amene amandipatsa moyo.

Ndikudzipereka ndekha kukhala mboni ya moyo ya Yesu Khristu ngati Ambuye. Sindichita manyazi ndi mtanda wake. Sindichita manyazi ndi kuuka kwake.

Ndikunena kuti ndine mwana wa Mulungu wa moyo, Mulungu wa Abrahamu, Isake, ndi Yakobo.

Ndikulengeza kupambana kwa Mulungu ndi Mesiya wake. Ndikulengeza kuti bondo lililonse lidzagwada, ndipo lilime lililonse lidzavomereza kuti Yesu Khristu ndiye Ambuye, ku ulemerero wa Mulungu Atate.

Ndikulengeza chikhululuko kwa Asilamu chifukwa chotenga nawo gawo mu dongosolo la dhimmitude.

Atate Mulungu, chonde ndimasuleni ku dhimma, mzimu wa dhimmitude, ndi mfundo iliyonse yopanda umulungu yolumikizidwa ndi pangano la dhimma.

Ndikupempha tsopano kuti mudzaze ndi Mzimu Woyera wanu, ndi kutsanulira pa ine madalitso onse a ufumu wa Yesu Khristu. Ndipatseni chisomo kuti ndimvetsetse chowonadi cha Mawu anu momveka bwino ndikuchigwiritsa ntchito m'mbali zonse za moyo wanga. Ndipatseni mawu achiyembekezo ndi amoyo, monga mudalonjezera, ndipo dalitsani milomo yanga kuti ndilankhule kwa ena ndi ulamuliro ndi mphamvu mdzina la Yesu. Ndipatseni ine kulimbika mtima kuti ndikhale mboni yokhulupirika ya Khristu. Ndipatseni chikondi chakuya kwa Asilamu ndi chidwi chogawana nawo chikondi cha Khristu.

Ndikulengeza ndi kupempha zinthu izi mu dzina la Yesu Khristu Ambuye ndi Mpulumutsi wanga.

Amen.

Malangizo Ophunzirira

Phunziro 6

Mawu

dhimma	jizya	Dhimmitude
dhimmi	wajib	mwambo wa chinyengo
Raphunziro Regensburg	ajihad	kukumana ndi choonadi
	Pangano la Umar	
'Zisankho zitatu'	halal	
Mufuti wa mkulu		

Maina a tsopano

- Pope Benedict XVI (b. 1927): Joseph Ratzinger wobadwira ku German, Pope kuchokera 2005-2013
- Byzantine Emperor Manuel II Palaeologus (1350-1425; analamulira mu 1395-1425)
- Sheikh Abdul Aziz al-Sheikh: Mufti wa mkulu mu Saudi Arabia kuchokera 1999 (wobadwa 1943)
- Ibn Kathir: Syrian wa za mbiri ndi wamaphunziro (1301-1373)
- Muhammad ibn Yusuf Atfayyish: Muslim mu Algerian wa za maphunziro (1818-1914)
- William Eton: mu British wakafukufuku mu Turkey ndi Russia, anatsindikiza *Survey of the Turkish Empire* in 1798
- Ibn Qudama: Katswiri wa ku Palestina wa Sunni ndi Sufi mystic (1147-1223)
- Samuel ha-Nagid (993-1055/56) ndi Joseph ha-Nagid (1035-1066): Jewish Grand Viziers ku Granada.

- Muhammad al-Maghili: Katswiri wa ku Algeria (c. 1400-c. 1505)
- Ibn Ajibah: Wa mtsogoleri wa chi Sunni Sufi wa ku Morocco (1747-1809)
- Maimonides: Iberian Sephardic wazamaphunziro a Chiyuda (1138-1204)
- Jovan Cvijic: Katswiri wa za jogarafe (geographer) ndi chikhalidwe (ethnologist) wa ku Serbia (1865-1927)

Korani mu phunzilori

Q9:29   Q48:28   Q3:110

Mafunso Phunziro 6

- Kambiranani nkhaniyo.

Pangano la *dhimma*

1. Kodi ndi mawu odziwika otani amene Mfumu ya Byzantium **Manuel II Palaeologus** ananena amene **Papa Benedict** XVI anawagwira m'nkhani yake yotchuka ya mu 2006 ya ku **Regensburg,** ndipo zimene zinachititsa Asilamu kuchita zipolowe padziko lonse, zimene zinapha anthu pafupifupi 100?

2. Kodi **Grand Mufti Sheikh Abdul Aziz al-Sheikh** adapereka chiyani kwa Papa Benedict?

3. Ndi **zisankho zitatu** ziti zomwe Chisilamu zimapatsa osakhala Asilamu akagonjetsedwa?

4. Durie adagwira *mawu a Hadith kuchokera ku Sahih al-Bukhari* ("Ndalamulidwa ..."). Kodi lamulo la Allah ndi chiyani malinga ndi mawu awa?

5. Kenako Durie anagwira *mawu Hadith yochokera ku Sahih Muslim:* "Menyani nkhondo m'dzina la Allah ndi m'njira ya Allah. Menyani nkhondo ndi amene sadakhulupirire…" Ndi zisankho zitatu ziti zomwe okanira ogonjetsedwa mu Chisilamu akuitanidwa kuti asankhe?

6. Ndi zinthu ziwiri ziti zomwe Q9:29 imafuna kwa omwe sali Asilamu omwe adagonjetsedwa?

7. Kodi dzina la pangano lomwe ndi pangano lodzipereka ndi chiyani?

8. Kodi osakhala Asilamu amatchedwa chiyani omwe amavomereza kukhala pansi pa panganoli?

9. Ndi mfundo ziwiri ziti za quranic zomwe zimachirikiza dongosolo la *dhimma*?

Jizya

10. Kodi nchifukwa ninji msonkho wa *jizya* wapachaka pa *dhimmis* wonenedwa ndi akatswiri a Chisilamu kukhala chiombolo cha mwazi wawo?

11. Ndi phindu landani, akutero Imam **Atfayyish**, m'malo mwa msonkho wa *jizya* kupha ndi ukapolo?

12. Malinga ndi **William Eton**, kodi jizya ndi malipiro anji?

Chilango cha kusamvera

13. Kodi *ma dhimmi* ankayembekezera chiyani ngati sadatsatire pangano la *dhimma?*

14. Kodi **Pangano la Umar** lidafuna kuti *dhimmis* adzibweretsere chiyani?

15. Kodi Imam **Ibn Qudama** ankatanthauza chiyani pomupanga munthu wosamvera *dhimmi* ndi katundu kukhala 'lamulo' la *halal?*

16. Kodi ndi zochitika zomvetsa chisoni zotani zimene zachitika m'mbiri ya madera a *dhimmi?*

17. N'chifukwa chiyani Ayuda a ku Granada anaphedwa mu 1066?

18. N'chifukwa chiyani Akhristu anaphedwa ku Damasiko mu 1860? Kodi ena anachita chiyani kuti asaphedwe?

Mwambo wosokoneza

19. Ndi mwambo wotani womwe Durie akuti udafalikira kuchokera ku Morocco kupita ku Bukhara kwa zaka zopitilira chikwi chimodzi?

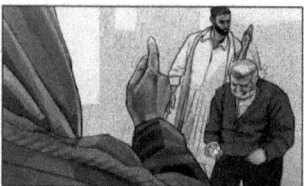

20. Kodi mwambo umenewu ukutanthauza chiyani?

21. Ndi temberero lotani limene **dhimmi** anapempha pamene anapyola mwambo umenewu?

22. Kodi otenga nawo mbali amadzipangira chiyani pamene akhazikitsa malipiro a msonkho wa *jizya*?

23. Kodi **dhimmi** amadzinenera chiyani popereka msonkho wa *jizya*?

Kuyamikira modzichepetsa

24. Malingana ndi a Durie, kodi ndi maganizo awiri ati amene anthu osakhala Asilamu ayenera kukhala nawo kwa Asilamu?

25. Tawonani zitsanzo za kuchepyedwa kokakamizidwa ndi malamulo a sharia kwa omwe sali Asilamu:

- Umboni wa *Dhimmis*
- Nyumba za *Dhimmi*
- Akavalo a *Dhimimi*
- Kuyenda kwa *Dhimmis* mumsewu wapagulu
- Kudzitchinjiriza kwa *Dhimmis*
- Zizindikiro za chipembedzo za *Dhimmis*
- Mipingo ya *Dhimmis*
- Kutsutsa kwa *Dhimmis* pa Chisilamu
- Zovala za *Dhimmis*
- Maukwati a *Dhimmis*

26. Kodi Q9:29 imalamula chiyani kwa omwe sanali Asilamu okhala mu ulamuliro wa Chisilamu?

27. Kodi **Ibn Ajibah** anafotokoza bwanji za 'chisankho chachitatu'?

Malingaliro akudziwonera pansi

28. Kodi mawu akuti **'dhimmitude'** amatanthauza chiyani?

29. Kodi **dhimmitude** imapangitsa *dhimmis* kuchita chiyani, malinga ndi katswiri wa maphunziro Wachiyuda wa ku Iberia, Maimonides?

30. Malinga ndi katswiri wa za malo wa ku Serbia, **Jovan Cvijic**, kodi nchiyani

chimene chinachititsa kuti anthu a ku Turkey achite zachiwawa cha **dhimmitude** kwa anthu a ku Balkan?

31. Malinga ndi kunena kwa munthu wina wa ku Iran amene anatembenukira ku Chikhristu amene analankhula ndi Mark Durie, kodi Asilamu amaona motani chipembedzo chawo pofanizira ndi Chikhristu?

32. Chifukwa chiyani **dhimmitude** imawononganso Asilamu?

33. Kodi Durie amafanizitsa **dhimmitude** ndi zochitika zotani ku United States of America?

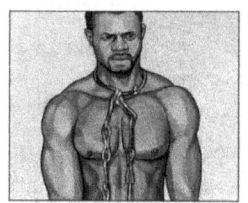

34. Kodi, malingana ndi a Durie, ndi chiyani chomwe chikulepheretsa kafukufuku wa maphunziro ndi nkhani zandale?

Kuzunzidwa kwachipembedzo ndi kubwerera kwa *dhimma*

35. Nchiyani chinakakamiza dziko la Muslim kuti liwononge dongosolo la dhimma m'zaka za zana la khumi ndi zisanu ndi zinayi ndi makumi awiri?

36. Malingana ndi a Durie, chomwe chayambitsa kuzunzika kwa akhristu ku Pakistan komanso kwa akhristu m'maiko ena ambiri ndi chiyani?

Yankho la uzimu.

37. Ndi zotsatila zisanu ziti za uzimu za kukanidwa kwa Muhammad komwe Durie akulemba pa ndandanda?

38. Ndi chiyani chimene chinayambisa kuchititsa kuti Muhammad ayitanire *jihad*?

39. Ndi zinthu zinayi ziti zimene Khristu anakana kuchita pamene anakanidwa?

Umboni wakumasulidwa ku *dhimma*

40. Kodi maumboni asanu awa omwe Durie amagawana ali ofanana motani?

Zifukwa zokanira pangano la *dhimma*

41. Kodi ndi zinthu zitatu ziti zomwe zingalimbikitse kukhuza amene akufuna kupemphera chifukwa chokhala pansi kapena kukhala ndi makolo omwe amakhala pansi pa **dhimmitude?**

42. Kodi ndi zinthu ziwiri ziti zimene mapemphero okhudza **dhimmitude** amapangidwa kuti azichita?

43. Yang'anani mndandanda wa zikoka 13 zoipa za uzimu zomwe zimayambitsidwa ndi **dhimmitude**. Kodi mapemphero

ozikidwa pa chowonadi cha Mawu a Mulungu adzachita chiyani ku zosonkhezera zimenezi?

Pa gawo la mapemphero, chonde tsatirani njira zotsatirazi:

1. **Kukumana ndi Choonadi** - mavesi a mu phunziro 5 amawerengedwa mokweza kwa onse otenga nawo mbali, ngati sanawerengedwe ndi kale pophunzitsa.
2. Zitatha izi, onse otenga nawo mbali amayimilira pa modzi ndikubwereza mawu akuti 'Kulengeza ndi Pemphero Losiya *Dhimma* ndi Kuphwanya Mphamvu Zake'.
3. Kuti mudziwe za mbiri, onani mu Kalodzera wa Mtsogoleri.

7

Kunama, Kupambana Kwabodza, ndi Kutemberera

"Lilime liri ndi mphamvu pa imfa ndi moyo;

Wolikonda adzadya zipatso zache."
Miyambo 18:21

Zolinga za phunziro

a. Kulingalira ndi kukana chilolezo cha Chisilamu chonama ndi kunyenga ena.

b. Kulingalira ndime za m'malemba zolengeza zowonadi 20 pamene mukukonzekera kusiya chinyengo cha Chisilamu.

c. Kupempha kuti mukhale ndi ufulu wa uzimu ku chinyengo mwa kubwerezabwereza pemphero lodzikana, kuphatikizapo zolengeza zisanu ndi zitatu za padera ndi kukana.

d. Kulingalira ndi kukana kufunitsitsa kwa Chisilamu kufuna kupambana kwa munthu mmodzi kuposa wina.

e. Kulingalira ndime za m'malemba zolengeza zowona zenizeni pamene mukukonzekera kusiya ukulu wa Chisilamu.

f. Kupempha kuti mukhale ndi ufulu wa uzimu ku ulamuliro wonyenga mwa kubwerezabwereza pemphero lodzikana, kuphatikizapo zilengezo 11 zapadera ndi kukana.

g. Kuganizira za miyambo ya Chisilamu ya anthu ambiri opembedza kutemberera osakhulupirira pamodzi pa mzikiti.

h. Kuwona kusiyanasiyana kwa matukwana mu Chisilamu.

i. Zindikirani kugwirizana kwamalingaliro ndi 'malipiro' omwe otenga nawo mbali mu mwambo wotemberera angamve.

j. Kunizira ndime za m'malemba zonena zoona zisanu ndi chimodzi pamene mukukonzekera kusiya matemberero.

k. Kupempha kuti mukhale ndi ufulu wauzimu ku miyambo yotembereredwa mwa kubwerezabwereza pemphero la chilekaniro, kuphatikizapo zolengeza 19 zapadera ndi kudzikana.

Nkhani yoyeserera: Kodi mungatani?

Muli pa ulendo mu minibasi ya mpingo limodzi ndi Akhristu anzanu atatu otchedwa Alexander, Samuel, ndi Pierre. Mukupita ku msonkhano wokamba za kuapnga ophunzira pakati pa Asilamu. Pambuyo pofotokoza za mpingo, banja, ndi ndale, Pierre akufunsa zimene ena amaganiza ponena za maloto ambiri amene Asilamu ali nawo ponena za Khristu ndi kuwuka kwa Chisilamu chankhondo. Kodi zimenezi zikutanthauza kuti tili m'masiku otsiriza? Kodi Asilamu otembenuka ayenera kukhala ndi njira ya padera yophunzirira, monga Ayuda amene amatsatira Yesu monga Mesiya?

Alexander akunena monyodola kuti, "Mwamwayi amuna, nchifukwa ninji Asilamu otembenuka amafunikira kukhala wophunzira kosiyana ndi, kunena kuti, Ayuda, kapena Abuda? Kodi ndi liti pamene mpingo wa mbiri yakale unapereka ophunzira osiyanasiyana a zipembedzo zosiyanasiyana? Kodi tonsefe sitigwiritsa ntchito Baibulo limodzi ndikubwerezabwereza chikhulupiriro chofanana? Kodi pali umboni wotani wakuti Asilamu 'amabadwanso' mosiyana ndipo amafunikira chiphunzitso chapadera cha ubatizo kapena kukhala wophunzira?"

Samuel akuyankha kuti, "Yesu analonjeza kuti bondo lililonse lidzagwada, ndipo ndikukhulupirira kuti izi zikuphatikizapo mamiliyoni a Asilamu akubwera kwa Khristu, ndipo tiyenera kuwalandira ndi chisamaliro chapadera, m'mipingo ya padera ya pa khomo, monga momwe timachitira ndi Ayuda. Onse aŵiri Paulo ndi Petro anali kulalikira kwa Ayuda mosiyana ndi kulalikira kwa Amitundu. Tiyenera kuchitira Asilamu ngati 'asuwani a Chiyuda' ndi kukhala ndi ophunzira apadera amene amakwaniritsa zosoŵa zawo za uzimu."

Pierre anawonjezera kuti: "Koma Samueli, atumwi onse anagwiritsa ntchito chiphunzitso chofanana pophunzitsa mpingo wa Chipangano Chatsopano. Kodi makalata onse a atumwi sanalembedwe kwa Ayuda ndi Akunja omwe? Asilamu akubwera kwa Khristu amangofuna zomwe wina aliyense akusowa:

maphunziro a ubatizo, maulaliki, kuphunzitsa kwa Sande Sukulu, ndi maphunziro a Baibulo. Ndipotu, kuwasamalira mwapadera kungachititse kuti asamalowe m'matchalitchi athu amene alipo kale."

Kenako Samueli akufunsani kuti, "Kodi mukuona bwanji kukhala ophunzira kwa amene anali Asilamu akale?"

Muyankha bwanji?

Kumasulidwa ku bodza

M'zigawozi tiona chiphunzitso cha Chisilamu chokhudza bodza, ndipo tisankha kusiyana nawo mabodza.

Choonadi ndi chamtengo wapatali

M'busa Damanik, yemwe anatsekeredwa m'ndende ku Indonesia chifukwa chotsutsana ndi *jihad* ya Chisilamu, ananena izi zokhudza choonadi:

> … Angakhale choonadi ndi chovuta ndiponso cha mtengo wapatali palibenso njira ina. Tiyenera kukhala wofunisa kulipira mtengo wache. Njira ina ndiyo kutsanzikana ndi choonadi. Wokonda chowonadi amayenera kulimbana kwambiri kuti akhale munthu wokhala ndi chitsulo komanso nthawi yomweyo kukhala munthu wokhala ndi mtima woyera komanso wowonekera (monga galasi). Chitsulo ndi champhamvu; sichikhoza kupindika. Ndiwosagwedezeka pakudziperekwa kwake ku chowonadi … Mtima wagalasi ndi umodzi womwe uli woyera kuzinthu zobisika za munthu ndi zolinga zake. Monga galasi, wokonda chowonadi ndi womvera komanso wosweka mosavuta chifukwa cha chisalungamo ndi bodza pa dziko lapansi. Kusweka mtima kumeneku si chizindikiro cha kufooka, koma ndi chizindikiro cha mphamvu ndi ulamuliro. Iye ndi wofunitsitsa mwamphamvu ndipo pa kamwa pake pakuthwa amatha kulankhula momveka bwino pa maso pa bodza ndi chisalungamo mu malo ake.

Mtima wake sungakhale chete kapena kukhala duu. Nthawi zonse mtima wake umalimbana ndi kupanda chilungamo.

Mfundo yakuti Mulungu ndi woona n'njofunika kwambiri kuti tikhale naye pa ubwenzi. Mulungu ndi wa chiyanjano: amadzimanga yekha mu ubale ndi anthu.

Chikhalidwe cha *Sharia*

Malinga ndi Quran ndi ziphunzitso za Chisilamu, kunama ndikololedwa nthawi zina. Taona mu phunziro 3 momwe kunama kumaloledwa ndipo nthawi zina kumakakamizika mu Chisilamu.

Mu Quran ngakhale Allah akunenedwa kukhala wachinyengo, akusokeretsa anthu:

> Ndipo Mulungu amasocheretsa aliyense amene Iye wamufuna ndi kutsogolera amene wamufuna. Ndipo Iye ndiye Mwini mphamvu zonse ndiponso Mwini luntha. (Q14:4)

Mitundu ya mabodza omwe malamulo a *sharia* amavomereza ndi awa:

- kunama pa nkhondo
- amuna kunamiza akazi awo
- kunama kuti udziteteze
- kunama kuteteza *Umma*
- Kudziteteza (*taqiyya*) pamene Asilamu amakhulupirira kuti ali pa chiwopsezo: pamenepa Msilamu amaloledwa kukana chikhulupiriro chawo (Q16:106).

Mfundo za chipembedzozi zakhudza kwambiri miyambo ya Chisilamu mu njira zambiri.

Kukumana ndi Chowonadi

Mosiyana ndi Chisilamu, Mkhristu saloledwa kukana chikhulupiriro chawo:

> Chifukwa chache yense amene adzabvomereza Ine pa maso pa anthu, Inenso ndidzambvo- mereza iye pa maso pa Atate

wanga wa Kumwamba. Koma yense amene adzandikana Ine pa maso pa anthu, Inenso ndidzamkana iye pa maso pa Atate wanga wa Kumwamba. (Mateyu 10:32-33)

Yesu anati, "Koma manenedwe anu akhale, 'Inde', 'inde'; 'iai', 'iai'…" (Mateyu 5:37)

Molingana ndi Genesis 17, kodi Mulungu amakhazikitsa chiyani ndi Abrahamu?

> Ndipo ndidzalimbitsa pangano langa ndi ine ndi iwe pa mbeu zako za pambuyo pako m'miba- dwo yawo, kuti likhale pangano la nthawi zonse, kuti ndikhale Mulungu wako ndi wa mbeu zako za pambuyo pako. Ndipo ndidzakupatsa iwe ndi mbeu zako za pambuyo pako, dziko la maulendo anu, dziko lonse la Kanani likhale lako nthawi zonse: ndipo ine ndidzakha Mulungu wawo. (Genesis 17:7-8)

Ndipo molingana ndi Salmo 89, kodi Mulungu akukhazikitsa chiyani ndi Davide?

> "Ndinachita chipangano ndi wosankhika wanga, Ndinalumbirira Davide mtumiki wanga, 'Ndidzakhazika mbeu yako ku nthawi yonse, Ndipo ndidzamanga mpando wa chifumu wako ku mibadwo mibadwo.'" (Masalmo 89:3-4)

Ndime ziwirizi zimene mwawerengazi zikusonyeza kuti Mulungu amachita mapangano okhulupirika ndi anthu ake.

Ndi maubale awiri ati a Mulungu omwe mungawazindikire mu ndime zotsatirazi?

> Mulungu sindiye munthu, kuti aname; Kapena mwana wa munthu, kuti aleke; Kodi anena, osachita? (Numeri 23:19)

> Yamikani Yehova pakuti ndiye wabwino: Pakuti chifundo chache nchosatha. (Masalmo 136:1)

> [Kunena za a Yuda] …koma kunena za chisankhidwe, ali okondedwa, chifukwa cha makolo. Pakuti mphatso zache ndi kuitana kwache kwa Mulungu sizilapika. (Aroma 11:28-29)

> … monga mwa chikhulupiriro cha osankhika a Mulungu, ndi chizindikiritso cha choonadi chiri monga mwa chipembedzo, m'chiyembekezo cha moyo wosatha, umene Mulungu,

wosanama'yo, analonjeza zisanayambe nthawi zosayamba; (Tito 1:1-2)

Momwemo Mulungu, pofuna kuonetsera mochurukira kwa olowa a lonjezano kuti chifuniro chache sichisinthika, analowa pakati ndi lumbiro; kuti mwa zinthu ziwiri zosasinthika, m'mene Mulungu sakhoza kunama, tikakhale nacho chotichenjeza cholimba, ife amene tidathawira kuchigwira chiyembekezo choikika pa maso pathu; chimene tiri nacho ngati nangula wa moyo, chokhazikika ndi cholimbanso, ndi chakulowa m'katikati mwa chophimba. (Ahebri 6:17-19)

Koma Mulungu ali wokhulupirika, kuti mau athu a kwa inu sanakhala "eya" ndi "iai". Pakuti Mwana wa Mulungu, Yesu Khristu... sanakhala "eya" ndi "iai", koma anakhala "eya" mwa Iye. (2 Akorinto 1:18-20)

Mulungu ndi wosasintha komanso wokhulupirika mu ubale wake. Iye amasunga mawu ake nthawi zonse.

Malingana ndi buku la Levitiko, kodi Mulungu amafuna kuti anthu azichita chiyani?

"Ndipo Yehova ananena ndi I Mose, ndi kuti, 'Nena ndi khamu lonse la ana a Israyeli, nuti nawo, Muzikhala oyera; pakuti Ine ndine Yehova Mulungu wanu, ndine woyera.'" (Levitiko 19:1-2)

Mulungu woona wa m'Baibulo amafuna kuti tikhale oyera ngati iye.

Malinga ndi mavesi atatu otsatirawa, kodi timasonyeza bwanji chiyero cha Mulungu m'miyoyo yathu?

... Pakuti chifundo chanu chiri pa maso panga; Ndipo ndayenda m'choona[14] chanu. (Masalmo 26:3)

Ndipereka mzimu wanga m'dzanja lanu: Mwandiombola, Inu Yehova, Mulungu wa choonadi. (Masalmo 31:5)

Inu Yehova, simudzandikaniza nsoni zanu: Chifundo chanu ndi choonadi chanu zindisunge chisungire. (Masalmo 40:11)

---

14. Mawu akuti 'choonadi' apa angatanthauzenso 'kukhulupirika'.

Tikhoza kusonyeza chiyero cha Mulungu mwa kunena zoona, ndi kukhala m'choonadi, chifukwa Mulungu ndi woona ndi wokhulupirika ku mawu ake. Ngakhale kuti Satana amakonda kuika mabodza m'mitima mwathu, choonadi ca Mulungu chimatiteteza.

Kodi choonadi chimachita chiyani kwa ife, malinga ndi Salmo ili la Davide?

> Onani, ndinabadwa m'mphulupulu:
> Ndipo mai wanga anandilandira m'zoipa.
> Onani, Inu mukondwera ndi zoonadi m'malo a m'kati'mo;
> Ndipo m'malo a rn'tseri mudzandidziwitsa nzeru.
> Mundiyeretse ndi hisope ndipo ndidzayera; Munditsuke ndipo ndidzakhala wa mbu woposa matalala. (Masalmo 51:5-7)

Salmo ili likunena kuti Choonadi chimatiyeretsa.

Malinga ndi vesi limeneli, n'chiyani chinadzaza moyo wa Yesu?

> … ndipo tinaona ulemerero wache, ulemerero wonga wa wobadwa yekha wa Atate, wodzala ndi chisomo ndi choonadi. (Yohane 1:14)

Yesu anadzala ndi choonadi.

Tinaitanidwira kuti tikakhale muchiyani?

> Koma wochita choonadi adza ku kuunika, kuti nchito zache zionekere kuti zinachitidwa mwa Mulungu. (Yohane 3:21)

Taitanidwa kukhala m'choonadi.

Malinga ndi mavesi aŵiri otsatirawa, kodi tingam'dziŵe Mulungu kudzera mwa chiyani chokha?

> Mulungu ndiye mzimu; ndipo omlambira Iye ayenera kumlambira mu mzimu ndi m'choonadi. (Yohane 4:24)

> Yesu ananena naye, Ine ndine njira, ndi choonadi, ndi moyo. Palibe munthu adza kwa Atate, koma mwa Ine." (Yohane 14:6)

Yesu akutiuza kuti tingafike kwa Mulungu kokha kudzera mu choonadi. (M'Mauthenga Abwino, Yesu ananena kuti "Ndimakuuzani zoona" maulendo 78.)

Ndi chiyani chomwe sichikugwirizana ndi kutsatira Khristu, molingana ndi ndime iyi ya Paulo?

> Podziwa ichi, kuti lamulo siliikika kwa munthu wolungama, koma kwa osayeruzika ndi osamvera lamulo, osapembedza, ndi ochimwa, osalemekeza ndi amnyozo, akupha atate ndi akupha amai, akupha anzawo, achigololo, akuchita zoipa ndi amuna, akuba anthu, amabodza, olumbira zonama, ndipo ngati kuli kena kakutsutsana nacho chiphunzitso cholamitsa; monga mwa Uthenga Wabwino wa ulemerero wa Mulungu wolemekezeka umene anandisungitsa ine. (1 Timoteo 1:9-11)

Paulo akufotokoza kuti kunama n'kosagwirizana ndi kutsatira Khristu.

Pemphero ili losiyira chinyengo liyenera kuwerengedwa mokweza ndi onse omwe aima pamodzi.

Kulengeza ndi Pemphero Kuti Tileke Chinyengo

Ndikukuyamikani Atate kuti ndinu Mulungu wa choonadi, mumaunikira kuwala kwanu mumdima wandiwe yani. Lero ndasankha kusakhale mumdima, koma kukhala mu kuunika kwanu.

Chonde ndikhululukireni mabodza onse amene ndalankhula. Nthawi zambiri ndasankha njira yachitonthozo ndi yosavuta, osati yolondola. Ndikukupemphani Ambuye kuti muyeretse milomo yanga ku zoipa zonse. Ndipatseni mtima wosangalala kumva choonadi, ndi pakamwa pokonzekera kuuza ena choonadi.

Ndipatseni chilimbikitso kuti nditonthozedwe m'choonadi, ndi kukana mabodza.

Lero ndikukana ndi kusiya kugwiritsa ntchito mabodza pa moyo wanga watsiku ndi tsiku.

Ndikukana ziphunzitso zonse za Chisilamu zomwe zimagwiritsidwa ntchito kulungamitsa kunena zabodza, kuphatikizapo taqiyya. Ndasankha kusiya bodza lililonse ndi chinyengo. Ndasankha kukhala m'choonadi.

Ndikulengeza kuti Yesu Khristu ndiye njira, chowonadi ndi moyo. Ndasankha kukhala pansi pa chitetezo cha choonadi chake.

Ndikulengeza kuti chitetezo changa chili mwa inu, ndipo choonadi chidzandimasula.

Chonde ndisonyezeni, Atate wa kumwamba, mmene ndingayendere m'kuunika kwa choonadi chanu. Ndipatseni ine mau oti ndiyankhule, ndi njira yopitiramo, yozikidwa pa choonadi chanu.

Amen.

Kumasuka ku ulemerero wabodza

M'chigawo chino tikambirana ziphunzitso za Chisilamu zokhudza kupambana kwa anthu ena kuposa ena, ndipo tikusiyanitsa zimenezi ndi zimene Baibulo limaphunzitsa. Tikatero tidzasiya kudziona kuti ndife apamwamba kuposa ena.

Kudzinenera kwa Chisilamu kukhala wapamwamba

Mu Chisilamu muli kutsindika kwakukulu pa kupambana; pa yemwe ali 'wabwino'. Quran ikunena kuti Asilamu ndi abwino kuposa Akhristu ndi Ayuda:

> Inu (Asilamu) ndinu anthu abwino amene adalengedwera mtundu wa anthu, inu mumalamulira kuchita zabwino ndi kuletsa zoipa ndipo mumakhulupilira mwa Mulungu. Ndipo anthu a m'Buku akadakhulupilira, zikadawakhalira bwino. Pakati pawo pali ena amene ali ndi chikhulupiliro, koma ambiri a iwo ndi ochita zoipa. (Q3:110)

Ndipo Chisilamu chiyenera kulamulira zipembedzo:

> Ndiye amene adatumiza Mtumwi wake ndi ulangizi ndiponso chipembedzo choonadi. Ndipo Iye wachipanga icho kuti chikhale chopambana zipembedzo zina zonse. (Q48:28)

Mu Chisilamu ndi chochitisa manyazi kutengedwa ngati wapansi. Pali ma hadith ambiri a Muhammadi amene akutsindika za kuposa ena. Mwachitsanzo Muhammad analengeza mu hadith ya Al-Timirdhi kuti iye anali woposa anthu onse chikhalire cha dziko:

> Ndidzakhala Mbuye wa ana a Adam pa tsiku lachimaliziro, ndipo sindidzitamandira. Mbendera ya matamando idzakhala m'dzanja langa, ndipo sindidzitamandira. Tsiku limenelo Mneneri aliyense, kuphatikizapo Adam, adzakhala pansi pa mbendera yanga. Ndipo ine ndine woyamba amene dziko lidzatsegukira [i.e. woyamba kuukitsidwa] ndipo sindidzitamandira.

Chipembedzo cha Chisilamu chakhala ndi chiyambukiro chachikulu pa chikhalidwe cha Aarabu, kuchipanga zaka zoposa chikwi chimodzi. M'zikhalidwe za Chiarabu, mfundo za ulemu ndi manyazi n'zofunika kwambiri, choncho anthu amadana ndi kuoneka ngati otsika. Anthu akasemphana maganizo amatha kuchititsana manyazi wina ndi mnzake ndipo amachita zinthu chifukwa chokhumudwa.

Munthu akachoka m'Chisilamu n'kusankha kutsatira Khristu, ayenera kusiya kaonedwe ka zinthu ka m'maganizo kamene munthu ayenera kudziona kuti ndi wapamwamba kuposa anthu amene amakhala nawo pafupi, amapeza chikhutiro pazimenezi, ndiponso amaopa kuchita manyazi.

Kukumana ndi Chowonadi

M'munda wa Edene, njokayo inayesa Hava mwa kumuuza kuti angakhale "monga Mulungu," ndipo pamaziko amenewa Hava anatsatira zimene njokayo inkafuna. Izi zinapangitsa kuti Adamu ndi Hava agwe. Kodi tikuphunzira chiyani pa ndimeyi ponena za kuopsa kofuna kukhala wamkulu?

> Mkazi'yo ndipo anati kwa njoka, "Zipatso za mitengo ya m'munda'mu tidye. Koma zipatso za mtengo umene uli m'kati mwa munda, Mulungu anati, Musadye umenewo, musakhudze umenewo, mungadzafe".
>
> "Njoka'yo ndipo inati kwa mkazi'yo, Kufa simudzafai; chifukwa adziwa Mulungu kuti tsiku limene mukadya umenewo, adzatseguka maso anu, ndipo mudzakhala ngati Mulungu, wakudziwa zabwino ndi zoipa." (Genesis 3:2-5)

Kufuna kukhala wapamwamba ndi msampha kwa anthu: mavuto aakulu ndi zowawa zingayambitsidwe m'dzikoli chifukwa cha anthu omwe akufuna kukhala apamwamba kuposa ena.

Nthaŵi ndi nthaŵi funso linabuka pakati pa otsatira a Yesu ponena za amene anali kapena angakhale wabwino koposa pakati pawo. Yakobo ndi Yohane ankafuna kudziwa amene adzakhala ndi malo aulemu mu ufumu wa Yesu. Mofanana ndi Yakobo ndi Yohane, anthu padziko lonse lapansi amafuna mipando yabwino kwambiri kapena malo aulemu. Kodi Yesu akunena chiyani pankhaniyi?

> Ndipo anadza kwa Iye Yakobo ndi Yohane, ana a Zebedayo, nanena naye, Mphunzitsi, tifuna kuti mudzatichitire chimene chiri chonse tidzapempha kwa Inu.
>
> Ndipo Iye anati kwa iwo, Mufuna kuti ndidzakuchitireni inu chiani?
>
> Ndipo iwo anati kwa Iye, Mutipatse ife kuti tikhale mmodzi ku dzanja lanu lamanja, ndi wina ku lamanzere, m'ulemerero wanu...
>
> Ndipo pamene khumi'wo anamva, anayamba kupsa mtima chifukwa cha Yakobo ndi Yohane. Ndipo Yesu anawaitana, nanena nawo, Mudziwa kuti iwo amene ayesedwa ambuye a mitundu ya anthu[15] amachita ufumu pa iwo; ndipo akuru awo amachita ulamuliro pa iwo. Koma mwa inu sikutero ai; koma amene ali yense afuna kukhala wamkuru mwa inu adzakhala

---

15. Pamene Yesu akunena pano za Akunja, amatanthauza mitundu yonse: ndi chikhalidwe cha chilengedwe chonse cha umunthu kufuna kudzimva kukhala wofunika.

mtumiki wanu; ndipo amene ali yense afuna kukhala woyamba mwa inu adzakhala kapolo wa onse. Pakuti ndithu, Mwana wa munthu sanadza kutumikiridwa, koma kutumikira, ndi kupereka moyo wache dipo la kwa anthu ambiri." (Marko 10:35-45)

Yesu akuyankha chikhumbo chimenechi mwa kulongosola kuti ngati ophunzira ake akufunadi kumtsatira, ayenera kuphunzira kutumikira ena.

Kuopsa kodzimva kukhala wapamwamba kumawonekeranso munkhani ya mwana wolowerera (Luka 15:11-32). Mwana 'wabwino'yo anadzimva kukhala wopambana ndipo sanathe kulowa nawo m'phwando la atate wake la mwana wotayikayo kwanthaŵi yaitali pamene anabwerera. Pachifukwa ichi adadzudzulidwa ndi abambo ake. Njira yachipambano chenicheni, m'maso mwa Mulungu, ndiyo kufunafuna kutumikira ena, osati kuwanyoza kapena kuchita ufumu pa iwo.

M'ndime yokongola iyi yochokera ku Afilipi 2, kodi nchiyani chimene chiri chinsinsi cha kumasulidwa ku kuponderedzedwa za kuwona dziko ponena za ukulu wa anthu ena kuposa ena?

> Ngati tsono muli chitonthozo mwa Khristu, ngati chikhazikitso cha chikondi, ngati chiyanjano cha Mzimu, ngati phamphu, ndi zisoni, kwaniritsani chimwemwe changa, kuti mukalingalire mtima zomwezo, akukhala nacho chikondi chomwe, a moyo umodzi, olingalira mtima umodzi; musachite kanthu monga mwa chotetana, kapena monga mwa ulemerero wopanda pache, komatu ndi kudzichepetsa mtima, yense ayese anzache omposa iye mwini; munthu yense asapenyerere zache za iye yekha, komayense apenyererenso za mnzache.

> Mukhale nawo mtima m'kati mwanu umene unalinso mwa Khristu Yesu, ameneyo pokhala nawo maonekedwe a Mulungu, sanachiyesa cholanda kukhala wofana ndi Mulungu, koma anadzikhuthula yekha, natenga maonekedwe a kapolo, nakhala m'mafanizidwe a anthu; ndipo popezedwa m'maonekedwe ngati munthu, anadzichepetsa yekha, nakhala womvera kufikira imfa, ndiyo imfa ya pa mtanda.

Mwa ichinso Mulungu anamkwezetsa Iye, nampatsa dzina limene liposa maina onse, kuti m'dzina la Yesu bondo liri lonse lipinde, la za m'mwamba ndi za pa dziko, ndi za pansi pa dziko, ndi malilume onse abvomere kuti Yesu Khristu ali Ambuye, kuchitira ulemu Mulungu Atate. (Afilipi 2:1-11)

Mfungulo wa kumasulidwa ku kawonedwe koponderedzedwa ka dziko ka kukhala wapamwamba ndi chitsanzo cha Yesu Khristu.

Mtima wa Yesu ndi wosiyana kwambiri. Anasankha kutumikira osati kulamulira. Iye sanaphe, koma anapereka moyo wake chifukwa cha ena. M'njira zogwira mtima kwambiri, Yesu anasonyeza chimene kudzichepetsa kumatanthauza: "anadziyesa wopanda pake" (Afilipi 2:7), ngakhale kulola kuti apachikidwe pa mtanda, imfa yochititsa manyazi kwambiri yodziŵika kwa anthu m'nthaŵi yake.

Wotsatira weniweni wa Khristu amachitanso chimodzimodzi. Sasangalala ndi kudziona kuti ndi wapamwamba kuposa ena. Otsatira Khristu oona saopa manyazi kapena zimene anthu ena amaganiza, chifukwa amakhulupirira kuti Mulungu adzawatsimikizira ndi kuwateteza.

Pemphero ili la kusiya kudziona ngati wapamwamba kwambiri liyenera kuwerengedwa mokweza ndi onse omwe mwaima pamodzi.

Kulengeza ndi Pemphero Kuti Tisiye Kudzikweza

Ndikukuyamikani, Atate, kuti ndinalengedwa modabwitsa, chifukwa Inu munandipanga Ine; Zikomo kuti mumandikonda ndipo mumanditcha kuti ndine wanu. Zikomo kwambiri chifukwa cha mwayi wotsatira Yesu Khristu.

Chonde ndikhululukireni chifukwa chovomera kufuna kudzimva kuti ndine wapamwamba. Ndikutsutsana ndi kukana zilakolako zoterozo. Ndikukana kutonthozedwa podzimva bwino kuposa ena. Ndikuvomereza kuti ndine wochimwa monga wina aliyense, ndipo sindingathe kuchita chilichonse popanda inu.

Ndikulapanso ndi kusiya kudziona ngati ndine wa gulu linalake kapena chikhalidwe changa. Ndivomereza kuti anthu onse ndi ofanana pa maso panu.

Ndikulapa polankhula mawu achipongwe kwa ena ndi kukana ena, ndikupempha chikhululukiro chanu pa mau onsewa.

Ndikukana kuganiza mochepa za anthu chifukwa cha mtundu wawo, kukhala mwamuna kapena mkazi, chuma chawo, kapena maphunziro awo.

Ndikuvomereza kuti ndi chisomo cha Mulungu chokha chomwe ndingathe kuyima pamaso panu. Ndidzipatula ndekha ku chiweruzo chonse cha anthu, ndipo ndikuyang'ana kwa Inu nokha kuti mundipulumutse.

Ndikukaniratu chiphunzitso cha Chisilamu chakuti olungama ndi apamwamba, kuti Chisilamu chimapangitsa anthu kukhala opambana, komanso kuti Asilamu ndi apamwamba kuposa omwe sali Asilamu.

Ndikukana ndikulengeza zonena kuti amuna ndi apamwamba kuposa akazi.

Atate Akumwamba, ndikusiya malingaliro onse onama odzikweza m'malo mwake ndikusankha kukutumikirani.

Ambuye, inenso ndikusankha kukondwera ndi kupambana kwa ena. Ndikukana ndikusiya kaduka ndi nsanje kwa ena.

Ambuye, chonde ndipatseni chigamulo choyenera komanso cholondola pa za m'mene ndili mwa inu. Ndiphunzitseni choonadi mmene mukundionera ine. Ndithandizeni kukhala wokhutira monga munthu amene munandilenga ine kuti ndikhale.

Amen.

Kumasuka ku kutemberera

M'zigawozi tikambirana za mchitidwe wotemberera ena m'Chisilamu, kusankha kusiya mchitidwewu, ndi kuswa matemberero amene aperekedwa pa ife.

Kutemberera mu Chisilamu

Pogwiritsa ntchito zomwe zili mu phunziro 2, okhulupilira atha kupanga njira zamapemphero kuti athandize anthu kumasulidwa ku ukapolo wamitundumitundu, kaya ndi Chisilamu kapena zinthu zina. Pali zitsanzo za mapemphero otere m'gawo la 'Kalozera wa Atsogoleri'.

M'chigawo chino tikambirana za mwambo wina wa Chisilamu ndikupereka pemphero lokanira mwambuwu. Pempheroli lidapangidwa chifukwa mkhristu wina wotembenuka kuchokera ku chisilamu adandiuza kuti mwambowu udali wofunikira kwambiri pachipembedzo chake monga Msilamu, ndipo adawona kuti uli ndi mphamvu za uzimu.

Quran ikulimbikitsa kutemberera Akhristu amene akuvomereza umulungu wa Khristu: Ndipo iye amene atsutsana nawe pankhani za Yesu utalandira nzeru izi muuze kuti: "Tipemphe modzichepetsa kuti matemberero a Mulungu akhale pa anthu amene ali nkunama." (Q3:61). Komabe, ma *Hadith* ali ndi mawu otsutsana pa matemberero. Kumbali ina, ma *Hadith* angapo amafotokoza kuti Muhammad akutemberera magulu osiyanasiyana a anthu, kuphatikiza Ayuda kapena Akhristu, amuna kapena akazi omwe amatsanzira amuna kapena akazi okhaokha. Mbali inayi, pali *Hadith* yomwe imachenjeza za kuopsa kwa kutemberera, ndikuti Asilamu asatembererere Msilamu mnzawo.

Chifukwa cha nkhani zotsutsanazi, akatswiri a Chisilamu ali ndi maganizo osiyanasiyana ngati n'koyenera kuti Asilamu azitemberera anzawo, amene angawatemberere, ndiponso ndi njira yomwe Chisilamu chimachitira. Komabe kutemberera kwa anthu osakhala Asilamu ndikofala kwambiri m'zikhalidwe za Chisilamu. M'chaka cha 1836, Edward Lane analemba kuti ana asukulu achisilamu ku Egypt ankaphunzitsidwa matemberero oti azinena motsutsana ndi Akhristu, Ayuda komanso anthu ena onse osakhulupirira Chisilamu.[16]

Mwambo wa Kutemberera

Ndalankhula ndi Asilamu akale ochokera m'mayiko osiyanasiyana omwe adanena kuti ndi mwambo wawo kupita ku mwambo wakutemberera ku mzikiti.

Mnzanga wina adalongosola zochitikazi, zomwe zimatsogozedwa ndi imamu wa mzikiti, yemwe ndi mkulu wotsogolera Swala ya Lachisanu. Amunawo ankapanga mizere "phewa ndi phewa." Kutsatira imam, ndikuwerenga zonse, amatemberera omwe amawaona kuti ndi adani a Chisilamu. Matembererowo anali amwambo komanso obwerezabwereza. Mnzangayu ananena kuti otembererawo amakhala ndi maganizo apamwamba, amphamvu kwambiri a chidani ndi chisangalalo, ndi "malipiro" auzimu (kumverera kwa mphamvu kumayenda m'matupi awo). Mchitidwe umenewu, m'chokumana nacho chake, unapatsiridwa kuchokera kwa atate kupita kwa mwana ndipo unawagwirizanitsa iwo pamodzi. Izi zidamupangitsa kumva kuti ali wolumikizana ndi abambo ake, komanso kudzera mwa iye kwa agogo ake aamuna, ndi makolo ena zisanachitike: onse amayima "phewa ndi phewa" kutemberera ena chifukwa cha Chisilamu.

Mnzanga wina wochokera ku Saudi Arabia, yemwe tsopano ndi Mkhristu, ankakonda kuyembekezera tsiku linalake la Ramadan, mwezi wosala kudya, pamene amuna zikwizikwi amasonkhana pa Msikiti Waukulu wa Mecca kuti apemphere pamodzi. Nthawi zonse ankayembekezera mwachidwi nthawi imene anthu osakhala Asilamu adzatembereredwa ndi unyinji. Nayenso anakumana ndi "mlandu" wauzimu umenewo pamene anagwirizana ndi matembererowo. Imam amalira pamene amatemberera osakhulupirira, ndipo aliyense wopezekapo amaika mphamvu zawo ndi chidani pa nthawiyo, kuthandizira mawu otemberera a imam.

---

16. Edward W. Lane, *An Account of the Manners and Customs of the Modern Egyptians*, p. 276.

Chochitika choterochi chimatsutsana ndi chiphunzitso cha Yesu chakuti kutemberera n'koletsedwa (Luka 6:28): Akhristu amaphunzitsidwa kusatemberera ena, koma kubwezera madalitso mmalo mwa matemberero. Mwambo woterowo umakhazikitsanso 'chomangira cha moyo' chosaopa Mulungu pakati pa wolambira ndi imamu, komanso pakati pa atate ndi mwana akamachichitira pamodzi. Zokumana nazo za kutemberera izi zinakhudza kwambiri mnzanga pamene anali wamng'ono, asanadziwe Yesu.

Kodi mawu akuti 'chomangira moyo' amatanthauza chiyani? Zimatanthawuza kuti mzimu wa munthu umagwirizana ndi wina: sali omasuka kwa wina ndi mzake. Moyo womangirira ndi mtundu wa chitseko chotseguka kapena popondapo, chimene sitinakambirane m'Phunziro 2. Kwenikweni, kugwirizana kwa moyo ndi pangano limene limagwirizanitsa anthu aŵiri pamodzi kotero kuti chisonkhezero chauzimu chikhoza kuchoka kwa wina kupita kwa wina. Maubwenzi ena a moyo angakhale abwino ndipo ndithudi angakhale magwero a dalitso, monga ngati kugwirizana kwa moyo waumulungu pakati pa kholo ndi mwana, koma ena angakhale magwero a chovulaza.

Munthu akakhala ndi moyo wopanda umulungu, kukhululuka ndikofunikira kuti zitsimikizire kuti chomangirira moyo chadulidwa. Ngati munthu sakhululukira munthu wina, pamakhalabe chomangira chosapembedza—chomangira moyo—pakati pawo.

Makhalidwe a moyo womangiririka akhoza kukhala opanda umulungu. Mwamwayi, Akhristu angathe kudula kapena kuswa maubale a anthu opanda umulungu, kuwachotsa pogwiritsa ntchito njira zisanu zimene zalongosoledwa m'phunziro 2: kuvomereza, kukana, kuswa, kutaya (pamene kungafunikire), ndipo pomalizira pake kudalitsa.

Momwe mungamphwanyire temberero

Ndinali kuphunzitsa pa msonkhano pamene mnyamata wina anabwera kwa ine kudzapempha thandizo. Iye ndi banja lake anasamukira ku dziko lina la ku Middle East kumene ankaphunzitsidwa utumiki. Komabe, banjalo linali kukumana ndi zovuta zambiri kuphatikizapo ngozi ndi matenda. Zinthu zinali zitafika poipa kwambiri moti ankaganiza zongosiya n'kubwerera kwawo. Mnyamatayo ankadzifunsa ngati nyumba yawo ingakhale yotembereredwa koma sankadziwa choti achite. Ndinamuuza momwe angaswere temberero. Kenako adatengera upangiri uwu ku nyumba ndipo adatenga ulamuliro wopemphera mnyumba mwake, kuswa matemberero onse. Pambuyo pa zimenezi, mavuto a banjalo anatha, ndipo anatha kusangalala ndi nyumba yawo mwamtendere.

Ambiri omwe akuchita nawo utumiki kwa Asilamu, kuphatikizapo Okhulupirira ochokera ku Chisilamu, adatembereredwa ndi Asilamu. Awa akhoza kukhala matemberero ochitidwa m'dzina la Allah kapena kugwiritsa ntchito ufiti.

Ngati mukukhulupirira kuti inu kapena munthu amene mumamukonda anatembereredwa, nazi njira zisanu ndi zinayi zoti mutenge kuti muchotse tembererolo:

- Choyamba, vomerezani ndi kulapa machimo onse ndikulengeza kuti mwazi wa Yesu waphimbidwa pa moyo wanu.

- Kenako chotsani zinthu zilizonse zopanda umulungu kapena zodzipatulira mnyumba mwanu.

- Kenako, mukhululukireni aliyense amene wabweretsa temberero, kuphatikizapo inuyo, kaya mwa tchimo kapena mwadaladala kutemberera.

- Zindikirani ndikudzitengera ulamuliro womwe muli nawo mwa Khristu.

- Kukana ndi kuthyola themberero, kunena kuti *"Ndikana ndi kuswa temberero ili m'dzina la Yesu,"* kudzinenera mphamvu zazikulu ndi ulamuliro wa Yesu Khristu pa ntchito iliyonse ya mdima, mwa mtanda wake.

- Lengezani za ufulu wanu kuchokera ku zoyipa zonse mwa Khristu, chifukwa cha ntchito yomaliza ya Khristu pamtanda.

- Lamulira chiwanda chilichonse chokhudzana ndi tembererocho kuti chikusiye iwe, banja lako, ndi nyumba yako.

- Kenako lengezani madalitso pa inu nokha, banja lanu ndi nyumba yanu, kuphatikiza zotsutsana ndi temberero lililonse, pogwiritsa ntchito mavesi a m'Baibulo pamene kuli koyenera, monga, "Sindidzafa koma ndidzakhala ndi moyo, Ndipo ndidzafotokozera nchito za Yehova." (Masalmo 118:17)

- Tamandani Mulungu chifukwa cha chikondi, mphamvu, ndi chisomo.

Kukumana ndi Chowonadi

Kodi ndimeyi ikuti chiyani za momwe timamasulidwira ku matemberero?

Tiri ndi maomboledwe mwa mwazi wache, chikululukiro cha zochimwa, monga mwa kulemera kwa chisomo chache... (Aefeso 1:7)

Timamasulidwa ku matemberero chifukwa tinaomboledwa ndi mwazi wa Khristu.

Kodi Mkristu ali ndi ulamuliro wotani pa mphamvu ya choipa?

"Taonani, ndakupatsani ulamuliro wa kuponda pa njoka ndi zinkhanira, ndi pa mphamvu iri yonse ya mdani'yo; ndipo kulibe kanthu kadzakuipsani?" (Luka 10:19)

Tiyenera kuzindikira kuti mwa Khristu tikhoza kutenga ulamuliro pa mphamvu zonse za mdani, kuphatikizapo matemberero onse.

Malinga ndi vesi lotsatirali, n'chifukwa chiyani Yesu anabwera padziko lapansi pano?

Chifukwa chake Mwana wa Mulungu adawonekera kuti awononge ntchito za mdierekezi. (1 Yohane 3:8)

Yesu anabwera kudzawononga mphamvu ya Satana, kuphatikizapo matemberero onse oipa.

Kodi kupachikidwa kwa Yesu pa mtanda kunakwaniritsa bwanji lamulo la pa Deuteronomo 21:23?

Khristu anatiombola ku temberero la chilamulo, atakhala temberero m'malo mwathu; "pakuti kwalembedwa,

Wotembereredwa ali yense wopachikidwa pa mtengo; kuti dalitso la Abrahamu mwa Yesu Khristu, lichitike kwa amitundu; kuti tikalandire lonjezano la Mzimu'yo." (Agalatiya 3:13-14)

Pa Deuteronomo 21:23 akuti aliyense wopachikidwa pa mtanda kapena mtengo ndi wotembereredwa. Yesu Khristu anatembereredwa mwanjira imeneyi, kuphedwa pa mtanda, kotero kuti ife timasulidwe ku matemberero. Iye anasenza temberero m'malo mwathu, kuti ife tilandire madalitso.

Kodi ndime iyi yikuti chiyani za temberero losayenera?

> Monga mpheta irikuzungulira, ndi namzeze alikuuluka, Momwemo temberero la pa chabe silifikira. (Miyambo 26:2)

Ndime iyi yikutikumbutsa kuti ndife otetezedwa ndi opanda matemberero pamene tidzinenera chitetezo cha mwazi ndi ufulu wa mtanda, ndikuzigwiritsa ntchito pa zochitika zathu.

Kodi ndime yotsatirayi ikuti chiyani za mphamvu ya magazi pa matemberero?

> Komatu mwayandikira ku phiri la Ziyoni… ndi kwa … ndi kwa Yesu, Nkhoswe ya chipangano chatsopano, ndi kwa mwazi wa kuwaza wakulankhula chokoma choposa mwazi wa Abeli. (Ahebri 12:22-24)

Mwazi wa Yesu umalankhula mawu abwino koposa temberero la Kaini, lokhetsedwa ndi mbale wake Abele. Magazi amalankhulanso mawu abwino kuposa matemberero amene tachititsidwa.

Kodi ndi lamulo ndi chitsanzo chabwino chotani chimene chikuperekedwa kwa Akristu pa Luka 6, ndi m'makalata a Paulo?

> I say, "Koma ndinena kwa inu akumva, Kondanani nawo adani anu; chitirani zabwino iwo akuda inu, dalitsani iwo akutemberera inu, pemphererani iwo akuchitirani inu chipongwe." (Luka 6:27-28)

> Dalitsani iwo akuzunza inu; dalitsani, musawatemberere. (Aroma 12:14)

Ndipo tigwiritsa nchito, ndi kuchita ndi manja athu a ife tokha; polalatidwa tidalitsa; pozunzidwa, tipirira; ... (1 Akorinto 4:12)

Akhristu amaitanidwa kuti akhale mdalitso kwa anthu, kaya kwa abwenzi kapena adani.

Limeneli ndi pemphero loyenera kumasulidwa ku zotulukapo za kutenga nawo mbali pa miyambo yotembereredwa, ndi kumasulidwa ku matemberero otumizidwa ndi ena. Ikugwiritsanso ntchito mfundo zomwe zapangidwa mu Phunziro 2.

Kulengeza ndi Pemphero la Kukana Temberero

Ndikuvomereza machimo a gogo anga ndi makolo anga komanso machimo anga otukwana ena mdzina la Chisilamu.

Ndikusankha kukhululukira ndi kumasula makolo anga, bambo anga, ma imamu amene anawatsogolera iwo ndi ine m'matemberero amenewa, ndi ena onse amene anandisonkhezera kuchita tchimo ili, ndi zotsatira za moyo wanga.

Ndikusankha kukhululukira onse amene anditemberera ine kapena banja langa.

Ndikukupemphani kuti mundikhululukire, Ambuye, chifukwa chololera ndi kutenga nawo gawo pakutemberera kwa ena.

Ndikulandira chikhululukiro chanu tsopano.

Pa maziko a chikhululukiro chanu, Ambuye, ndasankha kudzikhululukira ndekha chifukwa chotemberera ena.

Ndikukana tchimo la kutemberera, ndi matemberero aliwonse amene abwera chifukwa cha tchimo ili.

Ndikukana chidani cha ena.

Ndikukana mtima wotukwana anthu ena.

Ndikuswa mphamvu zimenezi ku moyo wanga (komanso ku moyo wa mbadwa zanga) kudzera mu ntchito ya chiombolo ya Khristu pa mtanda.

Ndikupemphani, Ambuye, kuti muphwanye matemberero onse amene ndakhala nawo, ndi kudalitsa amene ndawatemberera ndi madalitso onse a Ufumu wa Mulungu.

M'dzina la Yesu, ndikukana ndikuphwanya matemberero onse opangidwa motsutsana nane.

Ndikulengeza ndikukana ziwanda zonse za udani ndi zotembereredwa, ndikuzilamulira kuti zindisiye tsopano, m'dzina la Yesu.

Ndikulandira ufulu wa Mulungu ku matemberero onse otsutsana ndi ine ndi banja langa. Ndikulandira mtendere, kudekha, ndi ulamuliro kuti ndikalitse ena.

Ndipatulira milomo yanga kulankhula mawu otamanda ndi odalitsa masiku anga onse.

M'dzina la Yesu, ndikulengeza madalitso onse a Ufumu wa Mulungu pa ine ndi banja langa, kuphatikizapo moyo, thanzi la bwino, ndi chimwemwe.

Ndikuvomereza ndikusiya mayanjano opanda umulungu, ubale wa pa mtima, ndi kugwirizana ndi ma imam ndi atsogoleri ena a Chisilamu omwe amanditsogolera mu miyambo ya hisilamu, kuphatikizapo kutukwana ena.

Ndiwakhululukira atsogoleri awa chifukwa cha gawo lawo pokhazikitsa kapena kusunga ubale wanga wopanda umulungu.

Ndidzikhululukira ndekha chifukwa cha gawo langa losunga maubale osagwirizana ndi umulungu ndi Asilamu onse omwe ndagonjera utsogoleri wawo.

Ndikukupemphani Ambuye, kuti mundikhululukire machimo onse okhudzana ndi kukhazikitsa kapena kusunga maubwenzi amenewa, makamaka machimo otemberera ena ndi kudana ndi ena.

Tsopano ndikuphwanya maubwenzi onse osaopa Mulungu ndi kugwirizana ndi atsogoleri achisilamu [makamaka kutchula aliyense amene abwera m'maganizo] ndikudzimasula ndekha kwa iwo [kapena dzina] ndi iwo [kapena dzina] kwa ine.

Ambuye, chonde yeretsani malingaliro anga ku zokumbukira zonse za migwirizano yopanda umulungu kuti ndikhale womasuka kudzipereka kwa inu.

Ndimakana ndikuletsa ntchito za ziwanda zonse zoyesa kusunga maubwenzi osaopa umulungu, ndikuwalamula kuti andisiye tsopano, m'dzina la Yesu.

Ndidzimanga ndekha kwa Khristu Yesu ndikusankha kutsata iye yekha.

Amen.

Malangizo Ophunzirira

Phunziro 7

Mau

taqiyya *imam* mikangano ya moyo womangika

Maina atsopano

- Rinaldy Damanik: Mbusa wa ChiIndonesia (wobadwa 1957)

Baibulo mu phunziroli

Mateyu 10:32-33	Yohane 4:24
Mateyu 5:37	Yohane 14:6
Genesis 17:7-8	1 Timoteo 1:9-11
Masalmo 89:3-4	Genesis 3:2-5
Numeri 23:19	Marko 10:35-45
Masalmo 136:1	Luka 15:11-32
Aroma 11:28-29	Afilipi 2:1-11
Tito 1:1-2	Luka 6:28
Ahebri 6:17-19	Masalmo 118:17
2 Akorinto 1:18-20	Aefeso 1:7
Levitiko 19:1-2	1 Yohane 3:8
Masalmo 26:3	Deuteronomo 21:23

Masalmo 31:5
Masalmo 40:11
Masalmo 51:5-7
Yohane 1:14
Yohane 3:21

Agalatiya 3:13-14
Miyambo 26:2
Luka 6:27-28
Aroma 12:14
1 Akorinto 4:12

Quran mu phunziroli

Q14:4   Q16:106   Q3:110   Q48:28   Q3:61

Mafunso Phunziro 7

- Kambiranani nkhaniyo.

Kumasuka ku bodza

Choonadi ndi chamtengo wapatali

1. Ndi kukhudzika kwa m'malemba kotani komwe **M'busa Damanik** analolera kupitanako kundende?

2. Kodi nchifukwa ninji Mulungu amadzimangirira mu ubale ndi anthu?

Chikhalidwe cha *Sharia*

3. Kodi Durie akunena chiyani chololedwa mu Quran?

4. Malinga ndi Q14:4, kodi Allah amatsogolera bwanji anthu?

5. Ndi mabodza ati omwe amaloledwa m'malamulo a *sharia*?

6. Ndi chiyani chololedwa kwa Asilamu Q16:106 koma osati (malinga ndi Mateyu 10:28-33) kwa Akhristu?

Kukumana ndi Chowonadi

Mavesi a 'kukumana ndi choonadi' amawerengedwa kwa otenga mbali onse.

Pemphero

Pambuyo pakuti mavesi a 'kukumana ndi choonadi' aŵerengedwa ku gulu lonse, otenga mbali onse amaimirira pamodzi ndi kunena 'Chilengezo ndi Pemphero la Kukana Chinyengo'.

Kumasuka ku ulamuliro wabodza

Kudzinenera kwa Islam kukhala wapamwamba

7. Zomwe zidalonjezedwa kwa Asilamu mu Quran molingana ndi Q3:110 ndi Q48:28?

8. Amene ankadzinenera kukhala munthu wapamwamba kwambiri amene anakhalako?

9. Ndi mfundo ziti zomwe zili zofunika kwambiri pa chikhalidwe cha Aarabu?

10. Ndi chiyaninso chomwe chiyenera kukanidwa munthu akachoka mu Islam?

Kukumana ndi Chowonadi

Mavesi a 'kukumana ndi choonadi' amawerengedwa kwa otenga mbali onse.

Pemphero

Pambuyo pa kuŵerengedwa kwa mavesi a m'chowonadi ku gulu lonse, otengamo mbali onse amaimirira pamodzi ndi kunena 'Chilengezo ndi Pemphero la Kukana Kukhala Wopambana'.

Kumasuka ku themberero

Kutemberera mu Chisilamu

11. N'chifukwa chiyani akatswiri achisilamu ali ndi maganizo osiyanasiyana pa nkhani yotemberera m'Chisilamu?

12. Malinga ndi kunena kwa Edward Lane, kodi ana asukulu Asilamu ku Egypt anali kuphunzitsidwa kuchita chiyani mu 1836?

Mwambo wa Kutemberera

13. Durie anafotokoza za mwambo umene Mkhristu wina wa chisilamu ankakonda kuchita nawo. Kodi kuchita nawo mwambo umenewu kunamupangitsa kumva bwanji?

14. Kodi Durie amatanthauzira bwanji **zomangiridwa za moyo**?

15. Kodi kukhululuka kuli kofunika bwanji pochita ndi **ubale wa moyo womangika?**

16. Lingalirani za 'Chilengezo ndi Pemphero la Kukana Temberero'. Kodi mungadziŵe mfundo zimene masitepe asanu ameneŵa akugwiritsidwa ntchito: kuulula, kukana, kuswa, kutaya, ndi kudalitsidwa? (Onani Phunziro 2.)

17. Ndi zinthu ziti zomwe zakanidwa komanso zomwe zasweka mu pempheroli?

18. Ndi madalitso otani amene amanenedwa m'malo mwa matemberero? N'chifukwa chiyani pali madalitso amenewa?

19. Ndani amene akhululukidwa m'pempheroli?

Momwe mungaswere temberero

20. Kodi mnyamata amene analankhula ndi Mark Durie anaganiza kuti n'chiyani chinayambitsa mavuto a m'banja lake?

21. Chifukwa chiyani sanathe kukonza vutoli yekha?

22. Kodi mnyamatayu anafunika kuchita chiyani kuti akhale mwamtendere?

23. Kodi ziti zomwe zimabweretsa zovuta kwa anthu ambiri omwe akuchita utumiki kwa Asilamu?

24. Ndi njira zisanu ndi zinayi ziti zomwe Durie akuwonetsa pakuswe temberero?

Kukumana ndi chowonadi

Mavesi a 'kukumana ndi choonadi' amawerengedwa kwa otenga mbali onse.

Pemphero

Pambuyo pakuti mavesi a 'kukumana ndi choonadi' awerengedwa ku gulu lonse, otengapo mbali onse amaimirira ndi kunena 'Chilengezo ndi Pemphero la Kukana Temberero' pamodzi.

8
Mpingo wa Ufulu

"Wakukhala mwa Ine, ndi Ine mwa iye, ameneyo abala chipatso chambira." Yohane 15:5

Zolinga za phunziro

a. Kuyamikira zovuta zosiyanasiyana zomwe okhulupirira ochokera ku Chisilamu amakumana nazo pakukhala ophunzira okhwima ndi chikhulupiriro chokhwima.

b. Kuzindikirani kuti sikokwanira kutsogolera munthu kwa Khristu: ayeneranso kubweretsedwa ku kukhwima kwa Chikhristu.

c. Kuganizirani za kufunika kwa mpingo wathanzi popanga ophunzira athanzi.

d. Kuyamikira kuti akhale mfulu, wokhulupirira ayenera kutseka zitseko zonse kwa mdani, ndi kudzazidwa ndi zinthu zabwino za Yesu Khristu.

e. Kuyamikira udindo wa mpingo pothandiza okhulupirira kuchita izi.

f. Kumvetsetsa kufunikira kotumikira ufulu, osati m'madera chifukwa cha Chisilamu chokha.

g. Kuphunzira kukhala mwadala za 'kuphunzitsa mu mipata' kulimbikitsa ophunzira makamaka m'madera omwe Chisilamu chayambitsa zofooka.

h. Kuyang'ana chiyambi cha mphamvu ku moyo wa Chikhristu, kuphatikizapo kukana mapangano ndi Chisilamu ndi kusamutsa kwathunthu kukhulupirika kwa Khristu monga Ambuye.

i. Kuona kufunika kwa pemphero la wokhulupirira.

j. Kuyamikirani kufunikira kolangiza atsogoleri omwe atuluka m'chisilamu.

k. Kuganizira mbali zina zofunika pakupanga atsogoleri.

Nkhani yoyeserera: Kodi mungatani?

Ndinu m'busa wodziwa zambiri amene mwatsogolera mipingo ingapo yopambana ndipo ndinu wodziwika bwino popereka malangizo anzeru kwa abusa ena. Mukuchezera wa chibale wina mu mzinda wina ndipo wina wakupemphani kuti mukumane ndi bwenzi lake la pa mtima Reza, mtsogoleri wa tchalitchi cha Iran, inu muli kumeneko. Reza amatsogolera mpingo wa anthu pafupifupi 100 ochokera ku Iran omwe adatembenuka kuchokera ku Chisilamu, koma akuuzidwa kuti tchalitchi chake chili m'mavuto: pali mikangano yambiri, mamembala ena akuluakulu achoka posachedwa atamuimba mlandu wochita zinthu ngati wolamulira mwankhanza, kupereka kumatsika, ndipo mpingo sungathenso kulipira malipiro a abusa. Mumakumana ndi M'busa Reza, kukupatsirani moni, ndipo mutacheza mukumwa khofi kwa kanthawi, mumamufunsa mmene zinthu zikuyendera mu mpingo wake. Iye akuti, "Ziri bwino! Zonse nzabwino, lemekezani Mulungu."

Kodi mungayankhe bwanji?

Phunziroli likupereka malingaliro amomwe mungathandizire njira yophunzitsira yaumoyo ndikumanga malo abwino a mpingo kwa okhulupirira ochokera ku Chisilamu (BMBs): anthu omwe asankha kusiya Chisilamu kuti atsatire Khristu. Ndikwabwino kuti wophunzira aliyense akhumbe kukhala wokonzeka ndi woyenera kutumikira zolinga zapadera za Mulungu (2 Timoteo 2:20-21) koma kuti akwaniritse izi, aliyense amafunikira malo abwino a mpingo omwe angathandizire kukula kwake. Tisanaone momwe tingakwaniritsire izi, choyamba tiwona zovuta zitatu zomwe otembenuka amakumana nazo: kugwa kuti abwerere ku Chisilamu, kukhala ophunzira osabala zipatso, ndi mipingo yopanda thanzi.

Kugwa ku chikhulupiriro

Anthu ena amene amasiya Chisilamu kuti atsatire Khristu amabwerera ku Chisilamu. Pali zifukwa zambiri za izi. Chifukwa chimodzi chingakhale kupweteka kwa kutayika kwa dera, pamene achisilamu ndi abwenzi akukana munthu wotembenukira ku Chikhristu. Chifukwa china ndi zopinga zambiri ndi zotchinga zomwe Chisilamu chimayika panjira ya omwe akuchisiya. China ndi chizunzo cha chindunji.

Chifukwa chinanso chingakhale chokhumudwitsidwa ndi Akhristu komanso tchalitchi. Pamene anthu omwe akuyesera kuchoka m'Chisilamu amayandikira Akhristu oyandikana nawo kufunafuna chitsogozo ndi chithandizo, amatha kukanidwa ndi zopinga zosayembekezereka kuti avomerezedwe kwathunthu m'gulu lachikhristu. Ambiri afika ngakhale atakanidwa ndi matchalitchi. Izi ndichifukwa cha mantha, omwe amadza chifukwa cha zomwe Chisilamu zimafuna kuti *dhimmis* asathandize aliyense kusiya Chisilamu. Kuthandiza wina kusiya Chisilamu kumayika gulu la Chikhristu pa chiwopsezo chifukwa kumachotsa *"chitetezo"* choperekedwa kwa omwe si Asilamu.

Kuti ukhoze kusintha njira imeneyi yokanira otembenuka mtima ndi akhristu, mpingo uyenera kumvetsetsa ndi kukana pangano la *dhimma* ndi zothodwetsa zomwe umabweretsa. Ngati mipingo ndi akhristu paokha amakhalabe omangidwa mu uzimu ndi chikoka cha *dhimma*, iwo adzakumana ndi kupsyinjika kwakukulu kwa uzimu kuti asathandize omwe achoka mchisilamu. Kuthetsa vutoli mpingo uyenera kutsusana, kukana, ndi kukana dongosolo la *dhimma*.

Chifukwa chinanso chomwe anthu amagwera n'chakuti chikoka cha Chisilamu pa miyoyo yawo chikupitirirabe, kuumba momwe amaganizira ndi kugwirizana ndi ena. Izi zingapangitse kukhala kosavuta kubwerera ku Chisilamu kusiyana ndi kupitiriza kukhala Mkhristu. Zili ngati kupeza nsapato zatsopano: nthawi zina nsapato zakale zimangowoneka kuti zikugwirizana mosavuta komanso zimakhala bwino.

Kukhala wakuphunzira kosabala nako zipatso

Vuto lachiwiri lingakhale kukhala wophunzira wosabala zipatso. Anthu omwe anali a Chisilamu amatha kukhala ndi zotchinga za mphamvu komanso za uzimu zomwe zimalepheretsa kukula kwa uzimu. Zinthu monga mantha, kusadzisungira ndi kukonda ndalama, kudzimva ngati wokanidwa, kudzimva kukhala wochitiridwa nkhanza, kukwiyitsidwa, kusakhulupirira ena, kupwetekedwa mtima, uchimo wa kugonana, miseche, ndi kunama. Zonsezi zikhoza kulepheretsa anthu kukula.

Chomwe chimayambitsa zovuta zotere ndicho chikoka chokhazikika cha Chisilamu. Mwachitsanzo, m'Chisilamu amatsindika kwambiri za kukhala apamwamba kuposa ena, ndipo Asilamu amaonedwa kuti ndi apamwamba kuposa omwe si Asilamu. M'chikhalidwe chodziona kukhala apamwamba, anthu amatonthozedwa chifukwa chodzimva kukhala abwino kuposa ena. Mu mpingo izi zingayambitse kupikisana. Mwachitsanzo, ngati munthu mmodzi asankhidwa kukhala mtsogoleri, ena amakhumudwa chifukwa sanasankhidwe. Kufunika kodzimva kukhala wapamwamba kumalimbikitsanso chikhalidwe cha miseche, chomwe chimapereka njira yogwetsera anthu ena pansi. Anthu anganene miseche chifukwa amadziona kuti ndi abwino kuposa anthu amene achitiridwa miseche. Vuto lina likhoza kukhala mzimu wokhumudwitsa, womwe umapatsidwa mphamvu ndi momwe Muhammadi adachitira pokanidwa.

Panali mnyamata wina wa ku Iraq amene anakhala Mkhristu n'kukakhala ku Canada pothawa nkhondo. Iye anayesa kupita m'matchalitchi, koma nthawî zonse akamapita ku tchalitchi chatsopano ankakhumudwa ndi zinazake, ndipo ankadzudzula opita ku tchalitchi enawo kuti ndi onyenga. Mwamunayu adakhala moyo wapayekha, wothawa nkhondo wosungulumwa, akadali Mkhristu koma wolekanitsidwa ndi gulu lililonse la chikhristu. Izi zikutanthauza kuti kukula kwake pokhala ophunzira kunayimitsidwa kotheratu: sanathe kukula. Iye sakanakhoza kukhala wobala zipatso.

Mipingo yopanda thanzi

Chimodzi mwazovuta zazikulu zomwe okhulupirira atsopano amakumana nazo ndikupeza mpingo wathanzi. Tchalitchi simalo ochezera olungama, koma chipatala cha ochimwa—kapena ndicho chimene chiyenera kukhala. Anthu ochimwa amakhala m'tchalitchi, koma monga mmene anthu angadwalire m'chipatala, pamene mamembala ampingowo sakukula mu chikhristu, machimo awo ndi mavuto awo akhoza kukulirakulira ndi kuwonongo dera lonselo. Izi zikhoza kugawanitsa mipingo ndi kuipangitsa kulephera. Monga momwe Akhristu opanda thanzi angapangire mipingo yopanda thanzi, mipingo yopanda thanzi imatha kupangitsa kuti mamembala awo akule kukhala okhwima mmaganizo ndi zochitika.

Ngati mamembala a mpingo akuchitira miseche abusa awo, pamapeto pake adzakhala ndi m'busa wowonongeka, kapena osakhalenso ndi m'busa. Aliyense adzavutika. Izi zidzadzetsanso magawano ndi kusokonekera kwa mpingo, ndipo anthu ochepa adzafuna kukhala mtsogoleri mu mpingo wotero. Monga chitsanzo china, ngati mamembala a tchalitchi amalingalira mopikisana, kufuna kukhala apamwamba kuposa ena, zimenezi zingachititse mipingo ya mumzinda womwewo kukhala wodzudzulana wina ndi mnzake, aliyense akudzinenera kuti ndiwo mpingo wabwinoko. M'malo moti mipingo iyi ipeze madalitso ochuluka ogwirira ntchito pamodzi, imawonana wina ndi mzake ngati zoopseza osati oyanjana nawo mu uthenga wabwino.

Kufunika kwa kukhala mfulu

Kumbukirani kuchokera mu Phunziro 2 kuti Satana ndi woneneza, ndipo njira yake yaikulu ndiyo kuneneza okhulupirira a chikhristu. Kuwaimba mlandu adzagwiritsa ntchito 'ufulu walamulo' uliwonse umene ali nawo motsutsana nawo, monga ngati kusaulula tchimo, kusakhululukira, mawu otimanga (kuphatikizapo malonjedzano, malumbiro, ndi mapangano), mabala a moyo, ndi matemberero a mibadwo. Kuti akhale aufulu, ophunzira a Khristu afunika kuletsa 'ufulu walamulo' umenewu, kuchotsa zopondapo, ndi kutseka zitseko zotseguka.

Pa Mateyu 12:43-45, Yesu akufotokoza fanizo la mmene mzimu woipa ukatulutsidwa mwa munthu, ungabwerenso kudzalowanso mwa munthuyo, n'kubweretsa mizimu ina isanu ndi iwiri yoipa kuposa iyo, kuti mkhalidwe wa munthuyo pa iye. mapeto ake adzakhala oipa kwambiri kuposa chiwandacho chisanatulutsidwe. Fanizo limene Yesu anagwiritsa ntchito m'fanizoli ndi la nyumba, yosesedwa, yopanda kanthu, yokonzeka kukhalamonso. Kodi mizimu ikukhalanso bwanji mnyumba muno? Choyamba, chitseko chiyenera kuti chinasiyidwa chotsegula; ndipo chachiŵiri, nyumbayo ndi "yopanda anthu" (Mateyu 12:44).

Ndiyeno apa pali mavuto awiri:

1. Khomo lasiyidwa lotseguka.
2. Nyumbayo inasiyidwa yopanda anthu.

Kuti timange mpingo wabwino, timafunika Akhristu athanzi. Ndipo kuti Mkristu akhale wathanzi afunika kukhala womasuka. Izi zikutanthauza kuti munthu ayenera kutseka zitseko zonse zotseguka zomwe Satana angagwiritse ntchito, ndipo moyo wawo uyenera kudzazidwa ndi zinthu zabwino kuti zilowe m'malo mwa zoipa zomwe zatulutsidwa.

Zitseko zonse ziyenera kutsekedwa. Zonse! Chinachake chofunika pa ufulu wauzimu n'chakuti sikokwanira kungotseka chitseko chimodzi chotseguka. Zonse ziyenera kutsekedwa. Sichabwino kukhala ndi loko wabwino kwambiri pa dziko lonse la pansi pa khomo la kumbuyo la nyumba ngati khomo lakutsogolo lasiyidwa lotseguka. Ngati timakana ufulu umodzi womwe Satana wakhala akuugwiritsa ntchito polimbana ndi munthu, koma osachita ndi enawo, munthuyo sanakhalebe mfulu.

Kumasulidwa ndi chinthu chimodzi. Kukhala mfulu ndi chinanso. Chofunikanso chimodzimodzi monga kutseka zitseko ndikudzaza nyumba osati kuyisiya yopanda kanthu. Izi zikuphatikizapo kupemphera kuti munthu adzazidwe ndi Mzimu Woyera. Kumatanthauzanso kukulitsa moyo wa umulungu, chotero moyo wa munthu umadzazidwa ndi zinthu zabwino.

Tiyerekeze kuti ukapolo wa munthu waza ndi chifukwa cha mabodza amene wakhulupirira ndi kulankhula. Bodza liyenera kusiyidwa, ndipo, kuwonjezera apo, munthuyo ayenera kukumbatira, kusinkhasinkha, ndi kusangalala ndi choonadi. Kutuluka ndi mabodza, kulowa ndi choonadi!

Talingalirani mkhalidwe wosiyana: munthu amene wagwidwa ndi chiŵanda chaudani, chimene chapangitsa kuchita zoipa, kuphatikizapo matemberero ambiri audani onenedwa kwa anthu ena. Pamene chiwanda cha chidani chimenechi chatulutsidwa, munthuyo safunikira kungosiya ndi kukana udani, komanso kukulitsa moyo wachikondi ndi kudalitsa ena, kumanga moyo wawo m'malo mougwetsa. Ayenera kusintha zizoloŵezi zawo ndi maganizo awo onse. Mpingo umagwira ntchito yofunika kwambiri pothandiza munthu kukhala womasuka. Atha kuthandiza munthu kukonzanso ndikumanganso moyo wake, kuti akhale munthu wosandulika.

Nthawi zambiri Paulo amalemba za izi m'makalata ake. Iye amapemphera mosalekeza ndi kugwira ntchito kuti okhulupirira amangidwe mu choonadi ndi chikondi. Nthawi zonse amakumbukira zomwe okhulupirira anali kale ndipo nthawi zina amakumbutsa anthu za izi, kuti awalimbikitse kuti apitirize kukula:

> Pakuti kale ifenso tinali opusa, osamvera, onyengeka, akuchitira ukapolo zilakolako ndi zokondweretsa za mitundu mitundu, okhala m'dumbo ndi njiru, odanidwa, odana wina ndi mnzache. (Tito 3:3)

Koma ophunzira a Khristu sayeneranso kukhala ndi moyo wotero. Tasinthidwa, ndipo tikuyenera kupitiriza kusinthidwa kukhala monga Yesu, amene anali wopanda chilema, wopanda ufulu walamulo woperekedwa kwa Satana. Chotero Paulo akulembera Afilipi:

> … Ndipo ichi ndipempha, kuti chikondi chanu chisefukire chionjezere, m'chidziwitso, ndi kuzindikira konse; kuti mukayese inu zinthu zosiyana; kuti mukakhale a mtima woona ndi wosalakwa, kufikira tsiku la Khristu; odzala nacho chipatso cha chilungamo, chimene chiri mwaYesu Khristu, kuchitira Mulungu ulemerero ndi chiyamiko. (Afilipi 1:9-11)

Ndi chithunzi chokongola chotani nanga cha wophunzira wathanzi, wokulira m'chikondi, m'chidziŵitso, ndi munzeru; woyera ndi wosalakwa; ndi kubala zipatso zabwino zolemekeza Mulungu!

Munthu ameneyu sanangomasulidwa, koma nyumba ya moyo wawo, m'malo mokhala "osatanganidwa" mwangozi, ikudzazidwa ndi zinthu zabwino za Yesu Khristu.

Ntchito yaikulu ya mpingo, ndi ya abusa, ndi kuthandiza ophunzira kukhala motere: kutseka zitseko zonse zotseguka kwa Satana ndi kuthandiza okhulupirira kuti adzazidwe ndi zinthu zonse zabwino za Khristu.

Kukhala ophunzira ndi mayitanidwe aakulu ndipo pali zambiri zoti tiphunzire za izo. Apa tiona momwe tingathandizire kukula bwino kwa ophunzira omwe amasulidwa ku ukapolo wa Chisilamu.

Machiritso ndi kuwomboledwa

Tatsindika kufunika kotseka zitseko zonse ndikuchotsa zopondapo zonse. Mu moyo wa wophunzira aliyense, zina mwa izi zitha kukhala chifukwa cha chikoka cha Chisilamu, ndipo zida za mapemphero zomwe zaperekedwa apa zitha kugwiritsidwa ntchito kutseka chitseko cha Chisilamu.

Komabe, ophunzira a Khristu akhoza kukhala ndi ukapolo wina m'miyoyo yawo osati chifukwa cha Chisilamu. Izi zitha kukhala chifukwa cha madera onse omwe afotokozedwa mu phunziro 2: uchimo wosalapa, kusakhululukidwa, zilonda za moyo, mawu ndi miyambo yogwirizana nayo, mabodza, ndi matemberero amibadwo. M'miyoyo ya Asilamu akale munthu amatha kuwona zowononga za:

- kusakhululuka
- abambo ankhanza
- kusweka kwa mabanja (kutha kwa banja, mitala)
- kuledzera kwa mankhwala
- za matsenga ndi ufiti
- kupwetekedwa mtima (chifukwa cha kunyozedwa, kugwiriridwa, kugonana pa chibale)
- chiwawa

- matemberero am'badwo
- mkwiyo
- kukanidwa ndi kudzikana
- akazi kusakhulupirira ndi kudana ndi amuna
- amuna kunyoza akazi.

Ambiri mwa maderawa akhoza kukhudzidwa ndi zotsatira za Chisilamu pa chikhalidwe ndi moyo wa banja, koma anthu amakhalanso ndi katundu wawo wa uzimu, omwe amasonkhanitsa pamoyo wawo. Kuti tipite patsogolo kuti tikulire mwa chikhristu, tiyenera kumasulidwa ku zinthu zimenezi, osati ku Chisilamu chokha.

Mnyamata wina anadwala matenda a m'banja amene anayambitsa mavuto aakulu a m'mimba: achibale ake ambiri anamwalira ndi kansa ya m'mimba. Madokotala aku Iran ndi Australia adamuuza kuti ali ndi vuto la khansa m'mimba mwake lomwe amayenera kumwa mankhwala nthawi zonse. Pa nthawi ina anazindikira kuti zimenezi zikhoza kuchitika chifukwa chotembereredwa ndi banja lake. Iye anakana ndi kuswa temberero la mbadwo uwu ndipo anadziperedwa yekha mwatsopano kwa Mulungu. Anachira ndipo anasiya kumwa mankhwala onse. Chochititsa chidwi n'chakuti pa nthaŵi imodzimodziyo anachira chizoloŵezi chofuna kupsinjika mosavuta ndi kuvutika ndi nkhaŵa. Anakhala wodekha ndi kudalira kwambiri Mulungu muzochitika za moyo wake. Kuchiritsa ndi kuwomboledwa kumeneku kunali sitepe lofunika kwambiri pomukonzeketsa kupirira zopsinja za kutumikira monga m'busa.

Kuti mukhale ndi mpingo wathanzi, utumiki umene umachita ndi mitundu yonse ya makomo otseguka ndi popondapo uyenera kukhala gawo la chisamaliro la ubusa kwa okhulupirira. Kumbukirani, pomanga nyumba, sikokwanira kutseka chitseko chimodzi kapena chitseko cha mapangano a Chisilamu: *monse* motseguka mwa nyumbayo muyenera kutsekedwa.

Kuphunzitsa mu mipata

Tangolingalirani za nyumba yakale, yopasuka. Denga likudontha; mukhoza kuona ngakhale thambo. Mawindo, omwe kale anali a magalasi, anasweka ndipo mphepo imawomba momasuka. Zitseko zang'ambika, zagona pansi. Mkati mwake, makoma aming' alu, ndi mabowo oboolamo. Pansi pawola. Maziko ndi osweka ndi kusweka. Ndipo m'nyumbamo muli anthu amene sali eni ake. Sayenera kukhalapo ndipo akuwonongadi nyumbayo.

Pamafunika ntchito yambiri yokonzanso nyumbayi. Gawo loyamba ndikupangitsa kuti nyumbayo ikhale yotetezeka: kukonza denga ndikuyika mazenera atsopano ndi zitseko zolimba zokhala ndi zotsekera, kuti asalowemonso anthu okhalamo. Ichi ndi sitepe yoyamba mu utumiki uwu wa ufulu: kutseka zitseko zonse zotseguka. Ziyenera kuchitidwa kaye chifukwa ngati zitseko zonse sizitsekedwa, osakayika (ziwanda) zimatha kubwereranso kudzera pa khomo limodzi lotseguka.

Nyumbayo ikakhala yotetezeka, ntchito ina ingayambike: kukonzanso maziko, kukonzanso makoma, ndi kupanga nyumbayo kukhala yokongola ndi yabwino kukhalamo.

Pamene Asilamu akale abwera kwa Khristu, akhoza kubweretsa kuwonongeka kwa moyo ndi iwo, chifukwa cha Chisilamu ndi chikhalidwe cha Chisilamu, chomwe chiyenera kubwezeretsedwa.

Moyo wa munthu wokhulupirira uli ngati chidebe (chotungira madzi). Tikuyenera kukhala ndi madzi oyera, okoma: madzi amoyo amene amachokera kwa Yesu Khristu. Umu ndi mmene moyo wathu uyenera kukhalira. Koma ngati chidebecho chili ndi chibowo kapena mpata m'mbali mwake—monga chofooka cha khalidwe lathu—ndiye kuti chidebecho sichingasunge madzi ochuluka. Chidebecho chimatha kusunga madzi mpaka pa bowolo lotsikitsitsa kapena kusiyana m'mbali mwake. Kuti chidebechi chisunge madzi ambiri, tiyenera kutseka mpatawo.

Padziko lonse lapansi, kuwonongeka kwa moyo uku kuli ndi njira yofananira kulikonse komwe Chisilamu chakhazikika. Monga Don Little ananenera, "chikoka cha Chisilamu m'malo osiyanasiyana chimabweretsa zopinga zomwezo kwa ma BMB ofuna kukhalira moyo Khristu."[17]

---

17. Don Little, *Effective Discipling in Muslim Communities*, p. 170.

Njira ina yoganizira zimenezi ndiyo kuganizira zimene zimachitika munthu akachita ngozi yoopsa, ndipo zimatenga nthawi yaitali kuti achire. Nthawi zambiri minofu yawo imafooka ndipo imatha kutha chifukwa chosagwiritsidwa ntchito. Kuti achire mokwanira, munthu woteroyo amatha kuthandizidwa ndi zochitika zenizeni zolimbitsa minofu yofooka (physiotherapy). Zochita izi zimatha kutenga nthawi yayitali komanso zopweteka, koma ndizofunikira kuti thupi lonse ligwirenso ntchito momwe liyenera kukhalira. Mutha kuchita zambiri momwe minofu yanu yofooka imakulolani kutero.

Izi zikutanthawuza kuti maphunziro a mpingo wa okhulupirira ochokera ku Chisilmu ayenera kuthana ndi zowonongekazi mosamala komanso mwadongosolo. Kumeneku timakutcha 'kuphunzitsa m'mipata': kulankhula choonadi cha m'Baibulo m'madera amene mabodza ankalamulira kale. Pali zambiri zosiyanasiyana zomwe ziyenera kuthetsedwa.

Chimodzi mwazotsindika za Muhammad chinali kupambana kwa munthu pa wina; mwachitsanzo, Asilamu kuposa omwe si Asilamu. Iye ankaona kuti n'zochititsa manyazi kukhala wotsika kapena wotsikirapo kwa munthu wina. M'madera achisilamu nthawi zambiri ndi gawo la chikhalidwe cha chikhalidwe cha dziko kufuna kukhala abwino kuposa anthu ena. Mkhristu wina ananena kuti m'chikhalidwe cha anthu a ku Iran, anthu amasangalala akaona munthu wina akugwa mumsewu, kapena akamva kuti wina walephera mayeso. Iwo amasangalala chifukwa sanali amene anagwa kapena kulephera, choncho amadziona kuti ndi apamwamba kuposa ena.

Njira iyi (ya tsankho) yowonera kuthekera kwa munthu ingayambitse mavuto ambiri m'mipingo. Mwachitsanzo, anthu a m'tchalitchi china anganene kuti matchalitchi awo ndi apamwamba kuposa matchalitchi ena. Mkhalidwe umenewu umakhumudwitsa, kotero kuti mipingo ya m'dera lina imakana kugwirira ntchito pa modzi. Ndi maganizo amenewa, ngati munthu m'modzi waikidwa pa udindo wa utsogoleri, wina angamve ngati wokanidwa, ndi kuchita nsanje, akufunsa kuti, "Bwanji sanandisankhe ine? Akuganiza kuti sindine wabwino? Vutoli likhoza kukhala loipa kwambiri moti anthu amakana kudzipereka pa udindo wa utsogoleri chifukwa amaopa kuti akhoza kumenyedwa ndi kudzudzulidwa ndi anthu ena mu mpingo.

Ndi maganizo amenewa, anthu kaŵirikaŵiri sadziwa mmene angaperekere ndemanga zolimbikitsa modzichepetsa kuti apititse patsogolo moyo wa mpingo. M'malo mwake amalankhula ngati kuti ndi akatswiri, kulankhula monyadira, ndi kuwongolera anthu ena mopanda chifundo.

Mkhalidwe woterowo umayambitsanso miseche, chifukwa anthu amasangalala akamagwetsa ena.

Kuti tithane ndi vuto lalikulu limeneli m'pofunika kuphunzitsa za kukulitsa mtima wa kapolo: anthu ayenera kuphunzira chifukwa chimene Yesu anasambitsira mapazi a wophunzira wake, ndi kumva lamulo lake la kuchita chimodzimodzi. Anthu amafunikiranso kuphunzitsidwa kuti adziŵe umunthu wawo mwa Khristu, osati mu zimene amachita kapena zimene anthu ena amanena kapena kuganiza za iwo. Ayenera kuphunzitsidwa "kudzitamandira" ndi "kukondwera" ndi zofooka zawo (2 Akorinto 12:9-10). Ayenera kuphunzira kuti kukonda ena kumatanthauza kusangalala ndi kupambana kwa ena ndi chifundo pamene akuvutika kapena kukhala a chisoni (Aroma 12:15; 1 Akorinto 12:26). Anthu amafunikanso kuphunzitsidwa mmene angalankhulire choonadi mwachikondi. Okhulupirira ayeneranso kuphunzitsidwa za zotsatira zowononga za miseche, ndi mmene angayankhire bwino ngati pali dandaulo la mbale kapena mlongo.

Vuto lina kwa anthu omwe amachokera ku Chisilamu kupita kwa Khristu ndi kuphunzira kulankhula zoona. Mu zikhalidwe zachisilamu, anthu amatha kuphunzitsidwa kuti asakhale owonekera komanso omasuka (onani Phunziro 7 la chinyengo), nthawi zambiri kuti apewe manyazi. Mwachitsanzo, tiyerekeze kuti mwaona Mkhristu mnzanu ku tchalitchi n'kuona kuti akulimbana ndi zinazake, ndiye mungamufunse kuti, "Muli bwanji? Kodi muli bwino?" M'malo mwake, pali vuto, ndipo munthuyo sali bwino, koma amati, "Ndili bwino zikomo. Zonse ziri bwino. " Mwanjira imeneyi, amavala chigoba chawo. Mchitidwe woterewu wobisa mavuto ndi wofala pakati pa anthu omwe achoka m'Chisilamu. Satana amagwiritsa ntchito zimenezi kuti aletse ophunzira kukula, mwa kuwaletsa kupempha thandizo.

Kuti athetse vuto limeneli, ophunzira ayenera kuphunzitsidwa mobwerezabwereza za kufunika kolankhula zoona kwa wina ndi mnzake, ndi chifukwa chake izi zili zofunika kwambiri pakukula ndi kumasuka.

Palinso mbali zina zambiri za zikhalidwe zachisilamu kumene 'kuphunzitsa mu mipata' kumafunika, monga:

- kufunika kwa chikhululukiro ndi kudziŵa mmene angachigwiritsire ntchito
- kugonjetsa chizolowezi chongodziona ngati wokanidwa ndi kukhumudwa ndi ena
- kuphunzira kutumikira m'njira yomanga chikhulupiriro pakati pa anthu
- kusiya ufiti
- akazi ndi amuna akuphunzira kulemekezana, ndi kuphunzira kulankhula zoona mu ubale wawo, mwachikondi, modzichepetsa, mopanda kunyada.
- makolo akuphunzira kudalitsa ana awo m'malo mowatemberera.

(Onani mndandanda wa nkhani zoyambitsidwa ndi Chisilamu ndikutsatira chitsanzo cha Muhammad kumapeto kwa phunziro 4.)

Ndikofunikira kwambiri kutsindika kuti 'kuphunzitsa m'mipata' kuyenera kuchitika mwadongosolo komanso mosamalitsa, kulowa mozama m'nkhani kuti anthu athe kukonzanso malingaliro awo onse amalingaliro ndi za umulungu.

M'zigawozi tikambirana mmene tingapangire okhulupirira ndi atsogoleri.

Yambani bwino

Don Little akusiyanitsa mamishonale aŵiri ogwira ntchito pakati pa Asilamu ku Mpoto kwa Africa. Onse awiri anagwira ntchito kumeneko kwa zaka zambiri.[18]

Steve atha kutsogolera Asilamu mwachangu kudzipereka kwa Khristu, nthawi zina mkati mwa zokambirana zake zoyambirira ndi iwo. Komabe, pafupifupi aliyense wa otembenuka mtimawa amagwa, nthawi zambiri mkati mwa milungu ingapo atasankha kutsatira Yesu. Ochepa anatha kupitirira chaka. Njira ya Steve inali yotsogolera anthu ku chikhulupiriro mwa Khristu mofulumira, ndi kudalira Mzimu Woyera kuti uwathandize kukula ndi kuphunzira zambiri za chikhulupiriro cha chikhristu.

Kachitidwe ka Cheri ndi chipambano chake chinali chosiyana. Anatenga nthawi yaitali asanatsogolere anthu kwa Khristu, nthawi zina zaka. Anangoitanira akazi amene anali kugwira nawo ntchito kuti akhale ophunzira pamene anali wotsimikiza kuti amvetsetsa bwino lomwe tanthauzo la kutembenukira kwa Khristu, kuphatikizapo kuthekera kwa chizunzo ndi kusudzulana ndi amuna awo. Mkazi aliyense wosakwatiwa amene anatsogolera kwa Khristu anakhala wokhulupirira wodzipereka kwambiri, amene chikhulupiriro chake chinapitirizabe ngakhale pamene Cheri anathamangitsidwa ku Mpoto kwa Africa.

Ndikofunikira potsogolera Asilamu kwa Khristu ndikuwaphunzitsa kuti njira yawo yoyambira ikhale yokwanira. Kumbukirani njira zisanu ndi imodzi zotsata Khristu kuchokera mu phunziro 5:

1. Kuvomereza kuwiri:

    - Ndine wochimwa ndipo sindingathe kudzipulumutsa ndekha.
    - Pali Mulungu mmodzi yekha, Mlengi, amene anatumiza Mwana wake Yesu kudzafera machimo anga.

---

18. Don Little, *Effective Discipling in Muslim Communities*, pp. 26-27.

2. Kutembenuka (kulapa) kumachimo anga ndi zoipa zonse.
3. Kupempha chikhululukiro, ufulu, moyo wosatha, ndi Mzimu Woyera.
4. Kusamutsa kukhulupilika kwa Khristu monga Mbuye wa moyo wanga.
5. Lonjezo ndi kudzipereka kwa moyo wanga kugonjera ndi kutumikira Khristu.
6. Kulengeza za umunthu wanga mwa Khristu.

Zikuwoneka kuti Steve anali kutenga otembenuka atsopano kudzera mu masitepe 1-2, ndipo mwina sitepe 3, koma osawateteza mu masitepe 4-6. Kusamutsa kukhulupirika kwathunthu (gawo 4) kumafuna kudula ubale ndi Chisilamu ndikuchotsa izi ndi kukhulupirika kwathunthu kwa Yesu. Lonjezo ndi kudzipatulira (gawo 5) liyenera kuphatikizapo kukumana ndi chizunzo ndipo izi zimafunanso kumvetsetsa kwa makhalidwe a m'Baibulo: kuti udzipatulire iwe uyenera kumvetsetsa mtundu wa moyo umene unapatulidwa kukhala nawo. Kulengeza kudziwika kwatsopano (sitepe 6) kumafuna kumvetsetsa za chikhristu ndi tanthauzo la kukhala mwana wa Mulungu kudzera mwa Yesu Khristu m'malo mongokhala "wogonjera" kwa Allah. Izi zikutanthawuzanso kumvetsetsa tanthauzo la kutaya umunthu wanu wakale pochotsedwa mu Umma, kuphatikizapo kupatukana ndi anzanu ndi achibale.

Kuonjezera apo, chigawo chachitatu chimafuna kumvetsetsa kokhwima za tanthauzo la kukhala mfulu mwa Khristu, tanthauzo la kukhululukira ena, ndi chikhalidwe cha moyo mu Mzimu.

Kuti tidzipereke mozama ku masitepewa ndikumvetsetsa kwathunthu ndondomeko ya uphunzitsi ndiyofunikira. Kupyolera mu ndondomekoyi wina atha kuphunzira kuika pambali kaonedwe ka chisilamu mosamala ndi moganizira ndi m'malo mwake ndi ka m'Baibulo.

Pamene wina atembenukira kwa Khristu ndi kudziperekakumtsata iye, m'chenicheni amakhala akulengeza nkhondo ndi Satana. Iwo akudzipereka okha kulanda ufulu wa Satana, ndi kupereka maufulu onse pa moyo wawo kwa Yesu Khristu. Ichi sichinthu chophweka kapena chongoganiza chabe. Iyenera kuthandizidwa ndi kumvetsetsa kokwanira komanso chifuniro cha munthuyo.

Pazifukwa izi, atumiki a Uthenga Wabwino akulangizidwa kuti achedwe kubatiza, ndi odekha kutsogolera anthu m'pemphero lodzipereka kuti atsatire Yesu. Ayenera kuchita zimenezo kokha pamene munthuyo amvetsetsa bwino lomwe tanthauzo lake kwa iwo ndi anthu amene amawakonda.

Zimalangizidwanso kuti tisabatize aliyense mpaka atapemphera 'Chilengezo ndi Pemphero Losiya Shahada ndi Kuswa Mphamvu Zake' (onani Phunziro 5), momvetsetsa ndi kudzipereka kwathunthu. Mchitidwewu uyambe ndi kuphunzitsa kuti afotokoze kufunikira kwake. Izi ziyenera kuchitika kanthaŵi asanabatizidwe. Pemphero lodzikana lingaphatikizidwenso monga mbali ya mwambo wa ubatizo. Kukana uku kumapangitsa kudzipereka kwathunthu ku gawo 4: kusamutsa kwathunthu kukhulupirika kwa Yesu Khristu monga Ambuye, kutanthauza kukana zonena za Chisilamu pa moyo wa munthu.

Phunzitsani atsogoleri oyamba tsopano

Chimodzi mwazosowa zazikulu zomwe okhulupirira ochokera ku Chisilamu amakumana nazo padziko lapansi lero ndi abusa okhwima omwe alinso ma BMB. Atsogoleri opanda thanzi amakulitsa mipingo yopanda thanzi. Kuti mukhale ndi mpingo wabwino, kumene anthu amakula mu kukhwima ndi ufulu, mpingo umafunika atsogoleri athanzi. Ndikofunikira kwambiri kuyika ndalama kwa atsogoleri ma BMB omwe amatha kutsogolera mipingo yathanzi. Ndalama izi zimafuna zaka zambiri za chisamaliro ndi chithandizo.

Musanagwiritse ntchito ndalama za atsogoleri omwe angakhale nawo, muyenera kuwapeza! Mfundo yofunika kwambiri ndi iyi: kukhala wodekha kupititsa patsogolo anthu kukhala utsogoleri. Ngati mupititsa munthu patsogolo mwachangu mutha kudandaula ngati wina abweranso pambuyo pake. Anthu ochokera ku Chisilamu amatha kulimbana ndi kukanidwa komanso kupikisana, kotero musanakweze munthu kukhala mtsogoleri, onetsetsani kuti:

- ali okonzeka kuitanidwa

- ali ndi kudzichepetsa kutenga udindo wa utsogoleri
- amaphunzitsidwa
- ali ndi mphamvu zolimbana ndi chitsutso chosapeŵeka chomwe adzalandira.

Ngati ndinu wa chisilamu wakale yemwe akuona kuti waitanidwa kuti atsogolere mpingo, musapeze njira yofulumira kapena yosavuta yokonzekera. Modzichepetsa zindikirani kuti pamatenga nthaŵi kuti mukonzekere. Khalani okonzeka kugonjera ku maphunziro. Khadzikani mtima pansi. Khalani wophunzitsika.

Atsogoleri a BMB atha kuonongeka popita patsogolo mwachangu. Ngati apita patsogolo mwachangu, sangaphunzire kudzichepetsa: angaganize kuti akudziwa zonse zomwe akuyenera kudziwa ndipo safuna kuphunzitsidwa komanso kuphunzitsidwa. Ndi atsogoleri omwe angakhale nawo chingakhale chanzeru kupanga masankho angapo akanthawi koyambirira, mwamayesero kapena ophunzitsidwa, ndikuwatsimikizira pang'onopang'ono kukhala utsogoleri wokhazikika pamene akutsimikizira maitanidwe awo ndi kuyenera kwawo pamaso pa mpingo. Ngati anthu apita patsogolo mofulumira kwambiri, asanakhale ndi mwaŵi wodzitsimikizira okha m'maso mwa mpingo, akhoza kukanidwa mwamsanga asanakonzekere kupirira, ndipo zimenezi zingawononge mapangidwe awo.

Kulera atsogoleri athanzi kumatenga nthawi komanso kukulitsa atsogoleri achikhristu okhwima malingaliro anthawi yayitali ndikofunikira. Kwa wokhulupirira watsopano aliyense amene angathe kukhala mtsogoleri, kukula mu chikhristu kumatenga zaka zambiri. Pali zambiri zoti tiphunzire, chifukwa kwa anthu ochokera ku chikhalidwe cha Chisilamu, njira zina zoganizira ndi kumverera za moyo ndi maubwenzi ziyenera kumangidwanso kwathunthu.

Nazi zinthu 12 zofunika pakulangiza atsogoleri kuti akule bwino:

1. Munthu amene akuphunzitsidwa (wophunzirayo) azikumana pafupipafupi ndi munthu amene akumuphunzitsa (mlangizi), kosachepera kamodzi pa sabata.

2. Phunzitsani ndi kuwonetsa atsogoleri ophunzitsidwa momwe angasinthire za umulungu, kuphatikiza zokumana nazo m'moyo ndi chikhulupiriro. Izi ndi zokhuza kuphunzira kugwiritsa ntchito zinthu za m'Baibulo ndi chikhulupiriro pa zovuta za moyo watsiku ndi tsiku ndi utumiki. Kupyolera mu kusinkhasinkha mwadala za mulungu, umunthu wa munthu umavumbulutsidwa ku chowonadi, ndipo ukhoza kusinthidwa pang'onopang'ono kuti ugwirizane kwambiri ndi chitsanzo cha Yesu Khristu.

3. Perekani maphunziro owonetsetsa komanso oona mtima: khalani ndi chiyembekezo chachikulu pa izi. Ngati munthu akulangizidwa wavala chigoba, chigoba chokhacho chimakula! Tsiku lina munthu weniweni akhoza kungotuluka m'chipindamo ndikusiya chigoba kumbuyo. Ndiye mudzapeza kuti sanali munthu amene mumaganiza kuti anali.

Ndikofunikiranso kuti mlangizi apereke chitsanzo cha zomwe zikutanthauza kukhala poyera ngati akuyembekeza kuti mtsogoleriyo akhale womasuka pazovuta zawo.

Pamene ndinayamba kuphunzitsa banja lina limene linali loyenera kukhala abusa a tchalitchi cha amene anachoka ku Chisilamu, pa msonkhano wathu woyamba ndinafunsa kuti, "Kodi muli ndi vuto lililonse?"

Iwo anati, "Ayi."

Sabata yotsatira tinakumananso, chotero ndinafunsanso kuti, "Kodi muli ndi vuto lililonse?"

Yankho linabweranso: "Ayi."

Tinakumana sabata yachitatu ndipo ndinafunsanso kachikena, "Kodi muli ndi vuto lililonse?"

Apanso yankho linali lakuti "Ayi."

Kenako ndinati, "Pepani kwambiri kumva zimenezi. Mwina muli ndi mavuto ndipo simukudziwa, zomwe sizabwino, kapena muli ndi mavuto ndipo simukundiuza, zomwenso sizabwino. Chenecheni ndi chiti?

Kenako banjali linayamba kumasuka: anali kukumana ndi mavuto, koma chikhalidwe chawo cha Chisilamu chidawaphunzitsa kuti ndizochititsa manyazi kuwulula zofooka kapena zovuta kwa ena. Komabe, kuyambira tsiku limenelo ubwenzi wathu unasinthidwa pamene ankagawana momasuka za zofooka ndi zovuta zomwe amakumana nazo. Kuyambira pamenepo ndinatha kuwathandiza. Kupyolera mu njirayi, chidaliro chinakula, ndipo iwo anakula mofulumira mokhwima mu moyo wa Chikhristu.

4. Onse mlangizi ndi omwe angakhale mtsogoleri ayenera kukhala okhazikika komanso okonzeka kudzutsa nkhani zoti akonze. Limbikitsani wophunzirayo kukhala ndi cholinga pa nkhani zozindikira ndi kuzibweretsa ku misonkhano yanu.

5. Wophunzirayo ndi womulangizayo ayenera kulimbana ndi mavuto aakulu ndi zosankha zimene zimakhudza moyo wa mpingo. Mwanjira imeneyi mtsogoleri wophunzitsidwa angathe kuphunzira momwe angathanirane ndi nkhani zovuta mu utumiki wa ubusa munjira ya umulungu, ya m'Baibulo.

6. Pamene mukulangiza wophunzirayo, athandizeni kuyenda mwaufulu. Pafupifupi aliyense ayenera kumasulidwa ku chinachake monga gawo la maphunziro awo a utumiki. Ngati nsinga sizingathetsedwe ndipo mabala amachiritsidwa, kusowa kwa machiritso ndi ufulu kudzachepetsa kubereka kwa munthu m'tsogolomu. Nkhani zikafika posowa ufulu wa umwini, thetsani nkhaniyo mwa kugwiritsira ntchito chuma chimene tili nacho mwa Khristu. Izi zalongosoledwa m'phunziro 2. Komanso, munthu amene anamasulidwa adzamvetsetsa bwino mmene angathandizile ena kukhala aufulu.

7. Phunzitsani wophunzira wa BMB kudzisamalira. Ndikofunika kuti atsogoleri a BMB aphunzire

kudzisamalira okha, komanso mabanja awo, monga chinthu chofunika kwambiri. Pali zovuta zambiri muutumiki wovutawu, ndipo ngati m'busa sakuika patsogolo kudzisamalira yekha, komanso banja lawo, sizingakhale nthawi yayitali. Ngati m'busa sasamalira banja lawo, utumiki wawo sungakhale wodalirika. Anthu angafunse kuti, "Kodi angasamalire bwanji mpingo ngati sangathe kusamalira banja lawo?"

8. Ngati atsogoleri anu ali okwatirana, adzafunika kuthandizidwa kuti akule m'kumvetsetsa tanthauzo la kukhala ndi banja lachikhristu lozikidwa pa chikondi ndi kulemekezana kwa mtima wa mtumiki, osati pa ulamuliro ndi ulamuliro wa munthu wina ndi mnzake.

9. Tsindikani kufunikira kwa kudzizindikira mu utumiki. Anthu akakhala ampikisano, sachita zinthu moonekera, ndipo amafuna kudziona kuti ndi apamwamba kuposa ena, sadzakhala odzizindikira. Izi zikhoza kukhala mbali ya kuwonongeka kwa Chisilamu. Kuti akule, munthu amene akulangizidwa ayenera kuphunzira kuyamikira ndemanga zotsutsa monga mphatso ya mtengo wapatali ndi chida. Izi zikutanthauza kuphunzira kuti musadziteteze kapena kuopsezedwa, kukhumudwa kapena kukanidwa pamene mayankho ali ofunika kwambiri. Pa nthawi yomweyo, mlangizi ayenera kusonyeza njira yolandirira ndi yomasuka, kusonyeza kudzidziwitsa okha momwe amafunira ndi kuyankha mayankho. Ngati ophunzira atha kuona kuti mlangizi akutha kulandira mayankho ofunikira, azitha nawonso kulandira okha.

10. Thandizani wophunzirayo kuchita zinthu zokhumudwitsa m'njira yaumulungu kuti athe kupirira. Phunzitsani wophunzitsidwayo mtsogoleri wa BMB mmene angagwiritsire ntchito mfundo za m'Baibulo za chikhulupiriro pamene ena akhumudwitsidwa, kapena mikhalidwe ya moyo ikuwoneka yolemetsa.

11. Konzekerani nkhondo yauzimu. Kutumikira kwa anthu amene amabwera kwa Khristu nthawi zonse kumaphatikizapo kukankha woipayo: sangathe kuzipewa.

Okhulupirira ochokera m'Chisilamu ayenera kuphunzitsidwa kuti asasunthike panthawi yomwe satana akuukira.

12. Chitani chitsanzo cha chidaliro ndi kugwirizana ndi Akristu ena, ndi kukulitsa mayanjano aumulungu ndi mautumiki ena. Izi ndizofunikira kuti ma BMB akule pakuzindikira thupi la Khristu: zimalemekeza Mulungu ndipo ndi njira yolandirira madalitso a Mulungu pampingo wanu. Imeneyinso ndi njira yabwino yophunzitsira anthu kudzichepetsa.

Malangizo Ophunzirira

Phunziro 8

Baibulo mu phunziro ili

2 Timoteyo 2:20-21   2 Akorinto 12:9-10

Mateyu 12:43-45   Aroma 12:15

Tito 3:3   1 Akorinto 12:26

Afilipi 1:9-11

Palibe maumboni a korani, palibe mawu atsopano komanso palibe mayina atsopano mu phunziroli.

Mafunso a Phunziro 8

- Kambiranani nkhani yoyesererayo.

Kugwa ku chikhulupiliro

1. Kodi ndi zifukwa zinayi ziti zimene Durie akupereka kuti anthu ena abwerere ku Chisilamu atasankha kutsatira Yesu?

2. N'chifukwa chiyani mipingo nthawi zina imakaniza Asilamu akamapempha kuti aphunzire zambiri za Yesu ndi Chikhristu?

3. Kodi matchalitchi ayenera kuchita chiyani kuti athe kuthandiza Asilamu kuti atembenukire kwa Khristu?

Kukhala wakuphunzira kosabala nako zipatso

4. Kodi Durie akuti ndi nkhani zotani zomwe Asilamu omwe adakhala Akhristu amakumana nazo?

5. Kodi ambiri mwa mavutowa ndi chiyani?

6. Kodi kusankha mtsogoleri kungayambitse bwanji mavuto mu mpingo?

7. N'chifukwa chiyani munthu wofunafuna chitetezo amene anapita ku Canada anadzilekanitsa ndi Akhristu ena?

Mipingo yopanda thanzi

8. Kodi kufuna kudziona kukhala wapamwamba kungaletse bwanji mipingo kugwira nchito pamodzi?

Kufunika kwa kukhala mfulu

9. Kodi ndi mavuto aŵiri otani amene akufotolozeredwa m'fanizo la Yesu la nyumba yopanda anthu?

10. Mukufunikira chiyani kuti mumange mpingo wathanzi?

11. Ndi chiyani chomwe chiyenera kusintha munthu akamasulidwa?

12. N'chifukwa chiani Paulo anakumbutsa Tito za mmene onse aŵiri analili poyamba?

13. Kodi moyo wakale wa Paulo unagwirizana bwanji ndi mmene anali kukhalira asanatsatire Yesu?

14. Kodi wokhulupirira angadzaze bwanji 'nyumba' ya moyo wawo, osaisiya yopanda kanthu, mogwirizana ndi zimene Paulo akulemba pa Afilipi 1:9-11?

Machiritso ndi kuwomboledwa

15. Durie amafotokoza zovuta 12 m'miyoyo ya otembenuka mtima. Kodi mwawonapo zingati mwa izi?

16. Kodi mnyamatayo anachita chiyani kuti achiritsidwe matenda a m'mimba asanayambe khansa? Ndi kusintha kwina kotani kumene anakumana nako atachiritsidwa?

17. Kodi chofunika kuchita ndi chiyani kuti nyumba ikhale yotetezeka?

Kuphunzitsa mu mipata

18. Kodi sitepe yoyamba mu utumiki waufulu ndi iti ndipo n'chifukwa chiyani ili sitepe yoyamba?

19. Kodi moyo wa munthu umafanana bwanji ndi chidebe chamadzi?

20. Ndi kufanana kotani komwe Don Little adawona mu BMBs padziko lonse lapansi?

21. N'chifukwa chiyani anthu ena angasangalale kumva za mavuto a anthu ena?

22. Ndi mavuto ati amene mipingo imakumana nawo pamene okhulupirira akufuna kukhala apamwamba kuposa ena mu mpingo?

23. Kodi ndi ziphunzitso zisanu ndi chimodzi ziti zimene Durie ananena zimene zingathandize kuthetsa vuto la anthu ofuna kudziona kuti ndi apamwamba kuposa ena?

24. Kodi Durie akuti ndi vuto lotani lingakhale pa chifukwa chosalankhula zoona?

25. Ndi mbali ziti zisanu ndi imodzi za chikhalidwe cha Chisilamu zomwe Durie adazizindikira zomwe zimafunikira "kuphunzitsidwa m'mipata"?

26. Kodi nchifukwa ninji 'kuphunzitsa m'mipata' kuyenera kukhala kwadongosolo ndi kosamalitsa?

Yambani bwino

27. Kodi pali kusiyana kotani pakati pa mafikiridwe a Steve ndi Cheri, ndipo n'chifukwa chiyani njira ya Cheri inali yopambana?

28. Kodi mungalembe njira zisanu ndi imodzi za 'Chilengezo ndi Pemphero la Kudzipereka Kutsatira Yesu' pa mtima? Ngati sichoncho, alowezani monga gulu powabwereza-bwereza mpaka aliyense azitha kuwatchula motsatira ndondomeko.

29. Malinga ndi masitepe asanu ndi limodzi, ndi masitepe otani omwe Steve akuwoneka kuti akusowa pamene ankatsogolera anthu kwa Khristu?

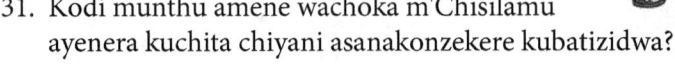

30. Kodi mukulimbana ndi ndani pamene mutembenukira kwa Khristu?

31. Kodi munthu amene wachoka m'Chisilamu ayenera kuchita chiyani asanakonzekere kubatizidwa?

Phunzitsani atsogoleri oyamba tsopano

32. Kodi Durie akukhulupirira kuti ndi chosowa chotani chomwe okhulupirira ochokera ku Chisilamu akukumana nawo padziko lapansi lero? Kodi mukuvomereza?

33. Chifukwa chiyani Durie akunena kuti ndibwino kupititsa patsogolo atsogoleri pang'onopang'ono?

34. Kodi chingachitike ndi chiyani ngati atsogoleri apita patsogolo mwachangu?

35. Mukamalangiza mtsogoleri wamaphunziro muyenera kukumana nawo kangati, malinga ndi Durie?

36. Kodi kusinkhasinkha za umulungu ndi chiyani ndipo kumathandizira bwanji anthu kukula kufikira ku ungwiro?

37. Chifukwa chiyani kuli kofunika kuti mlangizi akhale womasuka komanso wochita zinthu poyera ndi munthu amene akumuphunzitsa?

38. M'nkhani imene Durie adanena, n'chifukwa chiani wophunzilayo sanali wofunitsitsa kupempha thandizo pa mavuto amene anali kukumana nawo?

39. N'chifukwa chiani mlangizi ayenela kupeleka mpata kwa wophunzilayo kupanga ziganizo pankhani zofunika pa umoyo wa mpingo?

40. Kodi nchifukwa ninji kuli kofunika kukhala wokhoza kutumikira ufulu kwa munthu pophunzitsidwa kukhala mtsogoleri?

41. N'chifukwa chiyani kudzisamalira kuli kofunika kwambiri mu utumiki?

42. Kodi ukwati wachikhristu uyenera kuzikidwa pa chiyani?

43. Chifukwa chiyani kudzidziwitsa kuli kofunika kwambiri ndipo chikoka cha Chisilamu chingaletse bwanji izi?

44. Kodi nchifukwa ninji kuli kofunika kuti mlangizi akhale womasuka kulandira chidzudzulo?

45. N'cifukwa chiyani m'busa wa mpingo wa BMB ayenera kuphunzitsidwa kumenya nkhondo ya uzimu?

46. Chifukwa chiyani kuli kofunika kuti atsogoleri a mipingo ya BMB aphunzire kulemekeza ndi kugwira ntchito bwino ndi mipingo ina?

Zida Zowonjedzera

Kuti mumve zambiri pamitu yambiri yokhudza Chisilamu yomwe yaphunzitsidwa pano, chonde onani *Kusankha Kwachitatu: Chisilamu, Dhimmitude ndi Ufulu* (*The Third Choice: Islam, Dhimmitude and Freedom*) wolemba Mark Durie.

Zothandizira za *Ufulu kwa Akapolo* muzilankhulo zosiyanasiyana, kuphatikiza mapemphero, zitha kupezeka pa tsamba la luke4-18.com.

Kuti mumve zambiri ponena za masitepe ofunikira kumasula anthu ku ziŵanda, Mark Durie akuyamikira bukhu la *Free in Christ* lolembedwa ndi Pablo Bottari. Likupedzeka mu Chingerezi ndi Chisipanishi. Amalimbikitsanso zophunzitsira pa freemin.org (mu Chingerezi ndi zilankhulo zina).

Nawa mapemphero ena owonjezera kuti athandize kumasula anthu.

Pemphero Lachikhululukiro[19]

Atate, mwafotokoza momveka bwino kuti mukufuna kuti ndikukhululukireni. Mukufuna machiritso ndi ufulu kwa ine umene chikhululukiro chimabweretsa.

Lero, ine ndikusankha kukhululukira onse amene anandiika ine kulowa mu uchimo [dzina iwo], ndi onse amene anandipweteka ine [tchulani iwo]. Ndisankha kuwamasula, aliyense, chifukwa [tchulani zolakwa zomwe adachita].

Ndinasiya ziweruzo zonse zowatsutsa, ndipo ndinasiya zilango zonse zomwe ndinazisunga mumtima mwanga. Ndapereka kwa inu, chifukwa ndinu nokha woweruza wolungama.

---

19. Mapemphero awa ndi awiri otsatirawa adachokera pa mapemphero a Kubwezeretsa Maziko (*Restoring the Foundation*) a Chester ndi Betsy Kylstra.

Ambuye, chonde ndikhululukireni chifukwa cholola zochita zanga kukhumudwitsa ena ndikudzipweteka ndekha.

Pamaziko a chikhululukiro chanu ndimasankha kudzikhululukira ndekha chifukwa cholola kuti chowawa ichi chisokoneze maganizo ndi khalidwe langa.

Mzimu Woyera, ndikukuthokozani chifukwa chochitira chikhululukiro m'moyo wanga, pondipatsa chisomo chomwe ndikufunika kuti ndikhululukire, ndi kupitiriza kundipangitsa kuti ndikhululukire.

Mu dzina la Yesu,

Amen.

Pemphero Losiya Mabodza (Zikhulupiriro Zosaopa Mulungu)

Atate, ndikuvomereza tchimo langa (ndi tchimo la makolo anga) la kukhulupirira bodza limene [tchulani bodza].

Ndimakhululukira amene anathandizira kupanga chikhulupiriro chopanda umulungu chimenechi, makamaka [kutchula dzina lawo].

Ndilapa tchimo ili, ndipo ndikupemphani Ambuye kuti mundikhululukire chifukwa cholandira chikhulupiriro chopanda umulunguchi, ndikukhala moyo wanga mozikidwa pa icho, ndi njira iliyonse imene ndaweruza ena chifukwa cha ichi. Ndikulandira chikhululuko chanu tsopano [dikirani ndi kulandira kuchokera kwa Mulungu].

Pamaziko a chikhululukiro chanu, Ambuye, ndasankha kudzikhululukira ndekha chifukwa chokhulupirira bodza.

Ndimakana ndi kuswa mapangano onse amene ndapangana ndi chikhulupiriro chosaopa Mulungu chimenechi. Ndikuthetsa mapangano anga ndi ufumu wamdima. Ndimaswa mapangano onse amene ndapangana ndi ziwanda.

Ambuye, ndi chowonadi chotani chimene mukufuna kundiululira ponena za chikhulupiriro chopanda umulunguchi? [Dikirani ndi kumvetsera kwa Yehova, kotero mutha kulengeza chowonadi chomwe chimakonza bodza.]

Ndikulengeza chowonadi chimenecho [tchulani chowonadi].

Mu dzina la Yesu,

Amen.

Pemphero la Tchimo Lachibadwidwe

Ndikuvomereza machimo a makolo anga, makolo anga, ndi machimo anga a [tchula tchimolo (ma)].

Ndikusankha kukhululukira ndi kumasula makolo anga, komanso ena onse omwe adandilimbikitsa, chifukwa cha machimo awa ndi matemberero omwe amabwera, komanso zotsatira za moyo wanga [kuwatchula mwachindunji].

Ndikupemphani kuti mundikhululukire, Ambuye, chifukwa cha machimo awa: kugonjera kwa iwo ndi matemberero. Ndikulandira chikhululukiro chanu.

Pamaziko a chikhululukiro chanu, Ambuye, ndikusankha kudzikhululukira ndekha chifukwa cholowa m'machimowa.

Ndikukana tchimo ndi matemberero a [atchule iwo].

Ndikuthyola mphamvu ya machimo ndi matemberero awa kuchokera ku moyo wanga ndi moyo wa mbadwa zanga kudzera mu ntchito ya chiombolo ya Khristu pa mtanda.

Ndikulandira ufulu wanu ku machimo awa ndi matemberero obwera nawo. Ndikulandira [mwachindunji tchulani madalitso a Mulungu amene inu muli, mu chikhulupiriro, kulandira].

Mu dzina la Yesu,

Amen

Mayankho

Mayankho a phunziro 1

1. Mzimu unamuuza kuti asiye Chisilamu.
2. Chimodzi mwazofunikira kwambiri ndikusiya Chisilamu.
3. *Shahada* ndi *dhimma*.
4. Msilamu amene wasankha kutsatira Khristu.
5. Amene sali Msilamu.
6. Kudzipereka kwa olowa m'chipembedzo cha Chisilamu ndi kudzipereka kwa omwe sanali Asilamu pansi pa ulamuliro wa Chisilamu.
7. Kuvomereza umodzi wokhazikika wa Allah ndi uneneri wa Muhammad.
8. Lamulo la Chisilamu lomwe limakhazikitsa udindo wa Akhristu.
9. Kuti Akhristu amene sanakhalepo Asilamu ayenera kusiya zonena za *dhimma*.
10. Lamulo la *sharia* liyenera kukhala lalikulu ndikulamulira mfundo zina zonse za chilungamo kapena mphamvu.
11. Zofuna zonse za uzimu pa miyoyo yawo kupatula za Khristu.
12. Kutuluka mumdima wauzimu ndi kulowa mu ulamuliro wa Khristu.
13. Zochita zandale ndi zamagulu, kulimbikitsa ufulu wachibadwidwe, kufunsa kwamaphunziro, kugwiritsa ntchito zoulutsira mawu, komanso nthawi zina kuyankha kwa nkhondo kuchokera ku maboma amitundu.
14. Kutembenuka, kugonja ndale kapena lupanga.

15. Zoposa zaka chikwi (1000); pafupifupi zaka mazana asanu ndi atatu (800).
16. Iye anawalonjeza chitsimikiziro cha paradaiso ngati angapereka moyo wawo m'kutetezera Matchalitchi Achikristu.
17. Maziko a phamvu ya Chisilamu ndi ya uzimu.
18. Kwa mfumu yoopsa ndi mbuye wa chiwembu cha ulosi wa Danieli.
19. Za Chisilamu:
    - malingaliro a ... a upamwamba
    - njala ya ... ku pambana
    - kugwiritsa ntchito ... chinyengo
    - kuphatikiza mphamvu ndi chuma ... za ena
    - maiko omwe akugonjetsa ... omwe ali ndi malingaliro olakwika otetezeka
    - kutsutsa... kwa Mwana wa Mulungu
    - mbiri ya ... owononga Akhristu ndi Ayuda.
20. Osati mwa mphamvu ya munthu.
21. Mphamvu ya Khristu ndi mtanda wake.

Mayankho a phunziro 2

1. Adapeza kuti samatha kunena mau oti Muhammad.
2. Anamasulidwa ku mkwiyo ndipo anakhala wogwira mtima mu kulalikira ndi kuphunzitsa ena.
3. Ufulu wakubadwa wa Mkhristu aliyense ndi ufulu wa ulemerero wa ana a Mulungu.
4. Ku Nazareti.
5. Lonjezo la ufulu.
6. Ufulu ku kupanda chiyembekezo, njala, matenda, ziwanda.

7. Mkaidiyo ayenera kutuluka pa khomo losakhoma. Ufulu wa uzimu ndi chinthu chimene tiyenera kusankha.
8. Wakuba. Kalonga wa dziko lino. Mulungu wa m'badwo uno. Wolamulira wa ufumu wakumwamba. Iwo amatiphunzitsa kuti Satana ali ndi mphamvu m'dzikoli.
9. Satana ali ndi mphamvu zenizeni koma zoperewera ndi ulamuliro.
10. Maonedwe a dziko la Chisilamu ndi mphamvu zake za uzimu.
11. Mu ukapolo ku mphamvu za ziwanda.
12. Mphamvu ya satana ndi mphamvu ya mdima.
13. Ife tabweretsedwa mu ufumu wa Yesu Khristu, ndipo ife takhululukidwa ndi kumasulidwa.
14. Kuti anasamutsidwira mu ufumu wa Yesu Khristu.
15. Zinthu zisanu: 1) Kanani Satana ndi zoipa zonse. 2) Kusiya maubwenzi onse osapembedza ndi anthu ena. 3) Kukana mapangano onse opanda umulungu. 4) Kusiya luso lopanda umulungu. 5) Perekani moyo wathu kwa Yesu Khristu monga Ambuye.
16. Mkangano pakati pa Mulungu ndi Satana; pakati pa maufumu awiri.
17. Mpingo ukhoza kukhala bwalo la nkhondo, ndipo ukhoza kudyetsedwa zoipa.
18. Akhristu akhoza kukhala otsimikiza kuti adzapambana kudzera pa mtanda.
19. Kuyerekezera ndi kupambana kwa Aroma kumasonyeza kuti ziwanda zataya mphamvu zawo ndipo zanyozeka.
20. Wotsutsa kapena mdani.
21. Akhristu akuchenjezedwa kukhala tcheru.
22. Machimo athu ndi mbali za moyo wathu zomwe zaperekedwa kwa Satana.

23. Tchimo, kusakhululukidwa, mawu (ndi zochita zophiphiritsa), mabala a moyo, zikhulupiriro zopanda umulungu (mabodza), ndi uchimo wobadwa nawo ndi matemberero.

24. Kuti tithe kutchula ndi kukana zomwe Satana angatinenere pa ife.

25. Khomo lotseguka ndi njira yolowera yoperekedwa kwa Satana. Muli moyo umene Satana amati waperekedwa kwa iye.

26. Ufulu wazamalamulo; malo auzimu omwe Satana angakhale nawo.

27. Zikutanthauza kuti Satana alibe mwayi wotinenera.

28. Satana sanapeze tchimo limene akanagwiritsa ntchito kuti atineneze Yesu.

29. Kusalakwa kwa Yesu kuli kofunika chifukwa zikutanthauza kuti Satana sakanatha kutinenera kuti kupachikidwa kwa Yesu kunali chilango choyenera.

30. Tiyenera kutseka zitseko zotseguka ndikuchotsa zopondapo.

31. Mwa kulapa machimo athu.

32. Tiyenera kukhululukira ena kaye.

33. Akhoza kugwiritsa ntchito kusakhululuka kwathu kuti atiimirire.

34. Kukhululukira ena; kulandira chikhululuko cha Mulungu; kudzikhululukira tokha.

35. Ayi: kukhululuka kumasiyana ndi kuiwala.

36. Satana angagwiritse ntchito zopwetekazo kutinamiza.

37. Anapeza machiritso kuchokera ku zowawa za kuzunzidwa ndi 'alendo' akunyumba yake. Anayenera kusiya kuopsezedwa.

38. Yikani moyo wanu kwa Yehova; pempherani machiritso; khululukirani munthu amene wayambitsa bala; kusiya mantha (kapena zotsatira zina zoipa); kuulula ndi kukana mabodza aliwonse.

39. Kwa mawu aliwonse omwe talankhula.

40. Chifukwa zimenezi zingam'patse mpata woti agwiritse ntchito mawu athu motsutsana nafe.
41. Mwazi wa Yesu.
42. Mulole ine ndikhale ngati nyama iyi: chinthu chomwecho chichitike kwa ine ngati ndiswa pangano.
43. Amapemphera temberero la imfa kwa munthu amene wavomereza panganolo.
44. Kudula mutu.
45. Satana amatidyetsa mabodza.
46. Dziwani ndi kukana mabodza amene poyamba tinkawavomereza kuti ndi oona.
47. "Amuna enieni salira."
48. Bodza limene likumva loona.
49. Kukumana ndi choonadi kungatithandize kuulula, kukana, ndi kusiya mabodza amene tinkakhulupirira kale.
50. Cholowa choipa chauzimu.
51. Chisonkhezero cha makolo ndi zitsanzo zoipa.
52. Dongosolo la madalitso ndi matemberero.
53. Adamu ndi Hava anayambitsa matemberero a mibadwo yosiyanasiyana: ululu, ulamuliro, kuwola, ndi imfa.
54. Ili ndi lonjezo la M'badwo Waumesiya: kwa ufumu wa Yesu Khristu.
55. Kuvomereza machimo a makolo athu ndi machimo athu; kukana ndi kusiya machimo amenewa; kuphwanya matemberero onse ogwirizana nawo.
56. Ulamuliro pamwamba pa Satana.
57. Chifukwa limanena kuti zonse ziyenera kuwonongedwa pamodzi ndi mafano.
58. Mtanda uli ndi mphamvu zophwanya mapangano oyipa omwe talowamo.

59. Zochita zenizeni.
60. "Sindidzakondanso wina aliyense." Susan anakwiya ndi kudana. Iye anakana lumbiro limenelo.
61. Njira zisanu: 1. Lapani ndi kulapa. 2. Kukana. 3. Kuswa. 4. Chotsani kunja. 5. Dalitsani ndikudzaza.
62. Ulula tchimo ndi kulengeza choonadi.
63. Adalitseni motsutsana ndi chimene chidawasautsa.

Mayankho a phunziro 3

1. Kudzipereka kwa Mulungu monga Mbuye wamkulu.
2. Msilamu.
3. Muhammad, Mtumiki womaliza wa Allah.
4. Mu Quran muli mavumbulutso a Muhammad, ndipo Sunna muli ziphunzitso zake ndi zochita zake.
5. Chitsanzo cha Muhamadi chalembedwa mu Hadith (zokamba za makolo) ndi mu siras (mbiri za Muhammad).
6. Muhammad.
7. Zonse zimene Muhamadi anachita zimasanduka muyezo.
8. Amene akumvera Allah ndi Mtumiki wake.
9. Moto wa Gehena.
10. Aliyense amene akana uthenga wa Muhammad.
11. Kupha, kuzunza, kugwiririra, nkhanza za amayi, ukapolo, kuba, chinyengo, ndi kulimbikitsa anthu omwe si Asilamu.
12. Muyenera kuikhulupirira ndi kuimvera Qur'an.
13. *Sunna* ili ngati thupi ndipo Quran ili ngati msana.
14. Asilamu amadalira akatswiri ochepa chabe.
15. Sipangakhale Chisilamu popanda malamulo a *sharia*.
16. Sharia imaganiziridwa kuti idalamulidwa ndi Mulungu.

17. Ndiko kuyitanira kuchipambano.
18. Anthu amagawidwa kukhala opambana ndipo ena onse—olephera.
19. Asilamu amaphunzitsidwa kuti ndi apamwamba kuposa omwe si Asilamu; Asilamu oopa Mulungu ndi apamwamba kuposa Asilamu osapembedza kwenikweni.
20. Asilamu enieni, achinyengo, opembedza mafano, ndi anthu a m'Buku.
21. A *mushrik* 'wophatikiza milungu ina kwa Allah'.
22. Zinthu zinayi zotsutsidwa: 1) Malemba awo aipitsidwa (kuonongedwa). 2) Amatsata chisilamu chokhota. 3) Asokera. 4) Iwo ndi mbuli ndipo akufunika kumasulidwa ndi Muhammad.
23. Kumbali yabwino, Qur'an imati Akhristu ndi Ayuda ndi okhulupirika komanso amakhulupiriradi.
24. Zonena zinayi: 1) Akhristu ayenera kukhala pansi pa utsogoleri wawo. 2) Asilamu aikidwa kuti atilamulire. 3) Tiyenera kumenyedwa. 4) Timanyozedwa kuti tikupita ku gahena.
25. Ayuda adzakhala ndi udani waukulu pa Asilamu kuposa Akhristu.
26. Ndi chaputala chodziwika bwino cha Qur'an, ndipo nchokakamizidwa kubwerezabwereza tsiku lililonse. Amanenedwa mpaka ka 17 pa tsiku kapena ka 5,000 pachaka.
27. Akhrisitu (osokera) ndi Ayuda (adakwiyira Allah).
28. Moyo ndi chiphunzitso cha Muhammad.
29. Kufalitsa Chisilamu.
30. Mavuto asanu ndi limodzi: 1) Amayi amaoneredwa pansi. 2) Chiphunzitso cha Jihad. 3) Zilango zankhanza ndi zoposa muyeso. 4) Shariya singawapange anthu kukhala abwino. 5) Kulimbikitsa kunama. 6) Kuzunzidwa kwa omwe sali Asilamu, kuphatikizapo Akhristu.

31. Makhothi a *Sharia* anayambitsidwa ku Nigeria.
32. Woweruza anatsatira chitsanzo cha Muhammad.
33. 1) Ndi mopambanitsa. 2) Ndi nkhanza. 3) Zimawononga amuna omwe amaponya miyala. 4) Imalimbana ndi amayi. 5) Zimamupanga mwana wamasiye. 6) Imanyalanyaza kuthekera kwa kugwiriridwa.
34. Akhoza kunama pamene ali pachiopsezo kwa osakhala Asilamu. Amuna anganamize akazi awo. Amatha kunama akapatsidwa chinsinsi, pankhondo, ndi zina.
35. Ndikuchita chinyengo pofuna kuteteza Asilamu.
36. Zimawononga choonadi ndikuyambitsa chisokonezo.
37. Malangizo a akatswiri awo achipembedzo.
38. Phunzirani nokha Chisilamu, ngakhale utsogoleri wa Chisilamu utayesa kusatchula kapena kukambirana zinthu zambiri pa gulu.
39. Kutsatira Yesu kapena Muhammad.
40. Isa (Yesu).
41. Moyo (*Sharia*) wa aneneri akale.
42. Buku lopatsidwa kwa Isa (Yesu) ndi Allah.
43. Isa adzawononga Chikhristu ndikukakamiza aliyense kukhala Asilamu.
44. Asilamu amaphunzitsidwa kuti ngati atsatira Muhamadi, amatsatira Yesu.
45. Chiphunzitsochi chikubisa dongosolo lopulumutsa la Mulungu ndipo chingalepheretse Asilamu kutsatira Yesu woona.
46. Tingadziwe za Yesu weniweni kuchokera m'Mauthenga Abwino anayi.
47. Kupyolera mwa Yesu wa m'Mauthenga Abwino m'pamene tingapeze ufulu ku ukapolo wauzimu.

Mayankho a phunziro 4

1. 1. Zowawa zitatu: 1) Imfa ya abambo ake. 2) Imfa ya amayi ake. 3) Ntchito yonyozeka yokhala mbusa wa amalume ake. (Komanso imfa ya agogo ake amuna.)
2. Kunyoza kwake Muhammad.
3. Mbali zisanu ndi imodzi: 1) Anali abwana ake. 2) Anali wamkulu. 3) Anamufunsira. 4) Anali atakwatiwapo kawiri. 5) Anali wamphamvu komanso wolemera. 6) Adaledzeretsa abambo ake kuti apeze chivomerezo chawo kuti akwatiwe ndi Muhammad.
4. Ambiri mwa ana awo adamwalira, ndi kusiya Muhamadi wopanda wolowa nyumba wamwamuna.
5. Abambo ake ang'ono a Muhammad Abu Talib ndi mkazi wake Khadijah.
6. Anali ndi zaka 40 ndipo anavutika kwambiri moti anatsala pang'ono kudzipha.
7. Muhammad anali mneneri osati wamisala.
8. Muhamadi ankaopa kukanidwa ngati wachinyengo.
9. Khadijah ndi Ali, msuweni wa Muhammad.
10. Muhammad ankanyoza milungu ya ku Mecca.
11. Adateteza Muhamadi kwa anthu okwiya a ku Mecca.
12. Kunyanyala kwathunthu, kuzunzidwa kwa Asilamu osatetezeka, komanso kuzunza Muhammad.
13. Asilamu amuna 83 anathawira ku Abyssinia (paopa Etiopia) ndi mabanja awo.
14. Kupembedza Allah ndi milungu ya ku Mecca.
15. Kuti mapemphero kwa ana atatu aakazi a Allah — al-Lat, al-Uzza, ndi Manat — adavomerezedwa.
16. Aneneri onse oona nthawi zina amasocheretsedwa.

17. Akudzitama: 1) Palibe aliyense wa makolo ake amene anabadwa kunja kwa ukwati. 2) Anali munthu wabwino koposa. 3) Adali wochokera kubanja labwino kwambiri (Hashim). 4) Adali wochokera kumtundu wabwino kwambiri (Akuraishi). 5) Adali wochokera kumtundu wabwino (ma Arab).
18. Kupambana pankhondo.
19. Khadijah ndi mtetezi wake Abu Talib adamwalira. Ta'if atamukana, Arabu aku Medina adalonjeza kuti amuteteza.
20. Gulu la *ziwanda* (ziwanda) linakhala Asilamu.
21. Lingaliro la *majini* omwe adalowa Chisilamu, ndikuphunzitsa mu Quran ndi *Hadith* kuti munthu aliyense ali ndi mzimu wodziwika bwino, womwe umadziwika kuti *qarin*.
22. Kumenya nkhondo momvera mtumwiyo kotheratu.
23. Analalikira mosaletsedwa ndipo Arabu ambiri a ku Medina analowa Chisilamu.
24. Mazunzo m'moyo wa pambuyo pa imfa kwa amene sakhulupirira Chisilamu.
25. Kupha.
26. Fitna.
27. *Fitna* motsutsana ndi Islam.
28. Kukhalapo kwa chotchinga chilichonse kuti anthu alowe m'Chisilamu.
29. Muyenera kumenyedwa ndi kuphedwa.
30. Chifukwa cholakwa chokanira Chisilamu ndi choipa kuposa imfa.
31. Asilamu mamiliyoni ambiri akumwalira koma osakhala Asilamu ambiri.
32. Adafuna chilango ndi chilungamo, ngakhale kwa iwo amene adamwalira.
33. Kudana kwake kukanidwa.

34. Iwo anadziŵika kosatha kukhala olakwa, oyenerera kulamuliridwa monga otsika.
35. Mayankho aukali ku *fitna*.
36. Mulungu adamuletsa kumvera.
37. Apheni paliponse pamene muwapeza.
38. Ena anali kukhulupilira, ena osakhulupirira, koma Chisilamu chimawadalitsa.
39. Adalimbikitsa mapemphero ndi Zakat monga Ayuda; adalunjikitsa mapemphero ake ku al-Sham (Syria; kutanthauza Yerusalemu); ndipo ananena kuti chiphunzitso chake ndi chofanana ndi chawo.
40. Kuti adzitsimikizire okha motsutsana ndi kutsutsa kwawo kowonjezereka.
41. Iye anatchula Ayuda kukhala onyenga, ndipo ananena kuti iwo anapotoza malemba awo.
42. Mauthenga otsutsana ndi Ayuda:
    - Q4:46. Ayuda anatembereredwa.
    - F 7:166, ndi zina zotero. Ayuda anali anyani ndi nkhumba.
    - K5:70. Ayuda anali akupha aneneri.
    - Q5:13. Ayuda adaumitsidwa makosi awo ndi Allah.
    - Q2:27. Ayuda anali otaika.
43. Chiyuda.
44. Anawaopseza kenako anawathamangitsa.
45. Chifukwa adali kuwapha ndipo kungolowa m'Chisilamu kukanawateteza.
46. Iye anawaimba mlandu, anawaukira, anawathamangitsa, ndipo anawalanda katundu wawo.
47. Anawazinga ndi kupha amuna, n'kupanga akazi ndi ana akapolo.

48. Iye anawaukira ndi kuwagonjetsa koma anawapatsa 'chisankho chachitatu': kukhala monga *dhimmis*.

49. Onse Ayuda ndi Akhristu.

50. Kuchokera pakudzikana mpaka kudzitsimikizira kuti ndinu wankhanza.

51. Kugonja ndi kunyozeka kwa osakhulupirira.

52. Lingaliro ndi dongosolo ya nkhondo.

53. M'malo mongokhala 'mchenjezi', iye anakhala mtsogoleri wa okhulupirira, akuwongolera miyoyo yawo.

54. Njira yomvera Allah ndikumvera Muhammad.

55. Zimakhazikika pa kusinthika kwa mayankho a Muhamadi pa kukanidwa.

56. Mavuto a Muhammad adaperekedwa kudziko lapansi kudzera mu *sharia*.

57. Mawu a *shahada*.

58. Kuti Qur'an ndi mawu a Allah; ndi zomwe Quran ikunena za Muhammad.

59. Kunena pa mtima mobwereza *shahada* kumapereka chilolezo kwa akuluakulu auzimu ndi mphamvu kuti akhazikitse mavuto auzimu a Muhammad kwa Asilamu.

60. [Omwe atenga nawo mbali azungulira mbali zoyipa zomwe adakumana nazo.]

61. Iwo amazikana izo.

62. Iwo amati ndi lowonongeka.

63. Awonongeni.

64. Chikhulupiriro chakuti Quran ndi mawu a Mulungu.

65. Kusakhazikika, mantha, kusatetezeka, ndi kusadzidalira.

Mayankho a phunziro 5

1. Kukanidwa.
2. Njira zinayi: 1) Manyazi chifukwa cha chiwerewere. 2) Kubadwa konyozeka kwambiri. 3) Herode anayesa kumupha. 4) Makolo adathawira ku Egypt ngati othawa kwawo.
3. Afarisi anatsutsa Khristu ndi mafunso pa izi:
   - Marko 3:2, etc. Kuphwanya malamulo a Sabata.
   - Marko 11:28, etc. Ulamuliro wake.
   - Marko 10:2, ndi zina zotero. Chisudzulo.
   - Marko 12:15, etc. Kupereka msonkho kwa Kaisara.
   - Mateyu 22:36. Lamulo lalikulu kwambiri.
   - Mateyu 22:42. Mesiya.
   - Yohane 8:19. Atate wa Yesu.
   - Mateyu 22:23-28, etc. Kuukitsidwa.
   - Marko 8:11, ndi zina Zozizwitsa.
   - Marko 3:22, etc. 'Pokhala' ndi Satana; kuchita zozizwitsa ndi mphamvu ya Satana.
   - Mateyu 12:2, etc. khalidwe la ophunzira ake.
   - Yohane 8:13. Kupereka umboni wosavomerezeka.
4. Kukanidwa kumene Yesu anakumana nako:
   - Mateyu 2:16. Herode anayesa kumupha.
   - Marko 6:3, etc. Anazarene anayesa kumupha.
   - Marko 3:21. Achibale anamunyoza.
   - Yohane 6:66. Otsatira ambiri anam'thawa.
   - Yohane 10:31. Khamu la anthu linafuna kumuponya miyala.
   - Yohane 11:50. Atsogoleri adapangana kuti amuphe.

- Marko 14:43-45, etc. Kuperekedwa ndi Yudasi.
- Marko 14:66-72, etc. Kukanidwa ndi Petro.
- Marko 15:12-15, etc. Khamu la anthu linafuna imfa.
- Marko 14:65, etc. Kunyozedwa ndi mtsogoleri wachiyuda.
- Marko 15:16-20, etc. Kuzunzidwa ndi asilikali.
- Marko 14:53-65., etc. Kuweruzidwa mwabodza kuphedwa.
- Deuteronomo 21:23. Wotembereredwa ndi kupachikidwa.
- Marko 15:21-32, etc. Imfa yowawa pamodzi ndi akuba.

5. Mayankho asanu ndi limodzi: Yesu sanali 1) wankhanza kapena 2) wachiwawa; 3) wobwezera; 4) amakangana mwaphokoso. 5) Anakhala chete pomuneneza; ndipo 6) anachokapo pa malo amene ankafuna kumupha.

6. Iye anagonjetsa chiyesocho ndipo sanagonje pa kukanidwa.

7. Chifukwa anali wotetezeka kwambiri komanso womasuka ndi iyemwini.

8. Kukanidwa ngati mtumiki wozunzika wa Yesaya.

9. Imfa yake mwa kupachikidwa.

10. Kugwiritsa ntchito mphamvu kuti akwaniritse zolinga zake.

11. Monga chophiphiritsira, kubweretsa magawano m'mabanja ndipo mwina chizunzo.

12. Iye amakana mfundo yakuti Mesiya anagwiritsa ntchito chiwawa, magulu ankhondo, kapena ndale—kuti ufumu wake unali weniweni.

13. Kuti adaletsedwa kupha.

14. Khristu anaphunzitsa zotsatirazi za mmene tiyenera kuchitira ena:
    - Mateyu 5:38-42, ponena za zoipa: kubwezera zabwino.
    - Mateyu 7:1-5, ponena za kuweruza: musaweruze ena.
    - Mateyu 5:43, ponena za adani: akondeni.

- Mateyu 5:5, ponena za chifatso: chidzapambana.
- Mateyu 5:9 za ochita mtendere adzatchedwa ana a Mulungu.
- 1 Akorinto 4:11-13, ndi zina zotero, ponena za chizunzo: Akhristu ayenera kupirira ziyeso zazikulu ndi kusabwezera.
- 1 Petro 2:21-25, ponena za chitsanzo chathu: Yesu ndiye chitsanzo chathu pa kukonda ena.

15. Kuti adzakumana ndi kukwapulidwa, kudedwa, kuperekedwa ndi imfa.
16. Kupitilira popanda kuwawidwa mtima.
17. Pamene mudzi wa Asamariya unakana kumulandira.
18. Pozunzidwa mwankhanza: 1) Thawirani kumalo ena. 2) Osadandaula koma dalira Mzimu. 3) Osachita mantha.
19. Kusangalala pozunzidwa.
20. Chiyembekezo cha moyo wosatha.
21. Zotsatira zitatu: 1) Anthu ndi otalikirana ndi Mulungu komanso kwa wina ndi mnzake. 2) Anthu amachotsedwa pamaso pa Mulungu. 3) Anthu amakumana ndi temberero la Kugwa ku chikhulupiliro.
22. Kubadwa ndi mtanda wa Yesu Khristu.
23. Kugonjera kwa Yesu pa mtanda.
24. Anatengera udani wa adani akewo ndipo anapereka moyo wake monga nsembe yochotsera machimo adziko lapansi.
25. Ku kukhetsa mwazi mophiphiritsira kutetezera machimo; ndi ku ulosi wa Yesaya 53 wa kapolo wozunzika.
26. Kuyanjanitsidwa ndi Mulungu.
27. Kuneneza kwa anthu, angelo, kapena ziŵanda.
28. Utumiki wachiyanjanitso.
29. Kudzitsimikizira wekha mokakamiza.

30. Kupyolera mu kuuka kwake ndi kukwera kumwamba.
31. Kutsimikizira.
32. Amaona kuvutika monga njira yochitira nawo masautso a Khristu.
33. Muhamadi adawaononga yekha ndipo adaneneratu kuti Isa adzachitanso chimodzimodzi akadzabweranso padziko lapansi.
34. 'Chisankho chachitatu' cha dhimmitude, chomwe chimalola osakhala Asilamu kusunga chikhulupiriro chawo.
35. Anakakamizika kuchotsa zizindikiro zonse zachipembedzo pa chovala chake.

Mayankho a phunziro 6

1. "Lamulo la Muhammad la kufalitsa ndi lupanga chikhulupiriro chimene analalikira".
2. Pambuyo pa kutembenuka kapena nkhondo pali chisankho chachitatu: kudzipereka ndikukhala pansi pa chitetezo cha Muslim.
3. Kutembenukira ku Chisilamu; kuphedwa; kapena kudzipereka (ndikukhala monyozeka).
4. Menyani nkhondo mpaka anthu aikire umboni kuti Allah yekha ndiye woyenera kupembedzedwa, ndipo Muhammad ndi mthenga wa Allah (*shahada*).
5. Landirani Chisilamu, kapena kupereka *jizya*, kapena menyanani ndi osakhulupirira.
6. Kulipira msonkho (*jizya*) ndi kuchititsidwa manyazi, "kuchepetsedwa."
7. Pangano la *dhimma*.
8. Dhimmis.

9. Mfundo ziwiri: 1) Chisilamu chiyenera kupambana pa zipembedzo zina. 2) Asilamu akuyenera kukhala ndi mphamvu zokakamiza Chisilamu.
10. Ndi msonkho wamutu umene umavomereza kuti ali ndi ngongole kwa Asilamu ogonjetsa: msonkho ndi malipiro oti asaphedwe.
11. Kuti apindule Asilamu.
12. Ndi chipukuta misozi chifukwa chololedwa kuvala mitu yawo chaka chimenecho.
13. *Jihad* ikuyambanso: nkhondo, kulanda, kugwiriira, ndi imfa.
14. Chilango cha amene anyoza ndi kukhala opanduka, yomwe ndi *Jihad*.
15. Kupezeka kwaulere kuti aphedwe kapena kugwidwa.
16. Kupha anthu chifukwa choimbidwa mlandu wophwanya pangano la *dhimma*.
17. Sultan adasankha Ayuda kukhala ku Grand Vizier.
18. Akhristu anaimbidwa mlandu wa kusiya kugonjera kwawo ndipo ndi zimenezo, kusiya chitetezo chawo. Ena adalowa Chisilamu kuti apulumutse miyoyo yawo.
19. Mwambowu unakhazikitsidwa popereka msonkho wa *jizya*. Kunkakhudza kumenyedwa kumodzi kapena kuŵiri pakhosi ndipo nthaŵi zina kukomeredwa mwamwambo.
20. Cholinga chake ndi kufotokoza kuvomereza kwa gulu la *dhimmi* kuvomereza *jihad* ya nkhanza ngati aphwanya zilizonse za *dhimma* yawo, mpaka kudulidwa mutu wa amuna.
21. Themberero la kudulidwa mutu.
22. Mgwirizano wamagazi kapena lumbiro lamagazi, monga m'magulu amatsenga.
23. Kudzitemberera ndi chilolezo cha chilango chake cha imfa.
24. Kuyamikira ndi kudzichepetsa ndi kudziwonera pansi.
25. Zitsanzo:

- Umboni wa Dhimmis: osavomerezedwa m'makhothi a *sharia*.
- Nyumba za Dhimmis: zosakwera kuposa nyumba za Asilamu.
- Mahatchi a Dhimmis: dhimmis osaloledwa kukwera.
- Dhimmis adayenera kupatukira njira kwa Asilamu panjira.
- Kudzitchinjiriza kwa Dhimmis: sikuloledwa.
- Zizindikiro zachipembedzo za Dhimmis: zosaloledwa pagulu.
- Mipingo ya Dhimmis: palibe kukonzanso, ndipo palibe nyumba zatchalitchi zatsopano.
- Kutsutsa kwa Dhimmis kwa Chisilamu: sikuloledwa.
- Zovala za Dhimmis: osaloledwa kutsanzira Asilamu.
- Maukwati a Dhimmi: mwamuna wa *dhimmi* osakwatira mkazi wa Chisilamu, ndipo ngati Msilamu atakwatira mkazi wa *dhimmi*, anawo adzakhala Asilamu.

26. Ayenera kulipira *jizya* ndi "kupeputsidwa."
27. Monga kupha moyo.
28. Kukwanira kwa chikhalidwe chomwe pangano la *dhimma* limatulutsa.
29. Kugonjera kuzolowera kunyozeka.
30. Kudzimva kukhala wonyozeka, wobisika, wopeputsidwa, woipa, ndi wamantha.
31. Monga chipembedzo cha ambuye ndi olamulira.
32. Malingaliro awo onyenga a ukulu ndi chitetezo cha chipembedzo amafooketsa Asilamu ndikupangitsa kukhala kovuta kwa iwo kuvomereza zenizeni.
33. Ku ukapolo: ukapolo unathetsedwa mu Nkhondo Yachiŵeniŵeni ya ku America, komabe tsankho lachipongwe likupitirira zaka zana pambuyo pake.

34. Zonena kuti mayiko akumadzulo ali ndi ngongole kwa Chisilamu chifukwa cha chitukuko chake.

35. Mayiko aku kwa a zungu.

36. Chitsitsimutso cha *sharia*.

37. Zotsatira zisanu: 1) Mzimu wovulazidwa. 2) Mzimu wokhumudwitsa. 3) Maganizo ozunzidwa. 4) Mzimu wachiwawa. 5) Chifuniro cholamulira ena.

38. Mkhalidwe wauzimu woponderezedwa wa Muhammad unafuna kunyozetsa ena.

39. Iye anakana kukwiya, anakana kuchita zachiwawa, anakana kulamulira ena, ndipo anakana kukhala ndi mzimu wovulazidwa.

40. Palibe ndi m'modzi wa Akhristu amene anali atamvetsetsa kale ukapolo wawo wa uzimu; onse anapemphera kuti amasulidwe; onse anasangalala pamene izo zinachitidwa.

41. Kuopa kuwukiridwa kwa jihadi, kukhumudwa m'mbuyomu kuchokera kwa ochita nkhondo (jihadist), ziwopsezo zakale pa banja lanu.

42. Amapangidwa poyamba kuti athetse pangano la *dhimma*, kuswa zonena zake pa miyoyo yathu, ndipo kachiwiri kukana ndi kuphwanya matemberero onse ochokera ku dhimmitude.

43. Adzathandiza anthu kumasuka ku zisonkhezero zimenezi.

Mayankho a phunziro 7

1. Kutsimikiza kukonda choonadi ndi kulankhula zoona.

2. Chifukwa Mulungu ndi wachibale.

3. Kunama.

4. Amasokeretsa anthu.

5. Kunama kuloledwa: pa nkhondo, kwa mkazi, kupeza chitetezo, kuteteza *Umma*, ndi kupeza chitetezo pamene uli pa chiwopyezo (*taqiyya*).

6. Kunamizira kuti ukukana chikhulupiriro chako.
7. Kupambana kwawo ndi kukhala abwino kuposa omwe sali Asilamu.
8. Muhammad.
9. Malingaliro a ulemu ndi manyazi.
10. Malingaliro adziko odzimva kukhala wa pamwamba.
11. Chifukwa m'ma Hadith muli mawu otsutsana okhudza matemberero.
12. Kutemberera osakhala Asilamu.
13. Chidani, chisangalalo, ndi "mlandu" wauzimu.
14. Pangano lomwe limamanga anthu awiri pamodzi.
15. Kusakhululuka Soual tie pa anthu awiri.
16. [Ophunzira alingalira pempherolo ndipo amadzizindikiritsa okha mfundo zimene ndondomeko zake zikugwirira ntchito.]
17. Kukanidwa: tchimo lotemberera ena, matemberero obwera, kudana ndi ena, kutengeka mtima, ziwanda zaudani ndi matemberero, kugwirizana konse kopanda umulungu ndi ma Imam ndi ena, ntchito zonse za ziwanda zomwe zimasunga ma ubwenzi awa. Zosweka: mphamvu za uzimu zopanda umulungu, matemberero, ma ubwenzi opanda umulungu.
18. Ufulu ku matemberero, mtendere, kudekha, ulamuliro wodalitsa. Madalitso amenewa ndi otsutsana ndi matemberero ndi chidani chimene chinawatsogolera.
19. Makolo, abambo, ma imamu, atsogoleri a chisilamu, ndi ena onse omwe adandipangitsa kudzitemberera.
20. Anaganiza kuti nyumba yake ikhoza kukhala yotembereredwa.
21. Iye sankadziwa momwe angaswe temberero.
22. Anayenera kutenga ulamuliro mdzina la Yesu kuti aphwanye matemberero onse pa nyumba yake.
23. Akukumana ndi matemberero.

24. Njira zisanu ndi zinayi: 1) Vomerezani ndi kulapa. 2) Chotsani zinthu zopanda umulungu. 3) Kukhululukira ena ndi inu nokha. 4) Dzitengereni ulamuliro wanu mwa Khristu. 5) Kukana ndi kuswa themberero. 6) Fotokozerani ufulu wanu mwa Khristu. 7) Alamula ziwanda kuti zichoke (kuzitulutsa). 8) Nenani madalitso. 9) Tamandani Mulungu.

Mayankho a phunziro 8

1. Zifukwa zinayi: 1) Zowawa chifukwa chochotsedwa ku dera. 2) Zopinga ndi zotchinga kuchokera ku Chisilamu. 3) Kuzunzidwa kwachindunji. 4) Kukhumudwa ndi Akhristu ndi mpingo.

2. Mipingo imathawa Asilamu chifukwa cha mantha ndi malamulo a *dhimma*.

3. Kumvetsetsa ndi kukana pangano la *dhimma*.

4. Mantha, kudziona ngati wosatetezeka ndiponso wokonda ndalama, kudziona ngati wosafunika, kudziona ngati wochitiridwa nkhanza, kukhumudwa, kulephera kukhulupirira ena, kuwawidwa mtima, uchimo wa kugonana, miseche, ndi kunama.

5. Mphamvu yolamulira ya Chisilamu.

6. Ena adzakhala a nsanje.

7. Anakhumudwa ndi Akhristu ena.

8. Mipingo imapikisana ndi mpingo uliwonse pokhulupilira kuti ndi wabwino kuposa ina.

9. Khomo linatsala lotseguka ndipo nyumbayo inatsala yopanda kanthu.

10. Akhristu angwiro.

11. Zizolowezi ndi kaganizidwe ziyenera kusintha.

12. Paulo akufuna kulimbikitsa Tito kuti apitirize kukula.

13. Paulo ankadana ndi Akhristu.

14. Pokula m'chikondi, m'chidziŵitso, ndi kuzindikira mozama, ndi kubala zipatso zabwino.
15. [Omwe atenga nawo mbali akuwonetsa zoyipa zomwe awona.]
16. Iye anakana ndi kuswa temberero la mibadwo. Anachiritsidwanso chizolowezi chovutika ndi nkhawa.
17. Tsekani zitseko *zonse*.
18. Tsekani makomo otseguka omwe Satana angagwiritse ntchito polimbana ndi okhulupirira.
19. Moyo umayenera kukhala ndi madzi a moyo, koma ngati pali mipata m'mbali mwake, sungathe kusunga madzi ochuluka momwe umayenera kukhalira.
20. Zopinga zomwezi komanso kuwonongeka kwa miyoyo kwa ma BMB omwe akufuna kukhalira moyo Khristu.
21. Zimawathandiza kudzimva kuti ndi apamwamba.
22. Mipingo ili ndi vuto kugwirira ntchito limodzi. Anthu akhoza kuchita nsanje pamene ena apita patsogolo mu utumiki. Anthu safuna kukhala atsogoleri chifukwa amaganiza kuti adzaukiridwa.
23. Ziphunzitso zisanu ndi chimodzi: 1) Kulemekeza mtima wa wantchito. 2) Kupeza umunthu wanu mwa Khristu, osati mu zomwe mumalankhula kapena kuchita kapena zomwe ena akunena kapena kuganiza za inu. 3) Kuphunzira kudzitamandira mu zofooka zanu. 4) Kuphunzira kusangalala ndi kupambana kwa ena, ndi chisoni nawo pamene akuvutika. 5) Kuphunzira kulankhula zoona mwachikondi. 6) Kuphunzira za zotsatira zowononga za miseche.
24. Anthu sangakule chifukwa amabisa mavuto awo ndipo safuna kuthandizidwa nawo.
25. Mitu isanu ndi umodzi: 1) Kukhululuka. 2) Kukana ndi kukhumudwitsa. 3) Kulimbitsa chikhulupiriro. 4) Kukana ufiti. 5) Amayi ndi abambo kulemekezana ndi kulankhulana zoona. 6) Makolo amadalitsa ana awo mmalo mowatemberera.

26. Kotero anthu akhoza kukonzanso malingaliro awo onse a dziko.

27. Steve anatembenuza mwachangu koma sanathe kuwasunga. Cheri anatembenuza anthu pang'onopang'ono koma anapitirizabe ndi Khristu. Zimene Cheri anachitazi zinathandiza kwambiri chifukwa anthu atasankha kutsatira Yesu ankamvetsa bwino zimene ankafunika kuchita.

28. Masitepe asanu ndi limodzi: 1) Kuvomereza kawiri. 2) Kutembenuka. 3) Zopempha. 4) Kusamutsa kukhulupirika. 5) Lonjezo ndi kudzipatulira. 6) Chidziwitso.

29. Masitepu 4-6.

30. Satana.

31. Kanani Chisilamu popemphera 'Kulengeza ndi Pemphero Losiya *Shahada* ndi Kuswa Mphamvu Zake'.

32. Abusa okhwima maganizo a BMB.

33. Kuonetsetsa kuti muli ndi munthu wabwino kwambiri, ndikuwathandiza kukhala okonzekera utsogoleri.

34. Saphunzira kudzichepetsa, ndipo angakumane ndi kukanidwa ndi ena.

35. Nthawi zonse: kuyesesa kamodzi pa sabata.

36. Kugwiritsa ntchito Baibulo pa zobetchera za tsiku ndi tsiku. Izi zimathandiza kuti khalidwe lawo likule kukhala ngati la Khristu.

37. Kuwonetsa kuchita zinthu mwa poyera kwa wophunzira.

38. Kupewa manyazi.

39. Choncho angaphunzire kulimbana ndi mavuto.

40. Ngati nsinga sizichotsedwa ndipo mabala sachiritsidwa, izi zidzachepetsa zipatso za munthu mu utumiki. Komanso, ngati wina wamasulidwa amadziwa bwino momwe angathandizire ena kukhala omasuka.

41. Chotero iwo akhoza kupirira mu utumiki, ndi kudaliridwa.

42. Kukondana ndi kulemekezana kwa mtima wa mtumiki.
43. Kotero ife tikhoza kulandira ndemanga zotsutsa ndi kukula mu kukhwima mmaganizo.
44. Kupereka chitsanzo cha kudzidziwitsa kwa wophunzira.
45. Chifukwa sangathe kuzipewa.
46. Kulemekeza Mulungu, kulandira madalitso a Mulungu kwa mpingo, ndi kuphunzira kudzichepetsa.

www.ingramcontent.com/pod-product-compliance
Lightning Source LLC
Chambersburg PA
CBHW071110160426
43196CB00013B/2522